படித்துதான் ஆகணுமா?

படித்துதான் ஆகணுமா?

ஆர். அபிலாஷ்

எழுத்து பிரசுரம்

Title : Padiththuthaan Aaganuma
Author's Name : R. Abilash

Published by Ezutthu Prachuram

Ezutthu Prachuram
(An imprint of Zero Degree Publishing)
No.75 & 76, I Floor, Kuppusamy Street,
Balaji Nagar, Padi,
Chennai - 600050

Website: www.zerodegreepublishing.com
E Mail id: zerodegreepublishing@gmail.com
Phone: 89250 61999

Ezutthu Prachuram First Edition : January 2026
ISBN: 978-93-47206-87-0
TITLE NO EP : 619

Rs. 270/-

Cover Design & Layout: Vijayan, Creative Studio
Printed at Rathna Offset, Chennai, India

பேராசிரியர் ஜனார்த்தனனுக்கு

முன்னுரை

இது கல்விப்புல கோட்பாட்டு நூலோ ஆய்வுத்தொகையோ அல்ல. என் அனுபவப் பதிவுகளின் தொகுப்பும் அல்ல.

நான் ஒருவேளை கணினித் தொழில்நுட்பத் துறையிலோ வருவாய்த்துறையிலோ சினிமாவிலோ ஊடகத்திலோ பணிசெய்திருந்தால் என் வேலைசார்ந்த அனுபவங்களை இவ்வளவு கவலைப்பட்டு கோபப்பட்டு கொந்தளித்து எழுதியிருப்பேனா எனத் தெரியவில்லை. ஒரு கல்வியாளருக்குள் இயல்பாகவே ஒரு சமூக உளவியலாளரின், வழிகாட்டியின் மனசாட்சி உயிர்ப்பெற்று வேலை செய்யத்தொடங்குகிறது. சமூகத்தில் தோன்றும் பல்வேறு மாற்றங்களை, பிரச்சினைகளை மாணவர்கள் வழியாக உடனுக்குடன் தெரிந்துகொண்டு மனம் துவளவும் அதற்கு தற்பாதுகாப்பு நடவடிக்கையைப் போல செயல்பாட்டாளராக பாவனைசெய்து சிந்தித்து மாற்றங்களைப் பரிந்துரைக்கவும் கல்விப்பணி ஒருவரைத் தூண்டுகிறது. நாளிதழ்களின் நடுப்பக்கங்களில் பொருளாதார நிபுணர்கள், ஆட்சியியல், வெளியுறவுத்துறை நிபுணர்களுக்கு இணையாக தொடர்ந்து தம் துறையின் சிக்கல்களைப் பற்றி இன்று எழுதித் தள்ளுபவர்கள் கல்வியாளர்கள் தாம். அவர்கள் தொடர்ந்து கல்வியின் நடைமுறைகள், முறைமைகள், தாக்கம், சிக்கல்களைப் பற்றி எழுதினாலும் அவர்களுடைய உண்மையான நோக்கம் அறத்தைப்பற்றிப் பேசுவதே. நவீன சிந்தனை பொதுவாக கல்வியை அறிவு, திறன் எனச் சுருக்கிப் பார்க்கத் தூண்டுகிறது.

ஆனால் பௌத்தத்தின் தாக்கம் காரணமாக கல்வியானது அகத்தெளிவின், வீடுபேற்றின் முக்கியமான மார்க்கமாக இந்திய சமூகத்தின் கூட்டுமனத்தில் ஆழமாகப் பதிந்திருக்கிறது. பண்டைய பௌத்தர்கள் ஆன்மீக மலர்ச்சியை அறவியலுடன் தொடர்புபடுத்திப் புரிந்துகொண்டார்கள். அறச்சிந்தனையை கல்வியின் நீட்சியாகப் பார்த்தார்கள். ஆகையால், அறம்சார்ந்த கவலைகள் கல்விப்புலத்துடன் ஆழமாகப் பிணைந்திருக்கின்றன.

நான் எழுத்துக்கு வெளியே ஒரு கல்வியாளராக என்னைக் கருதிக்கொண்டதில்லை என்பது சற்று விநோதமானது. நான் கல்வி வளாகத்தினுள், ஆய்வு அரங்குகளில், விவாதங்களில் கற்பிக்கும் கலையைப் பற்றியோ, பாடத்திட்டம், அதன் நோக்கம், விளைவுகள் குறித்தோ, சமூகத்திற்கும் கல்விக்குமான உறவைக்குறித்தோ பேசியதில்லை. ஆனால் அங்கு பட்டும்படாமல் இருக்கும் நான் என் எழுத்தில் மிகுந்த அக்கறையுடன் இப்பிரச்சினைகளைக் குறித்து விவாதித்திருக்கிறேன். கல்விப்புலத்தில் எழுத்தாளராகவும், எழுத்தில் கல்வியாளராகவும் சிந்தித்திருக்கிறேன். நவீனக் கல்வி என் அகத்தில் அறம் சார்ந்து ஏற்படுத்திய சலனங்களை எனக்கு வேறெப்படியும் எதிர்கொள்ள, அது கிளர்த்திய கவலைகளை ஆற்றுப்படுத்த எனக்கு வேறு வழி தெரியவில்லை - ஏனென்றால் கல்விப்புலத்தில் நிர்வாகரீதியாகவோ ஆய்வுசார்ந்தோ அறம் குறித்து பேச அவகாசமே இல்லை. அங்கு கல்வியானது முழுக்க வேலை, சம்பாத்தியம், அதற்கான திறன் என்று பார்க்க மட்டுமே அனுமதிக்கப்படுவதால் நான் என் கவலைகளுக்கு முகம் கொடுக்க எழுத்தாளரின் முகமூடியை அணிய வேண்டியுள்ளது. அந்த நெருக்கடியும் கோபமுமே என் கண்ணீராக இப்பக்கங்களை நனைக்கிறது.

இது எழுத்தாளரின் கண்ணீர் அல்ல, ஆசிரியரின் கண்ணீரும் அல்ல. இரண்டுக்கும் நடுவில் இருக்கும் ஒருவரின் கண்ணீர். எழுத்தாளரின் கண்கள் வழியாக சிந்தப்படும் ஆசிரியரின் கண்ணீர். கோபத்தின் கண்ணீர், ஆற்றாமையின் கண்ணீர், அதை மனத்துக்குள் அழுத்தி பகடியாக, அலசலாக, மறுப்பாக வெளிப்படும் வறண்ட கண்ணீர்.

பள்ளிக்கல்வி

என் பள்ளி மாணவப் பருவ அனுபவங்கள்

குமரி மாவட்டத்தில் உள்ள தக்கலையின் அருகில் உள்ள பத்மநாதபுரம் எனும் கிராமம் என் சொந்த ஊர். என்னுடைய ஆரம்ப கல்வியை அமலா கான்வெண்ட் எனும் கிறித்துவ கன்னியாஸ்திரிகள் நிர்வகித்த பள்ளியில் படித்தேன். அங்கு என்னுடைய உடற்தகுதியைக் காட்டி (நான் ஒரு மாற்றுத்திறனாளி இருப்பதால்) இடமாற்று சான்றிதழ் வாங்கிக் கொண்டு போக நிர்பந்தித்தார்கள். அச்சம்பவம் இன்னும் எனக்கு வியப்பாக இருக்கிறது - அங்கு எனக்கு எந்த விபத்தும் நிகழவில்லை. ஆனாலும் நிர்வாகிகளுக்கு யாருடைய கண்காணிப்பும் இல்லாமல் போனால் நான் இருக்கையில் இருந்து தவறி விழுந்துவிடுவேனோ எனும் அச்சம். அங்கிருந்து நான் இந்து வித்யாலயா எனும் மற்றொரு தனியார் பள்ளிக்குப் போனேன். ஏதோ ஒரு விதிமுறைக் குழப்பத்தால் நான் எல்.கே.ஜி, யு.கே.ஜி வகுப்புகளில் முதலில் இருந்து மீண்டும் அமரும் கட்டாயம் ஏற்பட்டது. அது ஒரு சிறிய அழகான பள்ளி. ஆனால் அங்கு எட்டாம் வகுப்புக்கு மேல் இல்லை என்பதால் என்னை தக்கலை உயர்நிலைப் பள்ளியில் சேர்த்தார்கள். இந்த மூன்று பள்ளிகளும் மாற்றுத்திறனாளிகளுக்கு ஏற்ற வகையில் கழிப்பறைகள் இல்லை என்பதால் நாள் முழுக்க நீரருந்தாமல் இருக்கும், சிறுநீரை அடக்கி வைக்கும் பழக்கம் எனக்கு அங்கு ஏற்பட்டு பின் அது மறைய நீண்ட காலம் ஆகிற்று.

பெரும் வளாகம், மைதானம், பெரிய சம்புடத்துடன் மாணவர்கள் வரிசையாக அமர்ந்து சத்துணவு சோற்றையும் அதில் ஊற்றப்படும் ஆற்றொழுக்கு சாம்பாரையும் மிகுந்த ஆர்வத்துடன் உண்ணும் நீண்ட சிமிண்டு திண்ணைகள். பெரிய சிறைச்சாலையை நினைவுறுத்தும் வரிசை வரிசையான வகுப்பறைகள். பிரம்புடன் நடந்து வரும் தலைமை ஆசிரியரை அஞ்சி அடங்கி ஒடுங்கி செல்லும் மாணவர்கள்.

நான் சென்ற புதிய பள்ளியில் பல நூறு மாணவர்கள் படித்தார்கள். இஸ்லாமியர், கிறித்துவர்கள், அவர்களிடையே வசதியானவர்கள், மத்திய வர்க்கத்தினர், ஏழைகள். விடிகாலையில் வயலுக்கும் தோப்புக்கும் மண்வெட்டியுடன் கிளைக்க சென்றுவிட்டு சாப்பிடாமலே வகுப்புக்கு வருபவர்கள், பிரச்சினைக்குரிய பின்னணியில் இருந்து வருபவர்கள் இருந்தனர். அவர்களுடைய பேச்சும் நடவடிக்கையும் எனக்குப் பழக காலமெடுத்தது. நான் அதுவரை எங்கும் கேட்டிராத கெட்டவார்த்தைகள், விவரணைகளைக் கேட்டேன். பெஞ்சில் ஏறி நின்று வகுப்பறையில் உள்ள பொருட்கள் மீது சிறுநீர் கழிக்கும் விநோத நடத்தைகளைக் கண்டேன். அதே போலத்தான், பார்த்ததுமே என்னை நட்புடன் ஏற்றுக்கொண்டு பழகிய நண்பர்களும் கிடைத்தனர். அங்குதான் சற்று முரட்டுத்தனமான, அழகான, வெகுளியான பெண்களைக் கண்டேன். என் முதல் பதின்வயதுக் காதல் அங்குதான் மலர்ந்தது.

இஸ்லாமியர், கிறித்தவர்களுடன் நெருங்கிப் பழகியது அதுவே முதன்முறை. எனக்கு அப்போது அவர்களிடம் ஏற்பட்ட நெருக்கமே மாற்றுமதத்தவரைக் கண்டதும் ஒட்டிக்கொண்டு நட்பாகும், மிக வறிய சூழலில் இருந்து வருகிறவர்களை எளிதாகப் புரிந்துகொள்ளும் மனப்பாங்கை இப்போது ஏற்படுத்தியுள்ளது என நினைக்கிறேன். இது அரசுப்பள்ளியின் தனிச்சிறப்புகளில் ஒன்று.

அங்கு ஆசிரியர்கள் கண்டிப்பானவர்கள். அதுவரைப் படித்த தனியார் பள்ளிகளில் அடிக்க மாட்டார்கள். எங்களிடம் தவறிருந்தால் கூட மென்மையாக சொல்லித் திருத்துவார்கள். அங்கு நான் திட்டுவாங்கியதாகவே நினைவில்லை. இங்கோ தினமும் கேள்வி கேட்டு எல்லா மாணவர்களையும் நிற்க வைத்து பிரம்பால் அடிப்பார்கள். தேர்வுத்தாள்களைத் தரும் போது அடி, பேசினால் அடி, ஆசிரியர்களுக்குத் தோன்றும்

போதெல்லாம் அடி. ஒரு மாணவி அறிவியல் ஆசிரியரின் மகள். அப்பா தன் வகுப்புக்கு புத்தகத்துடன் வந்தாலே அவள் முகம் இறுக்கமாகிவிடும். கப் சிப்பென்று இருப்பாள். ஆனால் அவளும் தவறாமல் அடிவாங்குவாள். (இன்று மாணவர்களை அடிப்பது குற்றம். அன்று அடிப்பவரே நல்லாசிரியர்.) நான் அடிவாங்கியதற்கு ஒரு காரணம் என் முந்தின பள்ளியில் எனக்கு சரியான கல்வி போதிக்கப்படவில்லை என்பதை உணர்ந்து கடுமையாக உழைக்கத் தொடங்கினேன். ஓராண்டிலேயே வகுப்பில் முதல் மதிப்பெண் வாங்கும் நிலையை அடைந்தேன்.

அங்கு பெரும் எண்ணிக்கையில் படித்த மாணவர்கள் பல வர்க்கங்களை, பின்னணிகளை சேர்ந்தவர்கள். இடைவேளைகளின் போது மைதானத்தில் மாணவர்களில் சிலர் மோதிக் கொள்வார்கள். நான் அதுவரை என் பள்ளியில் பார்த்தது மாணவர்கள் சும்மா கையால் அடித்துக்கொள்வது. இது நிஜமான சண்டை. என் கண் முன்னால் ஒரு பையனை பேனா கத்தியால் குத்தியதைப் பார்த்தேன். ஆழமாகப் படவில்லை. அவன் மெதுவாக வயிற்றைத் தாங்கியவாறு நடந்து பள்ளி வளாகத்துக்கு வெளியே போய்விட்டான். யாரிமும் புகார் சொல்லவில்லை. இச்சூழலே பிரம்பு விளையாட்டில்லாமல் அவர்களைக் கட்டுப்படுத்த முடியாது எனும் எண்ணத்தை ஆசிரியர்களிடத்து ஏற்படுத்தியிருக்கக் கூடும். இன்னொரு பக்கம், அங்கு ஆசிரியர்கள் கூடுதல் அறிவு படைத்தவர்களாக, அருமையாக பாடம் நடத்தக்கூடியவர்களாக, அன்பானவர்களாக இருந்தார்கள். நான் முன்பு பார்த்த தனியார் ஆசிரியர்களை விட தம் மாணவர்கள் நல்ல மதிப்பெண் எடுத்து உருப்பட வேண்டும் எனும் அசலான அக்கறை இவர்களிடம் இருந்தது. படிக்காத மாணவர்களிடையே கொஞ்சமேனும் திறமை உள்ளவர்களைக் கண்டால் திருத்தி நெறிப்படுத்த முயல்வார்கள். அந்த அன்பைக் கண்ட போது அவர்கள் எங்களைத் தம் மாணவர்களாக அல்ல பிள்ளைகளாகவே காண்கிறார்கள் எனப் புரிந்துகொண்டேன்.

விதவிதமான ஆசிரியர்களை அங்கு கண்டேன். ஒரு இயல்பியல் ஆசிரியர் வெள்ளை கதர் சட்டை, வேட்டி, தோளில் துண்டு அணிந்து பழைய சைக்கிளில் வருவார். கெட்டியான கறுப்புப்பட்டை கண்ணாடி. வகுப்பில் நகைச்சுவையாக கதைகளை சொல்லி ஏகவசனத்தில் பேசி எங்களை மகிழ்ச்சியில் ஆழ்த்துவார்.

எளிமையாக அழகாக அவர் சொல்லித் தந்தவை மறந்துவிட்டன என்றாலும் அந்த அனுபவம் மறக்கவில்லை. கணித ஆசிரியராக வேற்றூரில் இருந்து ஒருவர் வந்தார். எழுபதுகளின் நாயகர்களின் ஸ்டைலில் பங்க், முன் தலையில் சுருட்டிவிட்ட முடி, பெரிய காலர் வைத்த, கறுப்புப் புள்ளிகள் கொண்ட சட்டை அணிவார். எகத்தாளமான உடல்மொழி. அற்புதமான ஆசிரியர். உலகின் மிக சிரமமான பாடங்கள் கூட அவர் சொல்லித் தந்தால் புரியும். ஒருநாள் எங்களுக்கு அசெம்பிளி நடந்துகொண்டிருக்க அதில் பங்கெடுக்க முடியாத நான் தனியாக வகுப்பில் இருந்தேன். அவர் என்னைப் பார்த்து வகுப்புக்குள் வந்து என் தோளில் கையிட்டு ஆதுரமாகப் பேசினார். என்னிடம் ஒரு மனிதர் வந்து ஆதரவாக விசாரித்தது என் வாழ்வில் முதன்முறை அது என்பதால் நெகிழ்ந்து போனேன். அவர் ஒரே மாதத்தில் ஒரு பேருந்து விபத்தில் காலமான போது நாங்கள் மாணவர்கள் துயரம் தாளாமல் அழுதோம். அவருடைய நினைவாகவே நான் ஒரு ஆசிரியரான போது வகுப்பில் தனியாக ஒட்டாமல் இருக்கும் மாணவர்களிடம் சென்று நட்பாக விசாரிக்கும் வழக்கத்தை வளர்த்துக்கொண்டேன்.

நான் செல்லும் போது இருந்த தலைமை ஆசிரியை கண்டிப்பானவர். இரும்பு மனுஷி. எல்லாரும் பயந்தார்கள். அவருடைய பதின் வயது மகன் ஒரு பைக் விபத்தில் காலமான போது அவர் மிகவும் ஒடுங்கிப் போய் ஓய்வு வாங்கிக்கொண்டார். எங்களுக்கு அவருடைய மென்மையான பக்கத்தைக் காணக் கிடைத்த போது அவருக்காக பரிதாபப்பட்டோம். அவரிடத்தில் வந்தவர் இன்னும் படுபயங்கரமானவர். அவரிடம் தினமும் பின்பக்கத்தில் அடிவாங்காத மாணவர்களே இல்லை. அடிக்க அடிக்க மாணவர்கள் முன்னோக்கி வளைந்து தப்பிப்பதைப் பார்க்க வேடிக்கையாக இருக்கும், அதாவது அவரிடம் நாம் சிக்காத வரையில். அவருக்கு முழுவழுக்கை. நீள்வட்ட தலையமைப்பு. அதனால் அவரை மாணவர்கள் ஒரு பழத்தின் கொட்டையை வட்டப்பெயரிட்டு கேலி செய்தனர். அவர் போய்க்கொண்டிருக்கும் போது பின்னிருந்து அழைத்து மறைந்துகொள்வார்கள். அவர் ஒருநாள் எங்கள் வகுப்புக்குள் புகுந்து விசாரணையை நடத்தினார். பயத்தில் எங்களுக்கு சிறுநீர் கழிந்துவிட்டது. அதன் பிறகு ஒருநாள் வகுப்புக்கு வந்து எங்களுடைய எதிர்காலத்தைப் பற்றின நிஜமான

அக்கறையுடன் அறிவுரை தந்தார். ஒரு நல்லாசிரியருக்கு தன்னைத் துன்புறுத்தும் மாணவர்களிடம் ஒருபோதும் வெறுப்பு ஏற்படாது என்று புரிந்துகொண்டேன். ஆனாலும் நீண்ட காலமாக என் நெஞ்சில் அவர் பெயருக்குப் பதில் வட்டப்பெயரே நிலைத்தது. அவமதிப்புடன் அல்ல நிறைய அன்புடன்.

அங்கு தான் நான் பல புதிய விசயங்களைக் கற்றேன், புது மனிதர்களை அறிந்தேன், அப்பள்ளிதான் என் ஆளுமையைப் புடம் போட்ட ஆட்டக்களம்.

கனவு ஆசிரியர், டிசம்பர் 2023

தனியார் பள்ளிகள் எனும் மால்கள்

1

தனியார் பள்ளிகளுக்கு வேறு சில அடிப்படையான பிரச்சனைகளும் உண்டு; கல்வி என்பது எதுவோ அதற்கு நேர் எதிரான திசையில் இவை படிப்பையும் அறிதலையும் கொண்டு செல்கின்றன.

கல்வி என்பது ஒரு மனிதன் தனக்குள் நிகழும் இயல்பான அறிதலுக்கு ஒரு வடிவம் கொடுப்பது. தான் அறிந்தவற்றை வெளிப்படுத்த, அடுத்து சமூகத்துக்கே படிப்பிக்க பயில்வது. முக்கியமாக, கல்வி என்பது ஒரு சில தகவல்களையோ திறன்களையோ குழந்தைகளிடம் திணிப்பதில்லை. இன்றைய கல்வி நிலையங்கள் கல்வியை ஏதோ சிரிஞ்சினால் மருந்தை செலுத்துவதைப்போல மாணவர்களுக்குள் செலுத்த முயல்கிறார்கள். இப்படி எதை ஏன் செலுத்த வேண்டும் என்பது குறித்தும் இவர்களுக்குள் தெளிவில்லை. எதை செலுத்தினால் ஆதரவு கிடைக்குமோ, எதை செலுத்தினால் குழந்தைகள் "மகிழ்வார்களோ", எதை செலுத்தினால் அவர்கள் எதிர்காலத்துக்கு ஏற்றமாதிரி மாறுவார்களோ அதை செலுத்துகிறார்கள்.

நீங்கள் ஒரு மருத்துவரிடம் செல்கிறீர்கள். அவர் உங்களுக்கு திருப்தி தரும் வகையிலான மருந்துகளை மட்டும் தந்தால்,

ஒரு வாடிக்கையாளர்களாக உங்களை குஷிப்படுத்துவதே தன் இலக்கு என செயல்பட்டால் உங்கள் கதி என்ன? அதோகதிதான். இன்றைய தனியார் பள்ளிகள் நம் குழந்தைகளுக்கு பண்ணுவது இதைத்தான்.

இன்று நாம் பிறந்து ஆறு மாதங்களான குழந்தையிடம் இருந்தே இந்த ஆபாச பழக்கத்தை ஆரம்பிக்கிறோம். அவர்களுக்கு ஸ்மார்ட் போன்களில் காணொளிகளை காண்பிக்கிறோம். மெல்ல மெல்ல இக்குழந்தைகள் ஸ்மார்ட் போன் போதைக்கு ஆட்படுகிறார்கள். உங்கள் கையில் இருந்து போன்களை தட்டிப்பறித்து அதை நீங்கள் அனுமதிக்காவிடில் அழுது ஆர்ப்பாட்டம் பண்ணுகின்றன. அடடா விளையாட்டு வினையாகிவிட்டதே என கவலைப்படுகிறீர்கள். இப்போது இந்த குழந்தைகளை வேறு இயல்பான காரியங்களில் ஈடுபடுத்தலாம் என்றால் இந்த குழந்தைகளால் சாதாரண விளையாட்டுகளில், எளிய அன்றாட நிகழ்வுகளில் தொடர்ந்து மனத்தை செலுத்தி மகிழ முடிவதில்லை என அறிகிறீர்கள். இவர்களின் மனம் ஒரு நிமிடத்துக்கு மேல் எதிலும் நிலைப்பதில்லை. தொடர்ந்து யுடியூப் நிகழ்ச்சிகளை ஸ்குரோல் செய்தும் மொபைலில் விளையாடியும் அவர்கள் அப்படி மாறிப் போயிருக்கிறார்கள். குழந்தைகளை, அவர்களின் கவனச்சிதறலை சமாளிக்க முடியாமல் பெற்றோர்கள் அவர்களை மூன்று மூன்றரை வயதில் இருந்தே பள்ளிகளுக்கு அனுப்புகிறார்கள். அங்கு என பண்ணுகிறார்கள்?

அங்கும் இந்தப் பிள்ளைகளை அமர வைத்து அதே யுடியூப் காணொளிகளை பெரிய திரையில் காண்பிக்கிறார்கள். இடையிடையே பாட்டுப்பாடி எதையாவது கற்பிக்கவும் முயல்கிறாரக்ள். ஆனால் குழந்தைகளின் மனம் எதிலும் ஈடுபடுவதில்லை. தொடர்ந்து பளீரென்ற வண்ணங்களை, அதிரடி செயல்பாடுகளை, உணர்ச்சிகளைத் தூண்டும் காணொளிகளைக் கண்டு கண்டு அவர்களுக்கு அலுத்துப்போய் இப்போது அதிலும் ஆர்வம் வருவதில்லை. அவர்களின் நரம்பு மண்டலம் இயல்பான விசயங்களால் தூண்டப்படுவதில்லை. நான் ஒரு ஸ்மார்ட் வகுப்பறைக்கு சென்று பார்த்தபோது நாற்பது பிள்ளைகளில் ஒரு பிள்ளை மட்டுமே பத்து விநாடியாவது திரையை பார்க்கிறது என்பதை கவனித்தேன். பிற பிள்ளைகள் தம் வகுப்புக்கு வந்திருக்கும் புது ஆட்களைக் கூட கவனிப்பதில்லை. ஒரு நிமிடத்தில் பத்து இடங்களுக்கு அவர்கள் விழிகள் போய் வருகின்றன. ஆனால்

ஒன்றிலும் ஊன்றி நிற்பதில்லை. ஒரு அழகான பைத்திய விடுதிக்கு போயிருப்பதை போல உணர்ந்தேன். (ஆனால், விசித்திரமாக, இங்கிருந்தால் உங்களுக்கு கசப்பை விட ஒருவித உற்சாகம் தொற்றும். அதற்குக் காரணம் இக்குழந்தைகளின் முழுக்க மழுங்கி விடாத குழந்தைமையின் மலர்ச்சி.)

இந்த பிள்ளைகள் வளர வளர பள்ளிகளும் கல்லூரிகளும் இவர்களுக்கான அறிவை இவர்களின் இந்த அடிப்படையான பிழையான கவனமின்மை ஆளுமைக்கு ஏற்றபடி தகவமைத்து அளிப்பார்கள். இவர்கள் அன்றாடம் ஒரு நூறு விசயங்களைக் கற்பார்கள். எதிலிருந்தும் காத்திரமாக ஒன்றைப் பெற முடியாது. ஏனென்றால் இவர்களை வாடிக்கையாளர்களாக நடத்தும் கல்வி அமைப்புகள் இவர்களின் பிழையான மனப்போக்கை, கோணலான வாழ்க்கைப் போக்கை மேலும் சிக்கலாக்கி அதை சுரண்டி வியாபாரம் பார்க்கின்றன.

நாளை இந்தப் பிள்ளைகள் கல்லூரிக்கு வரும்போதும் பேராசிரியர்களான நாங்கள் மேலோட்டமாக நிறைய தகவல்களை அவர்களுக்கு அளிப்போம். ஒரு தெளிவான லட்சியத்துடன், சமூக அரசியல் நம்பிக்கையும் இவர்களை வடிவமைக்காமல் இவர்களின் தேவைக்கு (உடனடி திருப்தி, கேளிக்கை, கவனத்தை திரட்டாமல் ஓடிக்கொண்டே இருப்பது) ஏற்ப வகுப்புகளை நடத்துவோம். இதே போன்று பவர் பாயிண்ட், காணொளிகள், ஆக்டிவிட்டிகள் என நமது கார்ப்பரேட் கல்லூரி வகுப்பறைகள் இருக்கும். ஜெர்மானிய தத்துவத்தை கற்க வேண்டுமா? ஒரே மணிநேரத்தில் சில காணொளிகள் காட்டி, ஜோக்குகள் சொல்லி, சில விளையாட்டுகளை ஆட வைத்து அவர்கள் அனைத்தையும் கற்றுவிட்டதாக ஒரு பாவனையை காட்டி முடித்து விடுவோம். இவர்கள் வெளியே சென்று நுனிநாக்கு ஆங்கிலத்தில் அனைத்தைப் பற்றி மேலோட்டமாக பேசிவிடும் போலி மனிதர்களாக ஆவார்கள்.

2

ஒரு நல்ல லட்சிய வகுப்பறை எப்படி இருக்க வேண்டும் என்பதையும் சொல்லி இந்த விவாதத்தை முடிக்கிறேன்.

1) முதலில் அது வியாபாரமாக மட்டுமே இருக்கக் கூடாது.

2) நிர்வாகத்துக்கு இன்றைய குழந்தைகளின் அறிவு வளர்ச்சி குறித்துப் புரிதல் வேண்டும். இன்றைய தலைமுறைகளின் குறைகளை அறிந்து அதை எதிர்கொள்ளும் விதத்தில் கல்வி முறைகள் இருக்க வேண்டும். கவனச்சிதறலும் மேலோட்டமான கேளிக்கையுமே இன்றைய அறிதல் மார்க்கங்கள் என்றால் அதற்கு நேரெதிராக கல்விமுறையை அமைக்க வேண்டும். தொழில்நுட்பமே நம் பிள்ளைகளின் நோய்களுக்கு காரணமென்றால் தொழில்நுட்பத்தின் எதிர்திசையில் பிள்ளைகளை கொண்டு செல்ல வேண்டும். உலகமே இவர்களை வெறும் கார்ப்பரேட் வாடிக்கையாளர்களாக நடத்துகிறது என்றால் பள்ளியிலும் கல்லூரியிலும் நாம் இவர்களை வெறும் "எளிய" மனிதர்களாக நடத்த வேண்டும். இப்பிள்ளைகளின் பழுதான ஆளுமைகளை மேலும் பழுதாகி அதை சுரண்டி வியாபாரம் பண்ணுவது அநியாயமான மனித வள ஊழல். இதை செய்துகொண்டே கல்வி ஒரு சேவை என்று பீற்றிக் கொள்ளக் கூடாது.

3) குழந்தைகள் சுயமாய், தம் போக்கில் சிந்திக்கவும் கேள்விகளை எல்லாவற்றைப் பற்றியும் எழுப்புவதற்கு பயிற்றுவிக்க வேண்டும். மாறாக அடிப்படையான தகவல்களை வைத்துக்கொண்டு சேல்ஸ்மேன் போல பேச பயிற்றுவிக்கக் கூடாது.

4) சமத்துவம், சமூக மாற்றம், நல்லிணக்கம், சமூக நீதி, தனிமனித அறம் குறித்து பிள்ளைகளை சிந்திக்கவும் சிந்திப்பதை செயல்படுத்தவும், அப்படி செயல்படுத்துவதில் உள்ள சிக்கல்களை அறியவும் பழக்க வேண்டும். உ.தா., ஒவ்வொரு தனியார் பள்ளியும், அது லட்சியபூர்வமாக செயல்பட்டும், கல்வியை சேவையாக காணும் அமைப்பு எனில், பத்து சதவீதம் தாழ்த்தப்பட்ட, எளிய பின்னணியில் இருந்து வரும் குழந்தைகளை மிகக்குறைந்த கட்டணத்தில் சேர்த்துக் கொள்ளலாம். இன்னும் ஒரு பத்து சதவீதத்தை ஊனமுற்ற குழந்தைகளுக்கு வழங்கும். அதேபோல பள்ளியின் ஆசிரியர்கள், நிர்வாகிகளில் சிறுபான்மையினர், மாற்றுபாலினத்தவர் இருக்கும்படி பார்த்துக் கொள்ளும்.

மேலும் ஒரு பள்ளி நிர்வாகம் தனது அரசியல் என்ன என்பது குறித்த தெளிவுடன் இருக்க வேண்டும். அதை ஆபாசமாக

மறைமுகமாய் திணிக்காமல் வெளிப்படையாக பரிசீலிக்க வேண்டும். உங்களுக்கு பெரியாரியத்தில் ஈடுபாடு என்றால் அதை வெளிப்படையாக அறிமுகப்படுத்துங்கள். அதை நிராகரிக்கவும் கேள்வி கேட்கவும் மாணவர்களுக்கு ஊக்கப்படுத்துங்கள். அம்பேத்கர் என்றால் அம்பேத்கர், காந்தி என்றால் காந்தி. இந்த சிந்தனையாளர்களின் பாதையில் பாடதிட்டத்திலும் சில மாற்றங்களை கொண்டு வாருங்கள். வெறுமனே இந்த ஆளுமைகளை சிலைகளாக அமைத்து அலங்காரம் பண்ணி, அன்றாடம் மாணவர்களை இந்த சிலைகளுக்கு மாலை சாத்தி, தொட்டு வணங்கி, திருநாட்களின் போது பாட்டுப் பாடி மிட்டாய் கொடுத்து வெறும் சடங்காக மாற்றி கடந்து விடாதீர்கள்.

கல்வி என்பது சார்பற்றது, அது பொதுவயமானது என்பது ஒரு மிகப்பெரிய பொய். நீங்கள் வாங்கும் ஸ்பிரைட்டோ கோக்கோ அனைவருக்கும் ஒன்றைப் போல இருக்கலாம். அந்த *standardization* வியாபாரத்தை ஊக்குவிக்க உதவும். ஆனால் கல்வியில் உண்மையில் அத்தகைய தரப்படுத்தலில் இடமில்லை. உங்கள் பள்ளியின் நோக்கம் / லட்சியம் சமூகப்பொறுப்பும் சமத்துவமும் கொண்ட எதிர்கால சமுதாயத்தை ஏற்படுத்துவது என்றால் அம்பேத்கரே அதற்கான மார்க்கம் என்றால் முழுக்க அவரது நோக்கின்படியே (இந்துமத எதிர்ப்பு, சாதி துறப்பு, பௌத்தம் தழுவுதல்) என கல்விமுறையை அமையுங்கள். அதாவது சித்தாந்தத்தை திணிப்பதை அல்ல நான் பேசுவது, அதை ஒரு வாழ்க்கை முறையாக முன்வைப்பது. அதாவது ஒரு அம்பேத்கரிய / காந்திய பெற்றோரின் கீழ் வளரும் பிள்ளைகள் அந்த தாக்கத்துடனே வளர்வார்கள். அதை ஏற்றோ எதிர்த்தோ அவர்கள் உருவாவார்கள். ஆனால் இந்த ஒரு தாக்கத்தை இன்றைய கல்வி அமைப்பு யாரிடமும் ஏற்படுத்துவதில்லை. மாறாக இன்றைய கல்வி பத்து ரூபாய்க்கு நீங்கள் வாங்கும் பிஸ்லெரி தண்ணீரைப் போல இருக்கிறது. அதற்கு தனித்துவம் இல்லை. அதை நீங்கள் உரிமை கோர முடியாது (எங்கள் ஊர்த் தண்ணீர் தேனாக இனிக்கும்!). இப்படி நாம் பயிற்றுவிக்கும் மாணவர்கள் எந்த உடைமை உணர்வும் அற்றவர்களாக இருக்கிறார்கள். இவர்கள் அநாதை இல்லங்களில் வளரும் மாணவர்கள். இவர்கள் சொந்தமாய் நம்பிக்கைகளோ வேர்களோ அற்றவர்கள். இவர்கள் கடைகளில் அடுக்கி வைக்கப்பட்ட கோக் பாட்டில்களைப் போன்றவர்கள்.

ஒரே நிறம். ஒரே வாசனை. ஒரே சுவை. ஒரே "விலையும்" கூட.

இங்கு ஒரு கேள்வி வருகிறது. ஒரு வெறுப்பரசியலை / வர்ணாசிரமத்தை ஒரு பள்ளி நிர்வாகம் மாணவர்களுக்கு லட்சியமாக அளித்தால் என்னவாகும்? சாவார்க்கரையும் ஹிட்லரையும் கற்க வைத்தால் என்னவாகும்? இந்த ஆளுமைகளின் சிந்தனைகளையும் மாணவர்கள் எதிர்கொள்ளட்டுமே என நான் சொல்வேன். அது நேரடியாக ஒளிவுமறைவின்றி செய்யப்பட்டால் அதனால் தீங்கு குறைவாகவே இருக்கும். அதாவது நீங்கள் ஒரு கொள்கையை சொல்லித் தந்து, அதன் அடிப்படையில் கல்விமுறையை அறிமுகப்படுத்திவிட்டு மாணவர்களை தொடர்ந்து அதை எதிர்த்து பேசவும் விவாதிக்கவும் முழுக்க அதன் எதிர்திசையில் பயணித்து தம் கல்வியை தம் விருப்பப்படி வடிக்கவும் சுதந்திரம் அளிக்க வேண்டும் (நான் ஏற்கனவே சொன்னது போல பெற்றோரின் கொள்கைக்கு எதிராக வளர்ந்து வரும் பிள்ள்ளைகளாக). இதே நோக்கத்தின் படிதான் அம்பேத்கர் இந்தியர் அனைவரும் சம்ஸ்கிருதம் கற்க வேண்டும் என்றார். அப்போது தான் சனாதனவாதிகளின் இந்துமதம் குறித்த பொய்கள் அம்பலமாகும் எனவும், மயக்கம் தெளியும் என்றும் அவர் கூறினார். வலதுசாரிகளின் பள்ளி ஒன்று வெளிப்படையாகவே அப்படி அமைந்தால் அது அவர்களின் கொள்கைக்கு எதிராகவே திரும்பும். அது நல்ல விளைவுகளையே ஏற்படுத்தும் என நம்புகிறேன்.

(ஆனால் ஒரு லட்சிய சமூகத்தில் வலதுசாரி சிந்தனைகள் முழுக்க தடை செய்யப்பட வேண்டும் என நான் நம்பினாலும் இப்போதைக்கு அனைத்து தரப்புகளுக்கும், அவற்றை எதிர்த்து விவாதித்து செயல்படும் உரிமைகளுடன், இடமளிக்கலாம்.)

லட்சியம்-சார் கல்வி, மாணவர்களுக்குள் பல கேள்விகளை எழுப்பும். இக்கேள்விகளை விவாதிக்கவும் அவற்றுக்கு விடை காணவும் மாணவர்களை, வகுப்புகளை ஊக்குவிக்க வேண்டும். வெறுமனே மேலோட்டமாய் மதக்கருத்துக்களை பேசுவதல்ல, அனுபவ ரீதியாக சில விசயங்களை பரிசீலிப்பதே மனிதர்களுக்கு சமூக நீதியையும் தனிமனித அறத்தையும் லட்சியங்களையும் கற்பிக்கும்.

3

இது மிக முக்கியமானது. கல்வியை வாழ்க்கைக்கு வெளியே வைத்துப் பார்ப்பதே நவீன பள்ளிகளின் பிரச்சனையாக இருக்கிறது. நீங்கள் கல்வியை அதன் நேரடியாக இலக்கு மற்றும் பலன்களின் அடிப்படையில் காணும்போது கல்வி என்பது வாழ்க்கையில் இருந்து விலகி ஒரு பண்டமாக (மொபைல் போன், பிரியாணி, ஆணுறை போல) ஆகி விடுகிறது. நீங்கள் போகும் வழியில் ஒரு பூவை எடுத்து நுகரும்போதும் ஒரு கெட்ட வாடையை நுகர்ந்து முகம் சுளிக்கும்போது அதன் பலாபலன்களைப் பற்றி கவலைப்படுவதில்லை. அது ஒரு *ontological* அனுபவம் ஆகிறது. ஆனால் இதையே ஒரு வகுப்பில் செய்யும்போது இந்த அனுபவம் நமக்கு தருவதென்ன, இதை எப்படி பகுத்துக் கொள்வது என யோசிக்கிறோம். அடுத்த கட்டமாக நாம் கண்டுணர்ந்து பலனளிப்பது என கருதும் ஒன்றை மட்டுமே பிரதானப்படுத்துகிறோம். அதை ஒரு பொருளாக மாற்றி நம் சட்டை ஜேப்பில் வைத்து நமக்கானதாக மாற்றலாம் என நம்புகிறோம்.

நம் ஆசிரியர்கள் பாசி படர்ந்த ஒரு குட்டைக்கு பிள்ளைகளை கூட்டிச் சென்று, அந்த அரைமணிக்குள் ஒரு கரண்டி நீரை மொண்டு வந்து, ஒரு குறிப்பிட்ட நோக்கத்தின் அடிப்படையில் மட்டுமே அதை ஆராய வேண்டும் அல்லது ஒரு கருத்தை வலுப்படுத்த அதை உதாரணமாக்க வேண்டும் என எண்ணுகிறோம். ஆனால் ஒரு குட்டையில் உள்ள நீரை ஒரு குழந்தை தொட்டுப் பார்க்க, அதை நுகர, அதன் நிறத்தைக் குறித்து சிந்திக்க, தன் கோணத்தில் அதை அணுக, தனக்கு ஏற்படுகிற கேள்விகளை அதைக் குறித்து எழுப்ப விரும்பலாம். ஒரு குழந்தை அதன் வரலாற்றை அணுகலாம், மற்றொன்று ஒளி அதில் பட்டு எப்படி உருமாறுகிறது என யோசிக்கலாம், மற்றொன்று அதை அனுபவித்து விட்டு யோசனையை எட்ட வைக்க விரும்பலாம், மற்றொரு குழந்தை அதைப் பற்றி ஒரு கதையை அறிய, சொல்ல விரும்பலாம். சில குழந்தைகள் அந்த நீரில் விளையாட எத்தனிக்கலாம். நல்ல கல்வி முறை இவை அத்தனையையும் (பகுத்தறிவுடன்) அணுக ஊக்குவிக்கும். இதை ஒரு தகவலாக சுருக்கி வசதியாக ஒரு காகிதத்தில் கடத்தி தப்பிச் செல்ல தூண்டாது. அப்படி தப்பிச் செல்வது ஒரு எதிர்-வாழ்க்கை கார்ப்பரேட் மனப்பான்மை.

நாம் கற்கிற ஒவ்வொன்றும் நம்மை ஆழமாக பாதிக்கவும், வாழ்க்கையின் பல சிக்கல்களை, குழப்பங்களை நமக்கு எடுத்தியம்பவும் வேண்டும். உதாரணமாக புவியீர்ப்பு பற்றின பாடத்தில் அறிவியல் கோட்பாட்டை தாண்டி அதைக் குறித்து சிந்திக்கவும் பிள்ளைகளை ஊக்குவிக்க வேண்டும்.

ஒரு நல்ல கல்வி முறையில் ஒரு கருத்தைக் கேட்டோ படித்தோ அல்லது அனுபவத்தில் பரிசீலித்தோ அறிய சுதந்திரம் இருக்கும் (மூன்றாவதே அதிகம் முன்னிறுத்தப்படும்). கற்றதை தேர்வின் போது எழுதி நிரூபிக்க வற்புறுத்தப்பட மாட்டார்கள். ஒரு குறிப்பிட்ட விதத்தில் எழுதும் திறன் இயல்பிலேயே இல்லாத மாற்றுத்திறனாளர்கள் பலர் இருக்கிறார்கள். அவர்களை நாம் நமது எந்திரமயமான ஒற்றைப் பண்பு கல்வி அமைப்பில் வைத்து வதைக்கிறோம். அவர்களை சிதைத்து வெளியே அனுப்புகிறோம். கல்வியை படைப்பூக்கத்துடன் வாழ்க்கையின் பகுதியாக பார்க்கும் முறையில் இத்தகைய வன்முறை இராது.

கல்வியை வாழ்க்கைக்கு வெளியே வைத்து தனியே உடைத்து வைத்துப் பார்ப்பதே ஒரு தத்துவப் பிரச்சனை என உணர்ந்தே இதை சொல்கிறேன். நாம் இதை பரிசீலிக்காவிடில் கடும் மனப்பிரச்சனைகளைக் கொண்ட ஒரு எதிர்காலத் தலைமுறையை உருவாக்கி விடுவோம்.

6) இறுதியாக நூற்றுக்கணக்கானோரை ஒரே சமயம் கராத்தே / யோகா / தியானம் பழக்குவது, ஒரே பாட்டை பாட வைப்பது ஒரு அபத்தமான ராணுவ பாணி பயிற்சி. இதை நவீன கல்வியாளர்கள் கைவிட வேண்டும்.

இது அடிப்படையில் ஒரு ஷாப்பிங் மால் அமைப்பு. நீங்கள் ஒரு மாலுக்குள் நுழையும்போதே ஒன்று வாடிக்கையாளராகி விடுகிறீர்கள் அல்லது எதிர்கால ஷாப்பிங்காக திட்டமிடும் (விண்டோ ஷாப்பிங்) பார்த்து நுகரும் வாடிக்கையாளர் ஆகிறீர்கள். அங்கே உங்களுக்கு சுதந்திரம் இருப்பதுபோல ஒரு பாவனை மட்டும் இருக்கும். நமது பள்ளிகளிலும் இதுவே நிகழ்கிறது. நீங்கள் உங்களுக்கு “அளிக்கப்பட்டுள்ள” பாடத்திட்டத்துக்குள் படித்து அதை உங்கள் திறனடிப்படையில் (மாலில் இது பணமாகிறது) தேர்வின்போது வெளிப்படுத்துகிறீர்கள் (மாலில் இது பொருளை வாங்க பணம் கொடுப்பது). இறுதியில் உங்களுக்கு மதிப்பெண்ணும்

சான்றிதழும் அளிக்கிறார்கள் (மாலில் உங்களுக்கு பில்லை அளிக்கிறார்கள்). உங்களுக்கு இதில் எங்குமே "வேண்டாம், இல்லை, நான் இதனுள் இருக்க விரும்பவில்லை" என சொல்ல வாய்ப்பு இல்லை. ஏனென்றால் மாலுக்குள் நுழைந்த அடுத்த நொடியில் இருந்தே நீங்கள் ஒரு ஒப்பந்தத்துக்குள் இருக்கிறீர்கள்.

நான் ஒரு தனியார் பள்ளி மாணவரிடம் அவருக்கு பிடித்த பாடம் என்னவெனக் கேட்டேன். "இயல்பியல்" என்றார். அடுத்து இயல்பியல் ஆய்வுகள் செய்ய விருப்பம் என்றார். எதிர்காலத்தில் தன் விருப்பப்படி ஆய்வுகள் செய்யவிருப்பதாக சொன்னார். நான் அவர் ஏன் அதை இப்போதே செய்யக் கூடாது என்றேன். தனக்கு அதற்கான தகுதியோ பயிற்சியோ இல்லை என்றார். ஏன் ஆய்வு மூலமாகவே அத்தகைய தகுதியை ஒருவர் அடையக் கூடாது, அத்தகையோர் எந்த மதிப்பெண் முறையும் இன்றி (அதனால் ஏற்படும் உளவியல் வதைகள் இன்றி) சுய அறிதல், சுய வளர்ச்சியின் அடிப்படையில் அதை செய்யக் கூடாது என நான் எனக்கே பின்னர் கேட்டுக் கொண்டேன்.

இது ஏன் முடிவதில்லை என்றால் நாம் அனைத்து மாணவர்களுக்கும் பொதுவாக ஒரே கல்வி முறைமை, ஒரே பாடத்திட்டம், ஒரே பாடங்கள், (இந்த கொடுமைகளுக்கு முத்தாய்ப்பாக) ஒரே தேர்வு முறைமையை வைத்திருக்கிறோம். இது மாணவர்களில் சுயசிந்தனை கொண்டோரை காயடிக்கிறது. சிந்தனையாளர்கள் எதிர்காலத்தில் தோன்றவிடாமல் தடுக்கிறது. உடனடி இலக்குகளை தினம் தினம் வழங்கி (அன்றன்றைக்கான வீட்டுப்பாடங்கள், அன்றன்றைக்கான வேலைகள்) தம் அகவிழைவின் படி அறிவைத் தேடவிடாமல் பண்ணுகிறது.

என்னுடன் ஹைடெக்கர் குறித்த நூலை எழுதிய ஆயுஷ் ஒரு இயல்பியல் மாணவர். அவருக்கு தத்துவத்தை அணுகுவதில் ஒரு அறிவியல் பயிற்சி தரும் முறைமையும் கூர்மையும் உண்டு. ஆனால் அவர் அறிவியல் எழுப்ப வேண்டிய கேள்விகளை தத்துவத்தில் தேடுகிறவர். நான் ஒரு ஆங்கில வகுப்பில் தத்துவம் குறித்து பேச அவர் எனக்கு அணுக்கமானார். என்னிடம் வந்து நிறைய கேள்விகளை எழுப்புகிறவர் ஆனார். அதன் பிறகு நாங்கள் இணைந்து தத்துவம் வாசிக்கவும் விவாதிக்கவும் தொடங்கினோம். சமீபத்தில் நாங்கள் நாகார்ஜுனரின் மூலமத்யாமிகா காரிகை நூலை வாசிக்கையில் காலம் என்பது எப்படி சூன்யமாக

இருக்கிறது எனப் பேசினோம். நான் ஆயுஷிடம் கேட்டேன்: "இதைப் பற்றி இயல்பியல் என்ன சொல்கிறது? காலம் சாரம் கொண்டதா என இயல்பியல் கேட்கிறதா?" ஆயுஷ் சொன்ன பதில் சுவாரஸ்யமானது. காலம் ஒரு கட்டமைப்பு என இயல்பியல் பேசுவதற்கான முகாந்திரத்தை ஏற்படுத்துகிறது. ஆனால் அந்த திசையில் அது தன்னை செலுத்துவதில்லை. காலம் எப்படி தோன்றுகிறது எனப் பேசும் இயல்பியல் அந்த காலத்துக்குள் நம் இருப்பு எப்படி இருக்கிறது என யோசிப்பதில்லை. அதன் சாரமின்மை பற்றி அறிவியல் பேசுவது விவாதத்தை பல மடங்கு அகலமாக்கி சிக்கலாக்கும். புது சிந்தனைகளை கிளர்த்தும். ஆனால் இது இயல்பியலின் தத்துவம் குறித்தது என்பதால் ஒரு இயல்பியல் பாடத்திட்டத்தில் இதற்கு இடமிருக்காது. எந்த மாணவரும் இக்கேள்விகளை ஒரு வகுப்பறையில் எழுப்ப முடியாது. இதைப் பற்றி கூடுதலாக சிந்தித்து ஒரு ஆய்வுக்கட்டுரையை எழுதவோ புது கேள்விகளை எழுப்பவோ முடியாது. தன் ஆர்வத்துக்கு எதிர்திசையில் செல்லும் விசயங்களை மனனம் செய்து தேர்வில் பிரதியெடுத்தால் அவருக்கு பட்டம் அளிப்பார்கள். இல்லாவிடில் அவர் "தோற்று" விடுவார்.

இப்படி நம் கல்வி அமைப்பு அடிப்படையிலே பிழையானது. கல்வியை ஒரு வணிகச் செயல்பாடாக பார்ப்பது அதன் முதல் கோளாறு. கல்வி மூலம் உடனடியாக தொட்டு உணர முடிகிற பலனை பெற முடிய வேண்டும் (கராத்தே பயின்று உடல் திறனை, தற்காப்புத் திறனை மேம்படுத்துவதாக நம்புவது, வயலின் பயில்வதனால் மூளைக்கும் உடம்புக்குமான ஒருங்கிணைப்பு அதிகமாகும் என எதிர்பார்த்து அதை செய்வது) என எதிர்பார்ப்பது எனும் அபத்தம் இதனால் விளைகிறது. இதன் அடுத்த கட்டமாக அனைத்து பிள்ளைகளையும் ஒரே தேவை, நோக்கம் கொண்ட உயிர்களாக பாவித்து அவர்களை ஒற்றைத்தன்மை கொண்டவர்களாக மாற்றி அவர்களின் இயல்பான அறிவையும் திறமைகளையும் நாசம் பண்ணுகிறது.

முதலில் நாம் இந்த கார்ப்பரேட் மாயையில் இருந்து விடுபட வேண்டும். அடுத்து கல்வியையும் விடுவிக்க வேண்டும்!

கல்விக் கோழிப்பண்ணைகள்

தனியார் பள்ளிகளின் முறைகேடான கட்டண வசூலைக் கண்டித்து *SFI* உள்ளிட்ட மாணவர் அமைப்புகள் இன்று *(09-06-2015)* தமிழகத்தின் பல இடங்களில் நடத்தி உள்ள போராட்டங்கள் வரவேற்கத்தக்கவை. அடுத்த கட்டமாய் இத்தனியார் பள்ளிகளில் சேரும் மாணவர்களின் பெற்றோர்களை சந்தித்து அவர்களிடம் உரையாடி உண்மையை புரிய வைக்க வேண்டும். அதிகப்படியான கட்டணம் செலுத்துவது ஒருவித சமூக அநீதி எனும் உணர்வை அவர்களுக்கு ஏற்படுத்தினாலே இப்போராட்டம் பெரும் வெற்றியை அடைந்து விடும். கல்விக் கோழிப்பண்ணைகள் ஐ.ஐ.டியை விட ஆபத்தானவை.

எனக்குத் தெரிந்த நுண்ணுணர்வும் தெளிவான சிந்தனையும் கொண்ட பெற்றோர்களே கூட தம் பிள்ளைகளை லட்சக்கணக்கில் கட்டணம் வசூலிக்கும் பள்ளிகளுக்கு அனுப்புகின்றனர். பிள்ளைகளுக்கு முடிந்தவரை தம்மால் முடிந்த சிறப்பான வசதிகளை செய்து தர வேண்டும் எனும் பரிதவிப்பு அனைத்து தட்டு பெற்றோர்களுக்கும் வந்துவிட்டது. சிறந்த உடை, சிறந்த உணவு, சிறந்த சூழல் போல சிறந்த கல்வியும் வாங்கக்கூடியது என நம்புகிறார்கள். நல்ல வசதிமிக்க பள்ளிக்கூடங்கள் தேவை தான். ஆனால் இப்பள்ளிகளில் படிக்கும் மாணவர்களிடத்து பேசும்போது

அவர்களுக்கு ஒன்றும் விசேச திறன்களோ புத்திசாலித்தனமோ இல்லை எனத் தோன்றுகிறது. இன்றைய வாழ்க்கை நிலையை போட்டி மிகுந்ததாய் கற்பனை பண்ணி அதற்கு தோதாய் தம் பிள்ளைகளை பெற்றோர் உருவாக்க நினைப்பதும் இக்குழப்பத்துக்கு காரணம்.

எல்லோரும் இவ்வாறு பந்தயக் குதிரைகளை உருவாக்க நினைப்பதும் இல்லை. என்னுடைய நண்பர் ஒருவர் தன்னுடைய குழந்தைக்கான பள்ளியை எப்படி தேர்ந்தெடுத்தார் என்பதைக் கூறினார். அவர் ஒரு பள்ளிக்கு சென்று விசாரிக்கிறார். அங்குள்ள மாணவர்கள் மிகுந்த மகிழ்ச்சியுடன் சுதந்திரமாய் இருப்பதை பார்க்கிறார். தன் மகன் அப்படி மகிழ்ச்சியாய் இருக்க வேண்டும் என்பதற்காய் அப்பள்ளியைத் தேர்ந்தெடுத்ததைச் சொல்கிறார். ஒருவர் தன் மகனின் புத்திசாலித்தனத்துக்காய் லட்சக்கணக்கில் செலவழிக்க இன்னொருவர் மகிழ்ச்சிக்காய் அதேபோல் செலவழிக்கிறார். சுதந்திரமும் மகிழ்ச்சியும் வாழ்வில் இயல்பாகவே கிடைப்பது. அதற்கு ஏன் லட்சக்கணக்கில் செலவழிக்க வேண்டும்?

சரி புத்திசாலித்தனம், திறமை? நான் முதுகலை ஆங்கில இலக்கியம் படிக்க சென்னைக்கு வந்து தாம்பரம் கிறித்துவக் கல்லூரியில் படித்தேன். அங்கு வெளிநாட்டில், உயர்தர கான்வெண்டுகளில் படித்த மாணவர்களுடன் போட்டியிட்டேன். என்னுடன் ஆங்கிலத்தை தாய்மொழியாய் கொண்டவர்கள் கூட படித்தார்கள். நான் தொடர்ந்து முதல் மதிப்பெண் பெற்று தங்கப் பதக்கம் வாங்கினேன். இத்தனைக்கும் இளங்கலை முதல் வருடம் படிக்கும் போது எனக்கு ஆங்கிலத்தில் ஒரு வரி தப்பில்லாமல் எழுதத் தெரியாது. ஏன் மிகச்சிறந்த பள்ளிகளிலும், கல்லூரிகளிலும் பயின்றவர்கள் என்னளவு சோபிக்கவில்லை? இயற்கையான திறமையா? இல்லை. நான் மிக மிக சாதாரண மாணவன்.

ஒரே காரணம்தான். நான் சூழலுடன் தொடர்ந்து மோதிக் கொண்டிருந்தேன். இது டார்வினின் பரிமாணவியல் விதி தான். ஒரு சவாலை ஏற்றுக்கொண்டு போராடினால் மட்டுமே திறமை வளரும். இது உள்ளார்ந்த ஆர்வமாய் இயல்பாய் தோன்ற வேண்டும். பள்ளி, கல்லூரியில் உள்ள கடுமையான தேர்வுகள் உதவாது. சிறந்த திறமையான மாணவர்களுடன் உங்கள் பிள்ளைகள் படிப்பதலே அவர்கள் திறமையானவர்களாகப் போவதில்லை. இது ஒருவருடைய ஆளுமை சம்பந்தப்பட்டது.

சூழலின் அழுத்தம், போராடினால் ஒழிய நீங்கள் காணாமல் போய் விடுவீர்கள் எனும் பயம் இது தான் ஒருவரை அடுத்த நிலைக்கு உயர்த்துகிறது. திறமையை இரட்டிப்பாக்குகிறது. இச்சூழலை செயற்கையாய் உருவாக்க இயலாது. சிறு வயதில் இருந்தே தன்னை சிரமமான விசயங்களை செய்து நிரூபிக்கும்படி ஒரு குழந்தையை தூண்டலாம். ஆனால் தூண்டப்படும் அளவுக்கு அக்குழந்தையின் மன இயல்பு இருக்க வேண்டும்.

அடுத்து பத்து பன்னிரெண்டு வயதுக்குள் சிறந்த பயிற்சிகள் அளித்தால் அவற்றை பயன்படுத்திக் கொள்ளும் அளவு நம் குழந்தைகளுக்கு மூளை முதிர்ச்சி இருக்குமா என ஐயம் உள்ளது. ஆரம்ப நிலைக் கல்வி மிக முக்கியம் என கூறப்பட்டாலும் அடிப்படை பயிற்சியே போதுமெனத் தோன்றுகிறது.

ஆதாரமாய் எனக்கு மற்றொரு கேள்வி உள்ளது. குழந்தைகள் அதிகம் கற்பது பள்ளியிலா குடும்பச் சூழலிலா? (மதிப்பெண் வாங்கும் எந்திரமாய் அவர்களை மாற்றுவது பற்றி கேட்கவில்லை) குடும்பச் சூழலில்தான் என்பது என் நம்பிக்கை. குழந்தைகள் நமக்கே அறியாமல் நம்மை கவனித்து கற்கின்றன. பெற்றோர்கள் அவர்களுடன் நிறைய நேரம் செலவழித்து நிறைய உரையாடுவது தான் சிறந்த கல்விப் பயிற்சி. பெற்றோர்களுக்கு அதற்கான நேரமோ தகுதியோ மனப்பாங்கோ இல்லாவிட்டால் அவ்விடத்தை ஒரு ஆசிரியரால் எடுத்துக்கொள்ள இயலாது.

சின்ன வயதில் அப்பா என்னிடம் மணிக்கணக்கில் பேசுவார், மாலையில் போதையேறின பின் அவருடைய பிரதான பொழுதுபோக்கு நான்தான் (அப்போது கேபிள் டிவி இல்லை). என்னிடம் அண்ணா, பெரியார் பற்றி பேசுவார். உன்னால் அண்ணாவைப் போன்று ஒரு வரி பேச முடிந்தால் வேறு ஒன்றும் தேவையில்லை என்பார். இன்று நான் அண்ணாவாக இல்லை என்றாலும் ஒரு எளிய எழுத்தாளன் ஆகியிருக்கிறேன். பத்து வயதுக்கு பிறகு அப்பாவின் போதை சலம்பல்களை கேட்பதை தவிர்த்தேன். பள்ளி, கல்லூரியில் எனக்கு நிறைய நல்ல ஆசிரியர்கள் வாய்த்தார்கள். அவர்கள் என்னிடம் நிறைய பேசினார்கள். கற்பித்தார்கள். ஆனால் அவை எதுவும் அப்பாவின் சொற்கள் போல் என் மனதின் ஆழத்தில் போய் தைக்கவில்லை. அவரது அந்த உளறல்களை கேட்காவிட்டால் நான் மற்றொரு மனிதனாகி இருப்பேன்.

தேசிய விருது வாங்கின உத்தரா உன்னிக்கிருஷ்ணனை எடுத்துக் கொள்ளுங்கள். சதா இசை புழங்கும் வீட்டுச்சூழல் தான் அக்குழந்தையின் உள்ளார்ந்த திறனை தூண்டி சோபிக்க செய்துள்ளது. அதே போன்ற இசைச்சூழல் வேறு பத்து குழந்தைகளுக்கு கிடைத்தால் அவர்களில் நால்வராவது நிச்சயம் இசையில் சிறப்பாய் வெளிப்படுவார்கள். ஆனால் ஒரு பாட்டு வாத்தியாரிடம் மாலை வகுப்புக்கு அனுப்புவது இதற்குப் பரிகாரமாகாது.

தமிழின் சிறந்த எழுத்தாளர்கள் இருபது பேரிடம் சென்று அவர்களுக்கு எப்படி மொழியில் ஈடுபாடு வந்ததென கேளுங்கள். பெரும்பாலானோர் பள்ளியை காரணம் சொல்ல மாட்டார்கள். விஷ்வநாதன் ஆனந்தை அவரது அம்மா எவ்வாறு சிறுக சிறுக பயிற்சி அளித்து உருவாக்கினார் என அறிவீர்கள். பெற்றோருக்கு எது தெரியுமோ, எதில் ஆர்வம் அதிகமோ அதை பிள்ளைகளுக்கு கடத்திவிட்டால் போதும். அதை வைத்து அவர்கள் தம்மை மேலெடுப்பார்கள். நீங்கள் சினிமா வெறியர் என்றால் பிள்ளையை கைப்பிடித்து திரையரங்குகளுக்கு அழைத்து செல்லுங்கள். சேர்ந்து டிவி பாருங்கள். அது பற்றி தொடர்ந்து பேசுங்கள். முக்கியமாய் பிள்ளைகளுக்கு ஏற்றபடி நீங்களும் குழந்தைகளைப் போல் நடக்காமல், பிள்ளைகளை வளர்ந்தோர் போல் நடத்துங்கள். சரிசமமாய் உரையாடுங்கள். அது ஒரு பொறியைத் தூண்டலாம். வளர்ந்து பல்வேறு விசயங்களைக் கற்று வேலை செய்து தனிப்பட்ட வாழ்வில் பல இழப்புகளை சந்தித்து நிலைப்பெற்ற பின் அவனுக்கு ஒளிகாட்டக் கூடியதாய் அந்த இளவயது தருணங்கள் தாம் இருக்கும். ஆரம்பப்பள்ளியிலோ மேல்நிலைப்பள்ளியிலோ ஆசிரியர் கற்பித்த இலக்கணமோ இயல்பியலோ அல்ல.

பள்ளிக்கூடங்கள் தகவல்களைக் கற்பிக்கலாம். ஆனால் நம்பிக்கைகளை விதைக்க முடியாது. நம்பிக்கைகள்தாம் வலுவான ஆளுமை கொண்ட மனிதர்களை உருவாக்குகின்றன.

கல்விப் பண்ணைகளால் உருவான புதிய இந்தியா

இன்றைய ஆங்கில ஹிந்து நாளேட்டில் பள்ளித் தேர்வுகளின் நெருக்கடி எப்படி பிள்ளைகளின் திறமையை படைப்பூக்கத்தை உலர்ந்து போக வைக்கிறது, தற்கொலைக்குத் தூண்டுகிறது என்பது பற்றி ஒரு நல்ல நடுப்பக்கக் கட்டுரை வந்துள்ளது (17 ஜூன் 2016). எழுதியவர் ரோஹித் தன்கர். அஸிம் பிரேம்ஜி பல்கலையின் பேராசிரியர்.

ஒரு மாணவரின் திறமையை, உழைப்பை, வருங்கால சாத்தியங்களை எப்படி தேர்வுத்தாளின் வறட்டுக் கேள்விகளும் எந்திரத்தனமான மதிப்பீட்டு முறையும் மதிப்பிட முடியும்? ஏன் பிள்ளைகளை கறிக்கு வளர்க்கிற லகான் கோழிக்குஞ்சுகளைப் போல் நடத்துகிறோம்? இதற்கு ரோஹித் தன்கர் காணும் காரணம் நமது சாதிய, படிநிலை அமைப்பு. ஏற்கனவே இறுகிப் போயிருந்த சாதி அமைப்பு பிற்பாடு ஆங்கிலேய காலனிய காலத்தில் தேர்வு அமைப்பாய் நீட்சி பெற்றிருக்கிறது என்கிறார்.

இனி எனக்கு ஏற்பட்ட எண்ணங்கள்:

மத்திய சாதியினர் தம் படிநிலை இடங்களில் இருந்து முன்னும் பின்னும் நகரவும், மேல் சாதியினர் தம் இடத்தை தக்க வைக்கவும் தேர்வு முறை பயன்படுகிறது. இரு சாராருக்கும் இடையில் போட்டி துவங்குகிறது. மத்திய சாதியினருக்கு இடையிலும்

கூட ஓட்டப்பந்தயம் தான். தாழ்த்தப்பட்டவருக்கான ஒதுக்கீடு உண்மையில் நம் சாதிய கட்டமைப்பை குலைக்கவில்லை.

இந்தியாவில் வியாபாரம் மூலம் சமூகத்தில் உயர்ந்த மத்திய சாதியினருக்கு கல்வியை விலைக்கு வாங்கவும் கல்வித் தந்தைகள் ஆகவும் பண / அரசியல் அதிகாரம் பயன்படுகிறது. (பண அதிகாரத்துடன் அவர்களுக்கு கல்வி தரும் அந்தஸ்தும் முக்கியமாய் உள்ளது.) இப்படி கல்வி அதிகாரம் இருப்பவர்களுக்கு மட்டும் எட்டும் கனியாகிறது.

கல்வி இருந்தால் மட்டும் கூட மத்திய வர்க்கத்தில் இருக்கும் ஒருவர் இதே அதிகாரத்தை அடைந்து இழந்த இடத்தை கைப்பற்றலாம் எனும் சாத்தியமும் உள்ளது. இப்படி ஒரு சுழற்சி தோன்றுகிறது. பணம் கல்வி = கல்வி - பணம்

அதாவது ஒரு மத்திய சாதி செல்வந்த குடும்பத்தினர், அரசியலில் பெரும் செல்வாக்கு படைத்தவர்கள், தம் பிள்ளைகளை நேரடியாய் வியாபாரத்தில் அறிமுகப்படுத்த மாட்டார்கள். அவர்களை வெளிநாட்டில் எம்.பி.ஏ, மருத்துவ படிப்பு கற்க அனுப்புவார்கள். அந்தப் பட்டம் வெறும் அலங்காரம்தான். இது நம் சமூக அமைப்பில் இன்றும் கல்வி பணத்தை கடந்த அதிகார மதிப்பை கொண்டுள்ளதைக் காட்டுகிறது. அதாவது பணம் ஈட்டுவது கல்வி மதிப்பை பெறுவது, சாதிய அதிகாரத்தை உயர்த்துவது அல்லது தக்க வைப்பது --- இந்த சங்கிலித் தொடரில் இருந்து மக்கள் தப்பிப்பது எளிதே அல்ல.

எனக்கு இந்த கட்டுரை ராஜ் கௌதமனின் ஒரு கட்டுரையை நினைவுபடுத்தியது. அவர் எப்படி பதினெட்டு, பத்தொன்பதாம் நூற்றாண்டில் விவசாய குடிகளாய் இருந்த பிராமணர்கள் இருபதாம் நூற்றாண்டின் துவக்கத்தில் கல்வி மற்றும் நகர மயமாக்கத்துக்கு உள்ள அதிகாரச் சாத்தியங்களை புரிந்துகொண்டு நகர்ந்தார்கள் என்றும், பண்ணை வாழ்வை கைவிடாது, நிலப்பிரபுக்களாய் வாழ நினைத்த வெள்ளாளர்கள் எப்படி வீழ்ந்தனர் என்றும் விவரிக்கிறார்.

கல்வி அமைப்பைக் கேள்வி கேட்கும் அறிவுஜீவிகள் எப்படித் தம் பிள்ளைகளுக்கு தேர்வு நேரம் வந்துவிட்டால் மும்முரமாய் அதற்கு உதவப் போய் விடுகிறார்கள் என்பதையும் ரோஹித் தன்கர் நக்கலடிக்கிறார். உண்மையில் நமக்கு வேறு வழியில்லை.

நமக்கு தேர்வு அமைப்பில் நம்பிக்கை இல்லை என்பதற்காய் நம் பிள்ளைகளை பள்ளியில் சேர்க்காமலோ தேர்வில் தோல்வியடைய அனுமதிக்கவோ முடியாது. தேர்வை விமர்சிக்கும் நாமும் அதை ஏற்று இயங்கித்தானே பிழைக்க முடிகிறது! இதுவும் சாதி அமைப்பின் சிக்கல்தான். சாதியை எதிர்க்கிற நீங்களோ நானோ அதற்கு வெளியில் நின்று வாழ முடியுமா? முடியாது.

தேர்வு முறைக்கு நம்மவர்கள் அளிக்கும் மிதமிஞ்சிய முக்கியத்துவத்திற்கு எனக்கு மற்றொரு காரணம் தோன்றுகிறது. நமது மக்கள் தொகை. அமெரிக்காவில் யாராவது பில் கேட்ஸ் அல்லது ஸ்டீவ் ஜாப்ஸின் கல்வித் தகுதி பற்றி கவலைப்பட்டார்களா? ஜாப்ஸ் தன் படிப்பை கூட முடிக்கவில்லை என கேள்விப்பட்டிருக்கிறேன். காரணம் அங்கு மக்கள் தொகை குறைவு, மிதமிஞ்சிய *resources* உள்ளன. பன்னிரெண்டு வயதில் இருந்தே நம் பிள்ளைகள் டியூசன் போய் மனப்பாடம் செய்யும் போது ஸ்டீவ் ஜாப்ஸ் தன் குடியிருப்பில் உள்ள பொது கணினியில் புரோக்ராம் எழுதவும் அதை புரிந்து கொள்ளவும் முயன்று கொண்டிருந்தார். சில வருடங்களிலேயே அவரும் நண்பர்களும் புது கணினியையே உருவாக்குகிறார்கள். ஆப்பிள் தோன்றுகிறது. நம் மாணவர்கள் இதற்கான வாய்ப்புகள் மட்டுமல்ல அவகாசமே இருக்காது. ஒரு மக்கள் தொகை குறைவான பணக்கார நாட்டில் நீங்கள் குறைவாய் படித்தால் கூட பிழைக்கலாம். நம் நாட்டில் பிச்சை எடுக்க வேண்டியதுதான்.

இங்கு நூறு பேர் வேலைக்கு ஆயிரம் பேர் வரிசையில் நிற்கிறார்கள். அவர்களை வடிகட்ட நமக்குள்ள ஒரே எளிய முறை எழுத்துத் தேர்வு. இந்த அமளிதுமளியில் நமக்கு ஒரு மாணவன் எதிர்கால ஸ்டீவ் ஜாப்ஸா என்பது பற்றி அக்கறை இருக்க முடியாது.

போட்டியிடும் மக்களின் எண்ணிக்கை உயரும்போது அது படைப்பூக்கத்தை, பரீட்சார்த்த முயற்சிகளை பின்னுக்கு தள்ளி, உற்பத்தியின் அளவையும், போல செய்வதையும் *(imitation)* மட்டுமே ஊக்குவிக்கும்.

டெஸ்மண்ட் மோரிஸ் எனும் விலங்கியல் ஆய்வாளர் *The Human Zoo* எனும் நூலில் இதைப் பற்றி பேசுகிறார். விலங்குகளால் மனிதர்களைப்போல் இவ்வளவு கூட்டமாய், மந்தையாய் வாழ முடியாது. அப்படி வாழும்போது மனம் இயல்பாகவே

நெருக்கடிக்கு உள்ளாகிறது. அச்சமும் குழப்பமும் சூழ்கிறது. ஐம்பது பேர் இருக்க வேண்டிய இடத்தில் நூறு பேரை அடைக்கிறார்கள். அங்கு நீங்களும் இருக்கிறீர்கள். எங்கு பார்த்தாலும் உடல்கள். உங்கள் முதல் எண்ணமே எப்படி நம்மை பாதுகாப்பது என்பதாய் அப்போது இருக்கும். நம் கல்வி அமைப்பும் இப்படியான ஒரு மனித மிருகக் காட்சியகம்தானே. அதிலிருந்து தப்பிக்க ஒரே மார்க்கம் தேர்வு எனும்போது அனைவரும் முந்தியடிப்பதில் வியப்பில்லை தானே?

கல்வியில் ஏற்பட வேண்டிய சீர்திருக்கங்கள்

நேற்று ஒரு நண்பரிடம் நமது பள்ளிக் கல்வி முறையில் கொண்டு வர வேண்டிய சில சீர்திருக்கங்கள் பற்றி பேசிக்கொண்டிருந்தேன். இது குறித்த என் கருத்துக்களில் சிலவற்றை மட்டும் சுருக்கமாக இங்கு தருகிறேன்.

1. சந்தையில் இன்று உள்ள தவிர்க்க முடியாத பண்டம் கல்வி. கல்வி தனியார்மயமானது மக்களிடையே ஏற்றத்தாழ்வை அதிகமாக்கி, பெற்றோர்களுக்கு கடும் சுமையை ஏற்படுத்தி உள்ளது. அடுத்து, ஜி.எஸ்.டி மூலம் வரி வசூலை அப்படியே மத்திய அரசே அபகரித்து விடுகிறது. மேலும் பல வரிகளையும் வருடாவருடம் அரசு இழந்து வருகிறது, இழக்கப் போகிறது. இந்த சூழலில் மாநில அரசு தனக்கான வருமானத்தை அதிகப்படுத்த ஒரு வழி கல்வியில் தனியாரிடம் இருந்து மூன்றில் ஒரு பங்கை தன் வசம் கொண்டு வருவது.

2. முதற்கட்டமாக, ஒரு சட்டம் இயற்றி ஒரு குறிப்பிட்ட பகுதியில் உள்ள பள்ளிகளின் எண்ணிக்கையை அங்கு வசிக்கும் குழந்தைகளின் எண்ணிக்கையைப் பொறுத்து கட்டுக்குள் கொண்டு வர வேண்டும். அடுத்து அங்கு செயல்பட அனுமதிக்கப்படும் பள்ளிகளில் மூன்று இரண்டு மடங்கு அரசின் பள்ளிகளாக

இருக்க வேண்டும். இந்தப் பள்ளிகளை இலவசம், கட்டணம் என இரண்டாக பிரிக்க வேண்டும். பெற்றோரின் வருமானச் சான்றிதழின்படி ஏழைப் பிள்ளைகளுக்கு மட்டுமே இலவசப் பள்ளிகளில் அனுமதி அளிக்க வேண்டும். மத்திய வர்க்க, மேல் மத்திய வர்க்க பிள்ளைகளுக்கு அவர்கள் ஏற்கனவே தனியாரில் செலுத்தும் கட்டணத்தில் பாதியை வசூலிக்கலாம். தனியாரில் உள்ள அதே கட்டமைப்பு, வசதிகள் இப்பள்ளிகளிலும் இருக்க வேண்டும். ஆசிரியர்களைப் பொறுத்தமட்டில் அரசிலே அதிகத் திறமையான தகுதியான ஆசிரியர்கள் இருக்கிறார்கள் என்பதால் பிரச்சனையில்லை. இரண்டு விதமான பள்ளிகளில் ஒரே தரம், கட்டமைப்பு வசதிகள் இருக்க வேண்டும். கட்டணத்தை தவிர எந்த வித்தியாசமும் தெரியக் கூடாது.

3. பள்ளிகளின் எண்ணிக்கை குறைவதால் மக்கள் கணிசமாய் தம் பிள்ளைகளை அரசுப் பள்ளிக்கே அனுப்பும் நிலை ஏற்பட்டு, அரசின் வருமானம் பெருமளவில் கூடும்.

4. அடுத்து, 12ஆம் வகுப்பு வரை பிள்ளைகளின் கல்வியை கட்டாயமாக்க வேண்டும். பிள்ளைகள் பாதியில் நிற்பதற்கான பிரதான காரணம் வறுமை அல்லது தேர்வில் தோற்பதாக உள்ளது. இதை சரி செய்யும் நோக்கில் இப்போதுள்ள வருட இறுதி தேர்வுமுறையை ரத்து செய்து, தொடர் மதிப்பீட்டு முறை மட்டுமே வைத்திருக்க வேண்டும். இதில் மதிப்பெண்ணுக்குப் பதில் கிரேட் முறை கொண்டு வர வேண்டும். ஒவ்வொரு மாணவரும் பெறும் மதிப்பீட்டை அவர் மட்டுமே அறிந்திருக்க வேண்டும். பொதுவில் வெளியிடக் கூடாது. இது ஏற்கனவே சில மேற்கத்திய நாடுகளில் உள்ள முறைதான். இதன் மூலம் தேர்வின்போது மாணவர்கள் அனுபவிக்கும் நெருக்கடி இல்லாமல் ஆகும். மதிப்பெண் அன்றி கற்றலே இலக்காகும்.

5. மருத்துவம், பொறியியல் போன்ற படிப்புகளிலும் எழுத்து பொதுத்தேர்வு இருக்கக் கூடாது. மாறாக மாணவர்கள் செய்யும் ஆய்வு புரோஜெக்டுகளை மதிப்பிட்டு அதன் அடிப்படையில் தேர்வு செய்யலாம். இதன் மூலம் டியூஷன், பயிற்சி மையங்கள் அனைத்தையும் ஒழித்துக் கட்டலாம். CBSE, மாநில பாடத்திட்டம் என உள்ள வேறுபாடுகளும் மாணவர்கள் மீது தாக்கம் செலுத்தாமல் பார்த்துக் கொள்ளலாம் (மாற்றுப் பாடத்திட்டத்தில் இருந்து பெயர்ந்து வரும் மாணவர்களுக்கு.)

அ) இதனால் அரசின் வருமானம் பெருகும். இது டாஸ்மாக் விசயத்தில் ஏற்கனவே தமிழகத்தில் வெற்றிகரமாக இயங்குகிற பாணிதான். அப்படியே கல்வி நிலையங்களுக்கும் கொண்டு விடலாம்.

ஆ) இதை தனியார் பள்ளிக்கூடங்களின் கூட்டமைப்புகள் எதிர்க்கும். ஆனால் அங்கு பணி செய்யும் ஆசிரியர்கள் மகிழ்ச்சியுடன் வரவேற்பார்கள். ஏனென்றால் அவர்களின் பணி நிரந்தர அரசுப் பணியாக உறுதி செய்யப்படும். அதே வேலை, ஆனால் அதிக சம்பளம், நிலையான பணி என அவர்கள் நிம்மதி அடைவார்கள். இப்பள்ளிகளில் படிப்பதால் தனியாரில் உள்ள அதே தரம், ஆனால் பாதிக் கட்டணம் என்பதால், அங்கு படிக்க வைக்கும் பெற்றோர்களுக்கு வரிக் குறைப்பு, அம்மாணவர்களுக்கு அரசு வேலையில் முன்னுரிமை எனும் அனுகூலங்கள் இருப்பதால் மக்களும் ஆதரிப்பார்கள்.

ஈ) அரசுப் பள்ளிகளின் தரம் குறித்த கவலைகள், அவை மக்களின் வரிப்பணத்தில் நடக்கின்றன எனும் புலம்பல்கள் மறையும். இப்போது அரசு தான் ஈட்டும் பணத்தைக் கொண்டே இலவச கல்வி உள்ளிட்ட சமூகநீதித் திட்டங்களையும் நிறைவேற்ற முடியும்.

உ) உள்கட்டமைப்புகளுக்கு எங்கே போவது? எப்படி ஒரு சாலை வரும்போது அரசு மக்கள் நிலங்களை எடுத்துக் கொள்கிறதோ அப்படியேதான். இச்சட்டம் வந்தபின் எப்படியும் பெரும்பாலான தனியார் பள்ளிகளின் கட்டிடங்கள் உள்ளிட்ட கட்டமைப்பு வசதிகளையும் எடுத்துக்கொள்ள வேண்டும். அடுத்த 25 ஆண்டுகளுக்கு இந்தக் கட்டடங்களை விற்கவோ இடிக்கவோ வேறு விசயங்களுக்கு பயன்படுத்தவோ பூட்டி வைக்கவோ கூடாது என ஒரு சட்டம் போட்டு விட்டால் (இதற்கு எதிராக நீதிமன்றங்களுக்கு போகக்கூடாது, இதில் அரசுக்கு மட்டுமே விதிவிலக்கு எனவும் சட்டம் போட்டால்) அவர்களில் பாதி பேர் அரசுக்கே குறைந்த விலையில் கொடுத்து விடுவார்கள். ஒரு பகுதியில் மூன்றில் ஒரு பகுதியாக செயல்படப் போகும் தனியார் பள்ளிகளுக்கான உரிமம் அளிப்பதில் இப்படி விட்டுத் தரும் நிர்வாகங்களுக்கு முன்னுரிமையும், வரிசலுகையும் கொடுக்கலாம். இது நியாயமா என்றால் பெரும்பகுதி மக்களுக்குப் பயன்படும் எதுவுமே - அது சிறுபான்மையை வருத்தினாலும் - நியாயம் தான்.

(இப்படியான திட்டங்களைக் குறித்துச் சிந்திக்கிற துணிச்சலும் முன்யோசனையும் முன்னாள் முதல்வர் ஜெயலலிதாவுக்கு இருந்தது. அவருக்கு கருத்தியல் தெளிவு இல்லையென்றாலும். அவ்விதத்தில், அவரது மறைவு ஒரு பெரிய இழப்புதான்.)

கல்வி பயங்கரவாதிகள்

நம் யுகத்தின் ஆகப்பெரிய மென்-மோசடி கல்விக்கட்டண மோசடிதான்.

அதற்குப் போகும் முன் இன்று விற்கப்படும் கல்வி எனும் பண்டத்தைப் பார்ப்போம்.

கல்வியை நாம் இரு விதங்களில் புரிந்துகொள்ளலாம். தகவல் அறிவு + திறன் மேம்பாடு. பள்ளிக் கல்வியின்போது இந்த இரண்டையும் பெறுவதற்கு கல்வித்திட்டம், ஆசிரியர்களை விட அல்லது அவர்களுக்கு இணையாக தகவல்களும் சுயமுயற்சியும் முக்கியம். அதாவது நாம் என்னதான் மறுத்தாலும் தகவலறிவு பொதுவெளியில் இலவசமாகக் கிடைப்பதே. திறனையும் ஒருவர் தர முடியாது, வளர்க்க உதவிடவே முடியும். கல்வி தனியார் வசம் போனபோது முதலீட்டாளர்களுக்கு இருந்த பெரிய சவால் இந்த இரண்டையும் பெருமதிப்பு கொண்டவையாக, எளிதில் கிடைக்காதவையாக மாற்றுவதே. அதற்காக அவர்கள் முதலில் அரசு கல்வி நிறுவனங்களின் கல்வித் திட்டத்தில் இருந்து வித்தியாசமான கல்வித்திட்டங்களை, முறைமைகளை தாம் அறிமுகப்படுத்துவதாக சொன்னார்கள். அடுத்து உள்கட்டமைப்பில் பெரும் பணத்தை முதலீடு பண்ணுவதாகக் காட்டினார்கள். தரமான நீளிருக்கை / இருக்கை, மேஜை, குளிரூட்டப்பட்ட அழகிய வகுப்பறை, திறன் பலகைகள், கணினிமயம், இணைய வசதி, நீச்சற் குளம் எனக் கொண்டு வந்தார்கள். ஆனால் வசதிகளால் கல்வியைப் பெற முடியாதல்லவா? அவர்கள் அதனால் ஒவ்வொரு குழந்தையும் மூன்று ஆண்டுகளுக்கு

பிந்திப் படிக்க வேண்டியவற்றை முந்தியே படிக்க வைத்தார்கள். விளைவாக இன்று மூன்றாம் வகுப்பு குழந்தையின் பாடத்தை எல்.கே.ஜியிலே கொடுக்க முயல்கிறார்கள். பன்னிரெண்டாம் வகுப்பில் அவர்களுக்கு கல்லூரி இளங்கலை மூன்றாம் ஆண்டு பாடத்தைக் கொடுக்க முயல்கிறார்கள். அது மட்டுமல்ல மூன்று வயதுக் குழந்தைக்கு கூட கணினி, கணிதம், தர்க்கம், மொழி ஆகியவற்றைப் பயிற்றுவிக்க மையங்களைக் கொண்டு வந்தார்கள். மூன்று மாத குழந்தையை மட்டும்தான் விட்டு வைத்திருக்கிறார்கள். இது கல்வி அல்ல, திணிப்பு என இவர்களோ ஆசிரியர்களோ பெற்றோர்களோ புரிந்துகொள்வதில்லை. அவர்கள் இன்றைய குழந்தைகள் திறமையும் அறிவும் மிக்கவர்களாக வளர்வதாக நம்புகிறார்கள். ஆனால் உண்மை என்னவெனில் இன்றைய குழந்தைகள் தமது பௌதீக முதிர்ச்சிக்கு அப்பாலான விசயங்களைக் கற்க வற்புறுத்தப்படுகிறார்கள். அவர்களுக்கு அதற்கான ஆற்றலோ வளர்ச்சியோ இல்லாமல் போக தம்மை அறிவாளிகளாகக் பாவிக்கத் தலைப்படுகிறார்கள். அதற்காக ஒருவித மென்திறனை (பேச்சு + எழுத்து + தன்னம்பிக்கை) வளர்த்துக்கொள்கிறார்கள்.

நவீன கல்வி இன்னொரு வேடிக்கையையும் பண்ணுகிறது. அது சுய-கற்றல் எனும் பெயரில் ஏகப்பட்ட இடுபணிகளை மாணவர்கள் மீது திணிக்கிறது. இவற்றில் நிகழ்த்துப் பணிகள் ஒருவிதத்தில் மாணவர்களுக்கு பங்களிக்கும் உரிமையையும் ஈகோ திருப்தியையும் அளிப்பதால் அவர்கள் அவற்றை விரும்புகிறார்கள். ஆனால் இவற்றில் இருந்து பெறும் அறிவும் சொற்பமானதே. நீங்கள் அடிப்படை அறிவைப் படிப்பின் மூலம் பெற்ற பின்னரே நிகழ்த்து பணிகள் உங்களுக்கு பயனளிக்கும். விளைவாக மாணவர்கள் இன்று நன்றாகப் பேசவும் நிகழ்த்தவும் திறன்பெற்றவர்களாக மாறுகிறார்கள். ஆனால் தாம் எதைப் பேசுகிறோமோ அது குறித்து அடிப்படையான அறிவு அவர்களுக்கு இருப்பதில்லை. பெற்றோரே இந்த மென்திறனை அறிவெனக் கருதி மயங்குகிறார்கள்.

கல்லூரிப் பாடங்கள் மாணவர்களுக்கு மூன்றாண்டுகளுக்கு முன்பே அறிமுகமாகும் பட்சத்தில் நீங்கள் இன்றுள்ள இளங்கலை மாணவர்களுக்கு முதுகலைப் பாடங்களை எடுக்கவும், முதுகலையில் முனைவர் பட்ட ஆய்வைச் செய்ய வைக்கவும் முடியவேண்டும் (புதிய கல்விக்கொள்கை அதையே பரிந்துரைக்கிறது.) ஆனால்

யதார்த்தம் என்ன? இம்மாணவர்களால் இளங்கலைப் பாடத்திட்டத்தைக் கூட சுயமாகக் கற்க முடிவதில்லை. இவர்களுக்கு எல்லாவற்றையும் மீண்டும் அடிப்படையில் இருந்து போதிக்க வேண்டியுள்ளது என்பதே கல்லூரி ஆசிரியர்களின் பரவலான புகாராக உள்ளது. இவர்கள் படிக்கிறார்கள், ஆனால் படிப்பதில்லை எனும் நூதனமான குழப்பமான நிலை ஏற்பட்டுள்ளது. என்ன பிரச்சினை என்றால் கல்வி இன்று ஒரு பாவ்லாவாக, பின்நவீன நிகழ்த்துதலாக மாறியுள்ளது. இவ்வளவு சுய-கற்றல் உள்ள சூழலில் நீங்கள் மாணவர்களிடம் சில நூல்களையோ சில சாம்பிள்களைக் கொடுத்து ஆய்வு பண்ணி வரச் சொன்னால் அவர்களால் செய்ய முடிய வேண்டும். ஆனால் முடிவதில்லை. மிகச்சிறந்த மாணவர்கள் என மதிப்பெண்ணுடன் வருகிறவர்களாலும் முடிவதில்லை. மாறாக அவர்கள் கூகிளில் சென்று தேடி அதில் கிடைக்கும் தகவல்களை வைத்து ஒரு பிரசெண்டேஷனை செய்கிறார்கள், அறிக்கையை சமர்ப்பிக்கிறார்கள். ஒரு உயர்கல்வி ஆசிரியனாக நான் இப்பிரச்சினையை தொடர்ந்து எதிர்கொள்கிறேன். சிறந்த தனியார் பள்ளிகளில் படித்த மாணவர்களுக்கும் இலவச அரசுப்பள்ளிகளில் படித்தவர்களுக்கும் (மொழியின் சரளத்தன்மையைத் தாண்டி) நான் பெரிய இடைவெளியைக் காண்பதில்லை. அரசுப்பள்ளி / நடுவாந்திர தனியார் மாணவர்கள் சற்று தன்னம்பிக்கை குன்றியவர்களாகவும், உயர்த்தட்டு தனியார் பள்ளி மாணவர்கள் விராத் கோலியைப் போல "டேய் வாடா டேய், தைரியமிருந்தா ஏரியாவுக்கு வாடா" என்று எகிறுகிறவர்களாகவும் தோன்றுகிறார்கள். ஆனால் தோற்றத்துக்கு அப்பால் இருவருக்குமே ஒரே கல்வித்தகுதிதான் உள்ளது. மதிப்பெண்களிலும் எந்த வித்தியாசத்தையும் நான் காண்பதில்லை. பள்ளியை விட பெற்றோரின் பின்னணியே மாணவர்களின் கல்வித்தகுதியில் அதிக தாக்கம் செலுத்துகிறது என்பது என் கணிப்பு.

உயர்கல்வியிலும் இப்பிரச்சினை உண்டு. வேலை தரும் நிறுவனங்கள் "இந்த இளைஞர்களுக்கு வேலையாக நிலைமாற்றம் பண்ணும் திறனோ அறிவோ இல்லை, நிறைய பயிற்சி கொடுத்து எங்கள் பொருளையும் நேரத்தையும் வீணடிக்க வேண்டி வருகிறது" எனப் புகார் சொல்கிறார்கள். இதை சரிசெய்யும் நோக்கில் கல்லூரி மாணவர்களை ஆறு மாதங்கள் நிறுவனங்களுக்கு சென்று பயிற்சி ஊழியர்களாகப் பயில செய்கிறார்கள். ஊதியமில்லாமல் கிடைப்பதால் சில நிறுவனங்கள் இத்தகைய 'இலவச' ஊழியர்களை

விரும்புவார்கள். இன்னொரு பக்கம் ஒரு பெரும் கும்பலாக மாணவர்கள் சில போலி நிறுவனங்களுக்கு சென்று பணம் கொடுத்து சான்றிதழ் வாங்கிக்கொடுத்து பட்டம் பெறுகிறார்கள். இந்த வேலைப் பயிற்சி முறையை ஓராண்டு வரை நீட்டித்து அதற்குப் பட்டமும் கொடுக்கலாம் என்று புதிய தேசியக் கொள்கையில் இன்று பரிந்துரைக்கிறார்கள். இன்னொரு பக்கம் மாணவர்களை கல்வியின் போதே சுயதொழிலில் ஈடுபடச் செய்து அதன் மூலம் அனுபவத்தையும் பொருளையும் ஈட்டச் செய்யும் கல்விமுறை உருவாகி வருகிறது. அதாவது மாணவர்கள் தாமாக வேலை செய்து கற்பதே எதிர்கால கல்விமுறை.

சரி இதில் கல்வி நிறுவனத்திற்கு எந்த பங்கும் இல்லையே என நாம் கேட்டு விடக்கூடாதென்று இந்த வேலைப்பயிற்சி காலத்தில் அவர்கள் தம் ஆசிரியரின் 'வழிகாட்டுதலின்' கீழ் இயங்குவதாகவும், அறிக்கை சமர்ப்பித்து, அதன் அடிப்படையில் அவர்களுக்கு மதிப்பெண் அளிப்பதாகவும் காட்டுகிறார்கள். அதாவது ஒரே கல்லில் இரண்டு மாங்காய்கள் - ஒரு ஆண்டு முழுக்க நீங்கள் கட்டணமும் செலுத்துவீர்கள், ஆனால் கல்லூரிக்குப் போக மாட்டீர்கள். இன்னொரு நிறுவனத்தில் போய் வேலை பார்ப்பீர்கள், அங்கு சம்பளமும் இராது. அண்மையில் என்னுடைய நண்பர் ஒருவர் இதைக் குறித்து குறைப்பட்டுக்கொண்டார். அவரது மகள் கட்டடவியல் படிப்பில் வேலைப்பயிற்சியில் இருக்க அவர் கல்லூரிக்குப் போகாத ஒரு ஆண்டுக்கு சில லட்சங்கள் கல்விக்கட்டணம் செலுத்த வேண்டி வருகிறது. "என் மகள் கல்வியைப் பெறுவது வேலையிடத்திலா கல்வி நிலையத்திலா? கிடைக்காத கல்விக்கு நான் ஏன் கட்டணம் செலுத்த வேண்டும்?" என அவர் கேட்டார். நான் அவரிடம் சொன்னேன், "அவர் ஒருவேளை கல்லூரிக்கு சென்று கற்றாலும் அது மிகையான கட்டணம் தானே?" இதற்கு அடுத்து வருகிறேன்.

கொரோனா காலத்தில் நமது கல்வி நிறுவனங்கள் எவ்வளவு பெரிய மோசடி அமைப்புகள் எனக் கண்டோம். மாணவர்கள் பள்ளிக்குப் போகாமல், எந்த உள்கட்டமைப்பையும் பயன்படுத்தாமல் தமது சொந்த செலவில் இணையம் வழியாக கற்றுக்கொள்வதற்கு முன்பிருந்த அதே கட்டணத்தை வசூலித்தன இந்நிர்வாகங்கள். இத்தனைக்கும் பாடத்திட்டத்தை உருவாக்கி, அதற்காக தயாரித்து, வேலை செய்து பாடத்தைக் கற்றுக்கொடுத்த ஆசிரியர்களுக்கும்

பாதி சம்பளத்தையே பல நிறுவனங்கள் கொடுத்தன. அப்படி நீங்கள் கொடுக்கும் எதற்காக கட்டணத்தை வசூலித்தீர்கள் என எந்த ஊடகமும் கேட்கவில்லை. திறந்தவெளியில் பல கோடி மக்களை நிற்க வைத்து ஜேப்படித்தனர் கல்வி நிர்வாகங்கள். நம் அரசுகளும் அதற்குத் துணை போயின. இவர்கள் திருடர்கள், கொள்ளையர்கள், கூலிப்படையினரை விட கேவலமானவர்கள். இவர்கள் கல்வி பயங்கரவாதிகள்!

இதைப் பற்றி நான் ஏற்கனவே என் கட்டுரைகளில் எழுதியிருக்கிறேன். கல்விப்புலத்தை சேர்ந்தவர்களுக்கு இது தெரியும். கல்வி அரூபமான ஒன்று. கல்வியை அளப்பது, மதிப்பிடுவது மிகவும் சிரமம். அதனாலே இன்று புதிய கல்விக்கொள்கை திறன் அடிப்படையிலான, தொழிலறிவுக் கல்வியை பிரதானப்படுத்துகிறது. என்ன பிரச்சினையென்றால் அதை எப்படிச் செய்வதென மானுடவியல் பாடங்களில் உள்ளோருக்குத் தெரியவில்லை. தொழில்நுட்பப் படிப்புகளுக்கு சந்தையில் உடனடியாகத் தேவைப்படும் அறிவு, திறன் என்னவோ அதற்கேற்ப அப்டேட் செய்யும், அறிவை / திறனை உற்பத்தியாக மாற்றும் நெருக்கடியும் உள்ளது. கல்வியின் மதிப்பு போய்விடக்கூடாது எனும் அச்சத்தில் நாம் கண்டுபிடித்த கருவியே “மதிப்பெண்”. ஆனால் மதிப்பெண்ணுக்கும் திறன் / அறிவுக்கும் மிகச்சிறிய அளவிலான தொடர்பே உண்டு என கல்விப்புலத்தினருக்கு நன்றாகத் தெரியும்.

நாம் பொதுவாக அரசுப்பள்ளிகளிலே ‘அனைவரும் தேர்வாக்கப்படும்’ முறை உள்ளதாகக் கருதுகிறோம். இது தனியாரில் வேறுவிதத்தில் உள்ளதை அறிய மாட்டோம். தனியார் உயர் கல்வி நிறுவனங்களில் - குறிப்பாக தனியார் பல்கலைகளில் - ஒரு முக்கிய பிரச்சினை அதிக எண்ணிக்கையில் மக்கள் கல்வி கற்கும் போது அவர்கள் ‘நுகர்வோர்’ என்பதால் அவர்களை ஒரு கல்வி நிறுவனத்தால் ‘தோற்கடிக்க’ முடியாது என்பது. ஏனெனில் 100% தேர்வையே பள்ளிகளும் கல்லூரிகளும் விரும்பும்போது அதைக்கொண்டே மாணவச்சேர்க்கை நடக்கும்போது எப்படி ஒரு தகுதியற்ற மாணவர் தோற்கடிக்கப்பட முடியும்? நூறு பேர்கள் ஒரு போனை வாங்கினால் அது அந்த நூறு பேருக்கும் வேலை செய்தாகத்தானே வேண்டும்? அந்த போனின் இடத்தில் கல்வியை வைத்தால் இதன் அபத்தம் புரியும். மதிப்பெண் அளிக்கும்

அழுத்தம் இன்றும் நிறுவனங்களுக்கு மட்டுமல்ல, ஆசிரியர்களுக்கும் உள்ளது. ஆசிரியர்களுக்கு இன்று பின்னறிக்கை ஆய்வு மதிப்பீடு (பீட்பேக்) உள்ளது. குறைவாக மதிப்பளிக்கும் ஆசிரியர்களுக்கு மாணவர்கள் குறைவாக மதிப்பீடு தருவதால் தம்மைப் பாதுகாக்க ஆசிரியர்களும் 'வளைந்து' போகத் தேவையுள்ளது.

மதிப்பெண் ஆசிரியர்களுக்கு அதிகாரம் அளிப்பதாக புறத்தே தோன்றினாலும் நிஜத்தில் அது ஆசிரியர்களின் இடத்தை காலி செய்யும் ஆயுதமே. பேஸ்புக்கில் ஒரு அரசுப்பள்ளி ஆசிரியர் அண்மையில் ஒரு முக்கியமான விசயத்தை, ஒரு அரசு ஆசிரியராக தன் அவலங்களை, பதிவு பண்ணியிருந்தார். குறிப்பாக, பாடத்திட்டத்தில் உள்ள பல நல்ல பாடங்களைச் சொல்லிக் கொடுக்க அவகாசம் அளிக்கப்படுவதில்லை, அதனிடத்தில் தேர்வுக்கு மாணவர்களை மனப்பாடம் செய்ய வைக்கும்படி நிர்வாகிகளால் தான் அழுத்தத்துக்கு உள்ளாவதாக அவர் சொல்கிறார். என்னுடைய நண்பரின் மனைவி ஒரு அரசுப் பள்ளி ஆசிரியர். அவரை நான் அண்மையில் சந்தித்தபோது இரவிலும் உட்கார்ந்து கணினியில் வேலை பார்த்துக்கொண்டிருந்தார். என் நண்பரோ தனியார் பள்ளி ஆசிரியர். அவர் ஜாலியாக குழந்தைகளுடன் விளையாடிக் கொண்டிருந்தார். என்ன பிரச்சினை என்று நான் விசாரித்தபோது கணினிமயமாக்கல், இணையப் பரவலாக்கத்துக்குப் பின்பு இன்று மாணவர்களுக்கும், ஆசிரியர்களுக்கு இடுபணிகள் அதிகரித்து, அதனால் ஓய்வு நாட்களிலும் இரவு பகல் பார்க்காமல் வேலை செய்யும் நிலை ஏற்பட்டுள்ளதாக குறிப்பார். சரி அதனால் யாருக்காவது பயனுண்டா என்றால் இல்லை. இன்று அரசுப்பள்ளி ஆசிரியர்களுக்கு அதிகமான எண்ணிக்கையில் தேர்வுகளை நடத்தவும், மதிப்பீடுகளை ஆவணப்படுத்தவும், மதிப்பெண்களை அதிகரிக்கும் நோக்கில் பயிற்சி வகுப்பு நடத்தவும் அழுத்தம் வெகுவாக அதிகரித்திருக்கிறது. கணினிமயமாக்கல் எனும் பெயரில் இரவு பகலாக அரசு ஆசிரியர்களை வேலை வாங்குகிறார்கள். வெறுமனே ஆவணத் தயாரிப்புக்காக இன்று மேலதிகாரிகள் ஆசிரியர்களையும் மாணவர்களையும் ஒரு சேர அடிமைக்கப்பலின் பணியாளர்களைப் போல வேலை வாங்குவதுடன் கல்வி கற்கவும் கற்பிக்கவும் அனுமதிக்க மாட்டேன் என்கிறார்கள்.(அவர்களில் ஒரு பகுதியினர் நிரந்தர வேலை கேட்டு போராட்டம் பண்ணினால் - தனியார் ஆசிரியர்களை 'நீங்களும் போராட்டம் கீராட்டம்னு

வந்திராதீங்க' என எச்சரிக்கும் நோக்கில் - ரௌடிகளைப் போலக் கருதி அடித்து தூக்குகிறார்கள் தமிழக போலிசார். ஒரு பக்கம் நிர்வாகிகளின் துன்புறுத்தல் இன்னொரு பக்கம் அடி!) நீங்கள் ஒன்றை கவனிக்கலாம். கல்வி தனியார்மயமாகியதன் விளைவாக அது நீர்த்துப் போய் மதிப்பிழந்து, அதன் உபரி விளைவாக அதிக எண்ணிக்கையில் தொடர் தேர்வுகளை நடத்தி மதிப்பீட்டின் வழியாக தாம் இழந்த 'கல்வி மதிப்பை' மீட்டெடுக்க முயல்கிறார்கள் கல்வி முதலாளிகள். அதிக எண்ணிக்கையில் மக்கள் கல்வி கற்கும்போது கல்வியின் தரம் அதிகரித்து விலை குறைய வேண்டுமல்லவா, ஆனால் தரம் குறைந்தும் விலை அதிகரித்துக்கொண்டும் போகிறது. அரசும் தனியாரின் பாதையிலே நடைபோடுகிறது. பைட் பைப்பர் என ஒரு கதை ஐரோப்பிய நாட்டுப்புற மரபில் உண்டு. எலிகளைப் பிடிக்கிறேன் என நகரத்துக்கு வந்த ஒரு மாய வித்தை இசைக்கலைஞன் ஊரின் எல்லா குழந்தைகளையும் தன் இசையால் மயக்கி மலை உச்சிக்கு கொண்டு போய் அழித்துவிடுவான். இன்றைய கல்வி நிறுவனங்கள் அந்த இசைக்கலைஞனைப் போலவே செயல்படுகின்றன. எலிகள் தனியார் மாணவர்கள் எனில் குழந்தைகள் அரசு மாணவர்கள்.

என்ன பிரச்சினை என்றால் பெற்றோர்களுக்கும் இது ஒரு கேலிக்கூத்து எனப் புரியவில்லை. தம் குழந்தைகள் தொடர்ந்து பட தினமும் தேர்வு எழுதிக்கொண்டிருப்பதை நல்லது எனக் கருதி ஏமாறுகிறார்கள். அவர்கள் தமக்காக அல்ல யாரோ ஒருவர் பல நூறு கோடிகளை சம்பாதிக்கவே தேர்வெழுதுகிறார்கள் என அவர்களுக்குப் புரியவில்லை.

இந்தத் தொடர் தேர்வு நடைமுறை தனியார் பள்ளிகளில் ஆரம்பித்து அப்படியே அரசுப்பள்ளிகள், தனியார் கல்லூரி, பல்கலைக்கழகங்கள் எனப் பரவிக்கொண்டிருக்கிறது. இது கடுமையான அழுத்தத்தைப் போட்டு மாணவர்களின் கற்றல் திறனைக் குறைத்து அவர்களுடைய மன, உடல் நலனைச் சூறையாடுகிறது. பல மாணவர்கள் இன்று நடமாடும் மருத்துவமனைகளாக இருப்பதற்கும், தேர்வு மதிப்பெண் வெளியிடப்படும்போது அதிக எண்ணிக்கையில் தற்கொலை பண்ணுவதற்கும் இதுவே பிரதான காரணம். நீட் என்பது இம்மோசடியின் நீட்சி மட்டுமே.

கபெட்டேரியா மாடல் ஒன்று உள்ளது. அது இன்று உயர்கல்வி

நிலையங்களில் பரவலாகி வருகிறது. நீங்கள் முன்வைக்கும் பாடங்களை மாணவர்கள் தம் விருப்பப்படி தேர்வு செய்து சேர்வார்கள். அதிகம் பேர் சேர்ந்தால் ஆசிரியருக்கு வேலையிருக்கும், இல்லாவிடில் வேலை போகும். எந்த வகுப்பில் அதிக மதிப்பெண் கிடைக்குமோ, எது படிக்க சுலபமோ அதில் தானே! ஆக மதிப்பெண் என்பதே விஜய் டிவி 'சூப்பர் சிங்கர்' போல ஒரு கேலிப்பொருள் ஆகிறது. இசைப் போட்டிதான், ஆனால் இசைத்திறன் முக்கியமில்லை. கல்வி மதிப்பீடுதான், ஆனால் 'கல்வி' முக்கியமில்லை. தொழிற்துறை நிர்வாகிகள், முதலாளிகளுக்கும் இது தெரியும். அதனாலே மதிப்பெண்ணுக்கு மேல் தகுதித் தேர்வுகளை முதன்மையாக்குகிறார்கள். மதிப்பெண்ணுக்கு மேல் மதிப்பெண்ணுக்கு மேல் மதிப்பெண் இன்று தேவையாகிறது. இப்படி மதிப்பீடு என்பதே கேலிக்கூத்தாகி எல்லாரையும் பைத்தியம் பிடிக்க வைக்கிறது. அதற்கும் காரணம் தனியார் கல்வி சந்தைக்கு 'கல்வி' என ஒன்று உள்ளதா, அதை நாம் இந்தளவுக்கு விலையேற்றி விற்க முடியுமா எனும் பதற்றமே.

யோசித்துப் பாருங்கள்! நீங்கள் ஒரு ஓட்டலுக்குப் போய் சிக்கன் பிரியாணியை உண்கிறீர்கள். அதன் உள்ளீட்டுப் பொருட்கள் எவை, அவற்றின் விலையென்ன எனத் தெரியும் ஆகையால் விலையை சுவையால் நியாயப்படுத்த முடியும். முக்கியமாக பிரியாணியை நிஜமாகவே உங்கள் புலன்களால் அறிய, சாப்பிட முடியும். யாரும் ஒரு பிரியாணிக்கு ஒரு லட்சம் விலை போடப் போவதில்லை. அதை நியாயப்படுத்துவது சிரமம். ஆனால் கல்வியைப் போன்ற 'அரூபமான பண்டங்கள் மீது' நீங்கள் எந்தளவுக்கும் விலையேற்ற முடியும். அவற்றின் உள்ளீட்டுப் பொருட்களை யாரும் பார்க்க இயலாதே. மாறாக, அரூபப் பண்டங்களின் முக்கியத்துவத்தை நுகர்வோரின் பங்களிப்பைக் கொண்டு, பல விழுமியங்களையும் கற்பனையான கருத்தாக்கங்களைக் கொண்டும் நீங்கள் நியாயப்படுத்தியே அதன் விலையை ஏற்றுகிறீர்கள். (இதை நீங்கள் கடவுளுக்கான மதிப்பை உற்பத்தி பண்ணுவதுடன் ஒப்பிட்டுப் புரிந்துகொள்ள முடியும்.) கல்வி என்றால் பண்பாடு, கல்வி என்றால் சமூக அந்தஸ்து, கல்வி என்றால் திறன், கல்வி என்றால் அறிவு, கல்வி என்றால் எதிர்கால வளர்ச்சி, கல்வி என்றால் உத்தரவாதம், கல்வி என்றால் பொருளாதார முன்னேற்றம் (கடவுள் என்றால் நிம்மதி, கடவுள் என்றால் பிறவிச்சங்கிலி அறுத்தல், கடவுள் என்றால் சொர்க்கலோகம்.) என்றும், தமிழகத்தில் கல்வி என்றால்

'சமூகநீதி' என்றும் 'மந்திரம் ஓத' முடியும். இந்த வஸ்துக்களை நீங்கள் கல்வி கற்கும்போது பார்க்க முடியாது என்பதால் அவை எங்கே எனக் (பிரியாணியில சிக்கன் பீஸே இல்லையே என்பது போல) கேட்க முடியாது. ஆனாலும் நீங்கள் கேட்டு விடுவீர்களோ எனும் பயம் ஒவ்வொரு முதலாளிக்கும், அவருக்கு கூஜா தூக்கும் அரசாங்கத்துக்கும் உள்ளதால் அவர்கள் மதிப்பீட்டை, தேர்வை, அதிகமான எண்ணிக்கையில் நடத்திக்கொண்டே போகிறார்கள்.

சரி, இதற்கு மாற்றான கல்விமுறை உலகில் உள்ளதா என்று கேட்டால் உலகின் மிக மகிழ்ச்சியான மக்கள் வாழ்வதாக சொல்லப்படும் பின்லாந்தில் உள்ளது. அங்கு 16 வயது வரை மாணவர்களுக்குத் தேர்வே இல்லை. அத்தேர்வும் கட்டாயம் அல்ல. ஆனால் எப்படி வேதமும் தெய்வமும் இன்றி மக்களை அடிமையாக வைத்திருக்க இயலாதோ அவ்வாறே தேர்வு இன்றி, போலியான கல்வி மதிப்பீடுகள் இன்றி தனியாரால் கல்விக்கொள்ளை அடிக்க முடியாது. தனியார் கல்வி முதலாளிகள் நவீன கோயில் தர்ம கர்த்தாக்கள் எனில், கல்வியாளர்கள் அங்கு மந்திரம் ஓதும் பூசாரிகளாக உள்ளனர். அவர்கள் தவறாமல் "தேர்வு நடத்தாவிடில் மாணவர்கள் சோம்பேறிகள் ஆகி விடுவார்கள், ஊக்கம் குறைந்துவிடும்" என சமஸ்கிருதத்தில் பேசி நம்மை சுற்ற விடுவார்கள். இப்படி நவீன கல்வியே ஒரு நவீன பார்ப்பனியம் ஆகிவிட்டது.

கடைசியாக பள்ளிக் கட்டணத்துக்கு வருவோம். எனக்குத் தெரிந்த நகரங்களில் தனியார் பள்ளிகளில் 5 வயதுக் குழந்தைக்கே ஓராண்டுக்கு 2 லட்சம் வாங்குகிறார்கள். எனில் அக்குழந்தை 17 வயதாகி கல்லூரிக்கு வரும் போது 24 லட்சங்களை கட்டணமாக செலுத்துகிறது. தனியார் கல்லூரியில் மூன்றாண்டுகளுக்கு இன்னொரு 3-5 லட்சங்கள், முதுகலைக்கு 2-3 லட்சங்கள் எனில் கிட்டத்தட்ட 30 லட்சங்கள். கடைசியில் உங்கள் கையில் கிடைப்பவை சில காகிதங்கள் மட்டுமே. கடைசியில் நாம் பல லட்சங்களை ஜேப்படித்துவிட்டு தெருவில் (அதாவது வேலைச் சந்தையில்) விடுவது சொந்தமாகக் கற்கவோ, ஒன்றை உருவாக்கவோ திறன் அற்ற நிறைய இளைஞர்களையே. கடைசியில் அவர்கள் பெறுவது எந்த ஊதிய உத்தரவாதமும் இல்லாத, ஒருவேளை மிகவும் குறைவான ஊதியத்துக்கும் தம் தகுதிக்கும் குறைவாக வேலை செய்ய நேரிடும் நிலையையே. நான் தனியார், அரசுப்

பள்ளிகளில் படித்தேன். பள்ளியில் இருந்து கல்லூரியில் முதுகலைப் படிப்பு வரை முடிக்க எனக்கு 22 ஆண்டுகளில் ஆன செலவே பத்தில் இருந்து பதினைந்தாயிரத்துக்கு உள்ளேதான். நான் மட்டுமல்ல, என்னுடைய சக ஊழியர்களான ஆசிரியர்களும் அவ்வளவே செலவழித்தார்கள். அதனாலே எங்களுக்கு முப்பது, நாற்பது லட்சங்களை அதே கல்விக்கு இப்போது கொடுப்பதைப் புரிந்துகொள்ள இயலவில்லை. நீங்கள் கடந்த சில பத்தாண்டுகளின் விலையேற்றத்துக்கும் சேர்த்துக் கணக்குப் போட்டாலும் பத்தாயிரம் ஒரேயடியாக முப்பது லட்சம் ஆக முடியாது. ஒன்றுமே இல்லாத ஒன்றைக் காட்டி அடிக்கப்படும் மிகப்பெரிய கொள்ளை இது. மிகப்பெரிய மோசடி இது.

(இன்று இன்னொரு மோசடி சந்தையும் உருவாகி வருகிறது. அது வெளிநாட்டு கல்லூரி, பல்கலைகளில் படிக்க நம் மாணவர்கள் வங்கிக்கடன் வாங்கி படையெடுத்துப் போவது. அதைப் பற்றி வேறோர் சமயத்தில் எழுதுகிறேன்.)

இதில் என்ன வேடிக்கை என்றால் கொரோனாவுக்குப் பிறகு நாடு முழுக்க தனியார் பள்ளிகள் கட்டணத்தை 15% வரை உயர்த்தியிருக்கிறார்கள். கர்நாடகாவில் அரசே தனியார் கட்டணத்தை கட்டுப்படுத்த முயன்றபோது ஒரு 'லட்சியவாத' நீதிபதி தனியாருக்காக பரிந்து பேசி கட்டணக் கட்டுப்பாடு தனியாரின் சுதந்திரத்துக்கே எதிரானது என்றார். இவர்களுக்கெல்லாம் மனசாட்சியே இல்லை. இந்த கட்டண உயர்வுக்கு தனியார் பள்ளிகள் சொல்லும் காரணம் "செலவுகள்" அதிகரித்துவிட்டன என்பது. சரி அப்படி விலை அதிகரிக்க கல்விக்கு 'இடுபொருட்கள்' என ஒன்றும் இல்லையே. தனியார் கல்வித்துறை ஆசிரியர்களின் சம்பளத்தை பல மடங்கு அதிகரித்திருக்கிறதா என்றால் இல்லை. மாறாக குறைத்திருக்கிறது. ஆயிரம் பேர் படிக்கும் பள்ளியில் ஒரு வருடத்திற்கு தலா ஒரு மாணவருக்கு 1-2 லட்சங்கள் வாங்குகிறார்கள் என்றால் 20 கோடிகள் பண வரவாகிறது. அதில் சராசரியாக ரெண்டரையில் இருந்து நான்கு கோடிகளை ஓராண்டுக்கு ஆசிரியர் ஊதியமாகக் கொண்டால், என்னதான் மின்கட்டணம், தூய்மைத் தொழிலாளர்கள், அது இதுவென செலவிருந்தாலும் 3-5 கோடிகளைத் தாண்டாது. மிச்ச பணம் முழுக்க லாபம் தானே? 2016இல் பெங்களூரில் உள்ள 17 தனியார் பள்ளிகளில் பொதுக்கல்வித் துறை செய்த

ஆய்வில் அவர்கள் தமது தொடர் செலவில் இருந்து 138% அதிகமாக கட்டணம் வசூலிப்பதாகத் தெரிய வந்தது. (அரசு விதிமுறைப்படி 30% தான் வசூலிக்க வேண்டும்.) அடிப்படையில் இது பேராசையன்றி வேறல்ல. இதே துறையின் மற்றொரு ஆய்வில் 2009-2014 காலகட்டத்தில் தென் மற்றும் வடக்கு பெங்களூரில் 2277 தனியர் பள்ளிகளைத் துவங்கியிருக்கிறார்கள். இவ்வளவு பெரும் லாபம் வந்தால் திறக்காமல் என்ன செய்வார்கள்? தமிழகத்தை எடுத்துக்கொண்டால் 2020-21ஆம் கல்வியாண்டில் 14,763 மாணவர்கள் தனியார் பள்ளிகளில் இருந்து அரசுப்பள்ளிகளில் மாறி வந்து சேர்ந்துள்ளார்கள். தமிழக தனியார் பள்ளிகளில் வசூலிக்கப்படும் அநியாய கட்டணத்திற்கு சான்று இது. இது வெறுமனே கொரோனாவினால் ஏற்பட்ட பொருளாதார நெருக்கடியின் விளைவல்ல. மக்கள் ஏன் கொரோனாவுக்குப் பின் மளிகைப்பொருட்கள், காய்கறி வாங்குவதைக் குறைக்கவில்லை? மக்கள் ஏன் வேறு நுகர்வுகளை வெகுவாகக் குறைக்கவில்லை? ஏனெனில் வேறெங்கையும் விட கல்வி நிறுவனங்களிலே நம் மக்கள் மிக அதிகமாக அண்டிராயர் உருவப்படுகிறார்கள். கொரோனா காலத்தில் 75% மேல் கட்டணம் வசூலிக்கக் கூடாது எனும் அரசின் விதியை தனியார் கல்வி முதலாளிகள் ஏற்கவில்லை, அவர்களுடைய விதிமீறலை அரசு தண்டிக்கவும் இல்லை. "[2018இல்] தமிழக அரசின் கல்விக் கட்டணக் குழு நிர்ணயித்த கட்டண விகிதங்களின்படி தமிழகத்தில் உள்ள வெகுசில பள்ளிகளுக்கு மட்டும் தான் ரூ.50,000 அளவுக்கு கட்டணம் வசூலிக்க அனுமதிக்கப்பட்டிருந்தது. ஆனால், பெரும்பாலான தனியார் பள்ளிகள் அதைவிட 3 மடங்கு அளவுக்கு கட்டணம் வசூலிக்கின்றன. தனியார் பள்ளிகள் அரசுக்குத் தெரியாமல் கட்டணக் கொள்ளையை நடத்தவில்லை. ஆட்சியாளர்களின் முழு ஒத்துழைப்புடன் தான் கட்டணக் கொள்ளையை அரங்கேற்றுகின்றன. தமிழக அரசே கட்டணக் கொள்ளைக்கு வாய்ப்புகளை ஏற்படுத்தித் தருகிறது என்பது தான் கொடுமையிலும் கொடுமை ஆகும்." என அன்புமணி ராமதாஸ் 2018இல் ஒரு அறிக்கையில் குறிப்பிட்டது இக்கொள்ளையின் மிகச்சிறு பகுதி மட்டுமே. அது மட்டுமல்ல, ஒரு வருடக் கட்டணத்தை ஒரேயடியாக வகுப்புகள் ஆரம்பிப்பதற்கு முன்பே தனியார் பள்ளிகள் வலியுறுத்தி மிரட்டி வசூலிப்பதும் விதிமீறலாகும். இதையும் அரசு தண்டிப்பதில்லை.

இதை மக்கள் கொரோனாவின் போதே உணர்ந்துகொண்டார்கள். தமிழகத்தில் மொத்தமாக 12, 600க்கும் மேற்பட்ட தனியார் பள்ளிகள் உள்ளபோது எவ்வளவு பணம் கொள்ளையடிக்கப்படுகிறது யோசியுங்கள்.

இது ஒரு அமெரிக்க மாடல். அங்கு கட்டணம் மிகவும் அதிகமான நிலையில் வங்கிக்கடன் பெற்றே கல்லூரியில் படிக்க முடியும் நிலை ஏற்பட்டது. கல்லூரிப் படிப்புக்கு ஏண்டா கடன் வாங்குவீங்க என நான் முன்பு யோசித்ததுண்டு. ஆனால் அதை இங்கும் கொண்டு வந்ததில் கல்விக்கடன் இங்கும் சகஜமாகி விட்டது.

இதற்குத் தீர்வு கல்வியே வேண்டாம் என்பதல்ல. நாம் புரிந்துகொள்ள வேண்டியது கல்வியை இந்தளவுக்கு மிகைப்படுத்தத் தேவையில்லை என்பதே. நாம் புரிந்துகொள்ள வேண்டியது கல்வி, கல்வி என்று பல கல்வித்தந்தைகளை லட்சம் கோடி சம்பாதிக்க வைத்து நாம் போண்டிகளாகிக் கொண்டிருக்கிறோம் என்பதே. நாம் செய்த மிக ஆபாசமான காரியம் கல்வியை ஒரு வியாபாரம் ஆக்கியதே. ஒரு பூசாரி சமஸ்கிருத மந்திரங்கள் ஓதி ஒரு சிலையை கடவுளாக்கி பல்லாயிரம் கோடி மக்களை வரிசையில் நின்று தொழ வைப்பதைப் போல, திருப்பதி உண்டியலில் வருடத்திற்கு பல்லாயிரம் கோடிகளைப் போட வைப்பதைப் போல, வியாபாரிகள் நம்மை கல்வியின் பெயரால் ஏமாற்றிக் கொண்டிருக்கிறார்கள். கடவுள் மனிதனுக்காக, மனிதன் கடவுளுக்காக அல்ல. அதே போல கல்வி மனிதனுக்காக, மனிதன் கல்விக்காக அல்ல. இது தலைகீழானால் நாம் ஏமாற்றப்படுகிறோம் எனப் பொருள்.

நாம் புரிந்து கொள்ள வேண்டியது கல்வியைப் பொறுத்தமட்டில் பெரிய உள்கட்டமைப்பு வசதிகள் மேலதிகமானவை, அவை அவசியமானவை அல்ல என்பதை. ஆசிரியர்களின் தகுதிக்கு உயர் சம்பளம் தர வேண்டும் எனும் பெயரில் மாணவர்களின் பெற்றோர் ஏமாற்றப்படுகிறார்கள் என்பதை (ஆசிரியர்கள் மிகக்குறைவாகவே சம்பளம் பெறுகிறார்கள்). ஒரு மாணவர் காலையில் இருந்து இரவு வரை மாடு போல உழைக்கத் தேவையில்லாமலே நன்றாகப் படித்து மேம்பட முடியும் என்பதையே. கல்வியால் மட்டுமல்ல திறமை, முயற்சியாலும் தான் நாம் முன்னேறுகிறோம் ஆசிரியரால் அல்ல மாணவர்களின் பிரதான பங்களிப்பினாலே அறிவு தோன்றுகிறது,

ஆசிரியர் ஒருங்கிணைப்பாளர் (*facilitator*) மட்டுமே என நவீன கல்வியியல் கோட்பாடுகள் கோருகின்றன. ஆகையால் சொந்த முயற்சியில் நாம் அடையும் ஒன்றிற்கு எவனோ ஒரு முதலாளிக்கு பணத்தை அள்ளிக்கொடுப்பது அபத்தமாகும். மக்களுக்கு கல்வி மீதான மயக்கத்தைக் கொண்டு தான் செய்யும் முதலீட்டுக்கு நூறு மடங்கு அதிக லாபத்தை ஒருவர் சம்பாதிக்க அனுமதிப்பதை நாம் எதிர்க்க வேண்டும்.

எதிர்காலத்தில் சுய அனுபவம், தொழில் / வேலை அனுபவத்தால் பெறும் கல்விக்கு மட்டுமே வேலைச்சந்தையில் மதிப்பிருக்கும். (இதை புதிய கல்விக்கொள்கையும் ஏற்கிறது.) இதைப் புரிந்து கொண்ட பின், நாம் சில மாற்றங்களை அரசிடம் இருந்து கோர வேண்டும். இப்போது வரைக்கும் தனியார் கல்விக் கட்டணத்தைக் கட்டுப்படுத்தும் தேசிய கொள்கையோ சட்டமோ இல்லையோ. இதை தனியார் நிர்வாகங்கள் பயன்படுத்தி கொழிக்கிறார்கள். அரசு சட்டமியற்றவும், தனியார் கல்விக் கட்டணத்தை இப்போதுள்ளதில் இருந்து 30%க்கு குறைக்கவும் வேண்டும்.

மதிப்பெண்ணின் அடிப்படையில் அல்லாமல் வேலையின் வழியாக கற்கும் முறைமை வர வேண்டும், அதற்கும் கட்டணம் வசூலிக்கக் கூடாது என ஒரு சட்டம் இயற்ற வேண்டும் என நாம் அரசை வற்புறுத்த வேண்டும். தினம் தினம் தேர்வு எனும் அடிமை முறைமை ஒழிய வேண்டும்.

மாணவர்களின் வயது முதிர்ச்சிக்கும் திறனுக்கும் ஏற்ப பாடங்கள் மட்டுமே ஆழமாக சொல்லித் தரப்பட வேண்டும். பாடத்திட்டத்தை தரமாக்குவதன் பெயரில் புரிந்துகொள்ள முடியாதவற்றை திணிக்கக் கூடாது.

கல்விக்கட்டணத்தை அரசின் வங்கிக்கணக்கில் பெற்றோர் நேரடியாக செலுத்தி அங்கிருந்து அது பரிசீலிக்கப்பட்ட பின்னர் தனியாருக்கு அனுப்பப்படும் நடைமுறை வர வேண்டும். அப்போதே தனியார் கல்வி வியாபாரத்தில் புழங்கும் கறுப்புப்பணமும் அதிக கட்டண வசூலும் ஒழியும்.

அரசுப் பள்ளிகளும் தனியாரைப் பின்பற்றி மதிப்பெண்ணுக்காக மாணவர்களையும் ஆசிரியர்களையும் ஒருசேர வதைப்பதை, போலீசை வைத்து மிதிப்பதை நிறுத்த வேண்டும்.

உயிரெழுத்து, நவம்பர் 2023

மூத்திரத்தை அடக்கும் மாணவர்கள்

இந்து தமிழ் திசையில் வெளியாகியுள்ள "எதற்காக இப்படி ஓடுகிறோம்?" எனும் கட்டுரையில் இமையம் கேட்கும் கேள்விகள் முக்கியமானவை. ஏன் மாணவர்கள் நாள் முழுக்க கழிப்பறையை பயன்படுத்தாமல் உடல் நலத்தைக் கெடுத்துக் கொள்கிறார்கள்? ஏன் ஒரு பள்ளி நிர்வாகம் கழிவை வெளியேற்றுவதை முக்கியம் என நினைப்பதில்லை? ஏன் போதுமான கட்டமைப்பு வசதிகள், நேரம் இதற்கு வழங்கப்படுவதில்லை?

நான் பள்ளி மாணவனாய் இருக்கும்போது வகுப்பில் இருந்து கழிப்பறை தொலைவில் இருக்கும். போலியோ காரணமாய் என்னால் வேகமாய் நடக்க இயலாது. நான் கழிப்பறையை நெருங்கும் போது மணி அடித்து விடும். இடைவேளை முடிந்து விடும். இதனால் நான் நாள் முழுக்க மூத்திரத்தை அடக்க கற்றுக் கொண்டேன். இதைச் சமாளிக்க அதிகமாய் தண்ணீரும் அருந்த மாட்டேன்.

இது ஒரு பண்பாட்டுப் பிரச்சினையும்தான். முன்பு உயிரோசையில் ஒரு கட்டுரை படித்த ஞாபகம். சிங்கப்பூரில் கழிப்பறைக்கு தரப்படுகிற முக்கியத்துவம் பற்றியது. ஆனால் இந்தியர்களுக்கு கழிவுகள் மீது ஒரு கீழ்த்தரமான எண்ணம் உள்ளது. கழிவை நாம் கீழ்மையுடன், கீழ் சாதியுடன், ஒதுக்கப்பட வேண்டியவற்றுடன்

இணைத்துக் கொண்டே போகிறோம். மாணவர்களின் மூத்திரத்தை அடக்கச் சொல்லும் ஆசிரியர்களும் இந்த பண்பாட்டில் இருந்து தான் வருகிறார்கள். அழுக்கின் மீது சந்தனத்தை பூசி மறைக்கும் ஒருவித பண்பாடு நமது.

நமக்கு அழுக்கு, சீழ், கழிவு முக்கியம். இவற்றை கேவலமானவையாய் காட்டி நம்மை இவற்றில் இருந்து விலக்கி வைப்போம். பிறகு விலகி இருப்பதாலே நாம் மேலானவர் என காட்டிக் கொள்வோம். நம் சாதியத்தின் அடிப்படையே இந்த உளவியல்தான். இதனால் தான் பொதுத்தளத்தில் மல ஜலம் பற்றி பேச நமக்கு சிக்கலாக உள்ளது. அதை ஒரு முக்கிய பிரச்சனையாய் விவாதிக்க மனத்தடை உள்ளது.

ஒரு பள்ளியிலோ நிறுவனத்திலோ ஒரு பிரம்மாண்ட பூங்காவனம் அமைத்து அதை பராமரிப்பார்கள். ஆனால் கழிப்பிடத்தைக் குறுகலாய், பராமரிப்பற்றதாய், தண்ணீர் கூட இல்லாமல் வைத்திருப்பார்கள். இது அடிப்படை இந்திய மனப்பான்மை.

நான் கல்லூரி ஆசிரியனாய் இருந்த போது வகுப்பில் மாணவர்கள் அடிக்கடி வெளியே செல்ல அனுமதி கேட்பார்கள். நான் மறுத்ததே இல்லை. ஆனால் ஒரு பள்ளியில் ஆசிரியர் இதை செய்ய முடியாது. பள்ளியில் கல்வி, ஆரோக்கியத்தை விட கட்டுப்பாடு மிக முக்கியம். அங்கு மாணவர்கள் எப்போதும் சிலை போல் வகுப்புக்குள் இருக்க வேண்டும், வளாகத்தில் திரியக் கூடாது என நிர்வாகத்தில் இருந்து ஆசிரியர்களுக்கு அழுத்தம் தரப்படும். கழிப்பறைக்கு அனுப்பினால் மாணவர்கள் வகுப்பறைக்குத் திரும்பாமல் ஓடி விடுவார்கள் என பயம் வேறு.

மாணவர்களை நம்பி அவர்களை அனுசரணையாய் நடத்தும் பள்ளிகள் நமக்குத் தேவை. பள்ளிக் கல்வியில் நமக்கு நிறைய சீர்திருத்தங்கள் தேவை. முதலில் பள்ளிக்கூடங்கள் மகிழ்ச்சியாய் இருக்க வேண்டும். அங்கு சிறைக்கூடங்களின் சூழல் இருக்க கூடாது.

உயர்கல்வி

ஒரு ஆசிரியரின் கண்ணீர்

ஆசிரியர்தினக் குறிப்பு இது. ஆனால் ஆசிரியர்களைப் பாராட்டுவதோ பெருமிதத்தில் திளைப்பதோ நன்றியுணர்ச்சியில் பொங்குவதோ என் நோக்கம் அல்ல. நன்றியுணர்ச்சி மிகவும் நல்லதே என்றாலும் அதைவிட முக்கியமான ஒரு பிரச்சினையை இங்கு பேச வேண்டும் என நினைக்கிறேன். இந்த ஆசிரியர் தினமன்று பெரும்பாலான ஆசிரியர்கள் மகிழ்ச்சியாக இல்லை. இதை நான் கண்கூடாகப் பார்க்கிறேன். என் நண்பர்கள் பலர் கல்லூரி ஆசிரியர்களாக தனியாரிலும் அரசுதவி நிறுவனங்களிலும் இருக்கிறார்கள். தனியார் பல்கலைக்கழகங்களில் இருக்கிறார்கள். தனியார் பள்ளிகளிலும் அரசுப் பள்ளிகளிலும் இருக்கிறார்கள். அவர்கள் தொடர்ந்து புலம்பிக் கொண்டே இருக்கிறார்கள். வேலையும் அழுத்தமும் அதிகமாகிக் கொண்டே இருக்கிறது, வாழ்க்கையில் நிம்மதியில்லை, வேலையில் திருப்தியில்லை. ஓய்வு பெற்ற பேராசிரியர்களிடம் பேசும்போது "நல்லவேளை நாங்கள் தப்பித்துவிட்டோம், உங்கள் தலைமுறையில் ஆசிரிய வேலையானது சார்ளி சாப்ளினின் மாடர்ன் டைம்ஸ் படத்தில் அவர் எந்திரத்துக்குள் மாட்டிக்கொள்வாரே அதைப் போல ஆகிவிட்டது, நல்லவேளை நாங்கள் தப்பித்துவிட்டோம்" என்கிறார்கள்.

உலகளவிலும் இதுவே நிலைமை என்பதை வாய்ஸஸ் ஆப் அகாடெமியா எனும் இணையதளத்தில் கிளென் ஒ ஹாரா எனும் அமெரிக்க பல்கலைக்கழக பேராசிரியர் எழுதிய கட்டுரை (*It is not Your Fault that Academic Life is Getting Harder)* காட்டுகிறது. “பேராசிரியர்கள் இன்று மிகவும் அழுத்தத்தில், நெருக்கடியில், பதற்றத்தில், பாதுகாப்பின்மையில் இருக்கிறார்கள்” என அவர் தன் கட்டுரையை ஆரம்பிக்கிறார்.

இந்தப் பத்தியைப் பாருங்கள்:

“It is impossible to be a top-line manager and administrator and mentor and researcher and writer and outreach officer and IT expert and online instructor and pedagogical innovator and recruiter and teacher and marker and external examiner and press pundit and grant bidder and editor and look after your own wellbeing. No-one can do that. Yet that's what is often asked.”

அண்மையில் ஒரு கருத்தரங்கில் நான் ஒரு நிர்வாகவியல் பெண் பேராசிரியரிடம் பேசும்போது ஓ ஹாரா சொல்லுகிற இதே விசயத்தைச் சொன்னார். அதிர்ச்சியாக இருந்தது. ஏனென்றால் வரிக்கு வரி எந்த மாற்றமும் இல்லாமல் அதையே சொன்னார். இந்த வாக்கியம் ஏதோ உலகம் முழுக்க ஆசிரியர்களின் மனதுக்குள் உழன்று கொண்டிருப்பதைப் போல. அவரும் என்னைப் போல இதற்கு முன்பு தனியார் நிறுவனங்களில் வேலை பார்த்தவர். அவர் இணைய வழியான விற்பனையிலும் நான் மின்பதிப்புத் துறையிலும் இருந்திருக்கிறோம். அந்த வேலைகளுக்கு ஒரு எல்லை, கால வரையறை இருந்தது. நீங்கள் காலையில் போனால் மாலைக்குள் முடித்துக்கொள்ளலாம். அதன் பிறகு உங்கள் உலகம் உங்களுக்கு. ஆனால் பேராசிரியர் ஆன பிறகு “தூங்கும்போது கூட அந்த வேலையே எப்போதும் மனதுக்குள் ஓடுகிறது, பின்மாலையில் கூட ஆன்லைனில் வகுப்பு எடுக்கிறேன், இரவில் மின்னஞ்சல்களைப் பார்த்து பதிலளிக்கிறேன், தேர்வுத்தாள்களைத் திருத்திக்கொண்டே இருக்கிறேன்” என்கிறார். புத்தகங்களைப் படித்து தயாரித்துக்கொண்டு வகுப்புக்குப் போய் பாடம் எடுப்பதே இப்போது எளிதான பணி, மற்றவை எல்லாம் தலையை கிரைண்டரில் மாட்டிக்கொண்டு அரைபடுகிற வேலைகள். ஆனால் அந்த பிரதான வேலையை விடுத்து வேறு கடமைகளே இன்று அதிக நேரத்தை இழுக்கின்றன. நான் ஒரு பட்டியல் இடுகிறேன்:

நீங்கள் ஒரு ஆசிரியராக சமூகப் பணியாற்ற வேண்டும். எதாவது ஒருவிதத்தில் உங்கள் ஊரில் உள்ள பள்ளிகளுக்கோ

கல்லூரிகளுக்கோ சென்று இலவசமாக பாடம் சொல்லித் தரவேண்டும். இதை அவுட்ரீச் புரோக்கிராம் என்கிறார்கள். உயர்கல்வி நிறுவனங்களைத் தரவரிசைப்படுத்தும் நிறுவனங்கள் இதை வலியுறுத்துவதால் உலகம் முழுக்க இது தனியார் கல்லூரி ஆசிரியர்கள் மீது திணிக்கப்படுகிறது.

நீங்கள் குறிப்பிட்ட எண்ணிக்கையிலான மாணவர்களுக்கு முறைப்படி ஆலோசனை வழங்கவேண்டும். அநேகமாக எல்லா மாணவர்களுக்கும் முறைமைக்கு வெளியே ஆலோசனை வழங்கியபடியே இருக்க வேண்டும். மாணவர்கள் வகுப்புக்கு கொண்டு வரப்படுவது, அவர்கள் கவனம் செலுத்துவது, தேர்வுகளில் கட்டாயமாக அதிக மதிப்பெண்கள் எடுப்பது, உடல்நலமற்று, மனநலமற்றுப்போய் கல்வியில் ஆர்வம் செலுத்த முடியாமல் போய் வகுப்பில் இருந்து கழன்றுகொண்டாலும் அவர்களை எப்படியாவது படிக்கவைத்து தேர்வடைய செய்யவேண்டும். அவர்கள் எத்தனை முறைகள் தோல்வியடைந்தாலும் திரும்பத்திரும்ப தேர்வுகள் எழுத வைத்து தேர்வாக்க வேண்டும். ஒரே மாணவருக்கு பலமுறை தேர்வுகளை நடத்தி திருத்திக்கொண்டே இருந்தால் எவ்வளவு கொடுமையாக இருக்கும். ஒரு கட்டத்தில் இவர் எப்படியாவது தேர்வானால் போதும் என நீங்கள் பிரார்த்திக்கத் தொடங்கிவிடுவீர்கள்.

யோசித்துப் பாருங்கள். ஒவ்வொரு ஆண்டும் அறுநூறு மாணவர்களில் இப்படி கணிசமானோரை நீங்கள் கவனித்துக்கொண்டும், அவர்களில் பத்து சதவீதத்தினரைத் துரத்திக்கொண்டும் இருந்தால் உங்களால் வேறு எதில்தான் கவனம் செலுத்த முடியும்? முன்பு இதை தனிப்பட்ட அக்கறையில் செய்தார்கள், ஆனால் இன்றோ கல்வி முழுமையான வணிகம் என்பதால் வாடிக்கையாளர்களைத் திருப்திப்படுத்தும் நோக்கில் இதைச் செய்கிறார்கள். முக்கியமாக, இன்று உங்கள் மீது வந்து குவியும் பல்வேறு வேலைகளில் இதுவும் ஒன்றாகையால் இது வதையாகி விடுகிறது. இவ்விசயத்தில் கல்லூரி ஆசிரியர்களை விட பள்ளி ஆசிரியர்கள் நிலை இன்னும் மோசமானது என அறிவேன். அவர்கள் இரவெல்லாம் கணினியில் அமர்ந்து எதாவது ஒரு மதிப்பெண்ணை உள்ளிட்டபடி இருக்கிறார்கள். கணினிமயமாக்கல் முன்னேற்றத்தை விட வேலைத்திணிப்பையே அதிகமாக்கியிருக்கிறது.

அடுத்து, நீங்கள் மாணவர்களுக்கு ஆலோசனை வழங்கியதை ஆவணப்படுத்தி தனியாக தொகுத்து வைக்கவேண்டும்.

நீங்கள் உங்கள் வகுப்பில் பல்வேறு நிகழ்வுகளை நடத்தி அவற்றையும் புகைப்படங்கள் எடுத்து நிகழ்ச்சி சுருக்கம் எழுதித் தொகுத்து வைத்துக்கொள்ளவேண்டும். நீங்கள் உங்கள் வகுப்பில் மாணவர்களுடன் ஆர்வமூட்டும் வகையிலோ வித்தியாசமாகவோ எதையாவது பாடமெடுக்கும்போது செய்தால் அதையும் மேற்சொன்ன வகையில் ஆவணப்படுத்த வேண்டும்.

ஐந்தில் இருந்து ஏழெட்டு முனைவர் பட்ட மாணவர்களுக்கு நெறியாளராக இருந்து அவர்களுடைய பல பிரச்சினைகளைப் பகிர்ந்துகொண்டு ஆலோசனை வழங்கி அவர்களைக் கண்காணித்து எப்படியாவது ஆய்வறிக்கையை மூன்றாண்டுகளுக்குள் முடிக்கச்செய்யவேண்டும். அவர்களை மாதாமாதம் சந்தித்து அதையும் ஆவணப்படுத்த வேண்டும். வருடத்திற்கு சிலமுறைகள் அவர்களுடைய முன்னேற்றத்தை ஆய்வுசெய்யும் கூட்டங்களை நடத்துவதுடன் பிற நெறியாளர்களின் மாணவர்களுக்கான ஆய்வு ஆலோசனைக் குழுக்களிலும் பங்கேற்க வேண்டும்.

மாணவர்கள் கோடை விடுமுறையின்போது வெளியே நிறுவனங்களுக்கு சென்று பணிக்கல்வி பெறுவது இன்று தேசிய கல்விக்கொள்கைக்குப் பிறகு கட்டாயம். ஆனால் மாணவர்களில் ஒருபகுதியினர் இதில் முறைகேடுகளை (போலி சான்றிதழ்களை சமர்ப்பித்தல்) செய்வதால் எல்லா மாணவர்களையும் ஆவணரீதியாகப் பின்தொடர வேண்டும். தொடர்ந்து ஆவணங்களை சமர்ப்பிக்கச் சொல்லி, அதைக் கடைசியில் ஒரு ஆய்வறிக்கையாக சமர்ப்பிக்கச் சொல்லவேண்டும். [அதாவது இன்று மாணவர்கள் கழிப்பறைக்கு செல்வதைத்தவிர அனைத்தையும் ஆவணப்படுத்தி தாம் 'கற்கிறோம், கற்கிறோம்' என்பதை சமூகத்துக்கு நிரூபித்தாகவேண்டும் கட்டாயத்தில் இருப்பதால் ஆசிரியர்களும் பாதிக்கப்படுகிறார்கள்.]

நீங்கள் சொந்தமாக ஒரு பாடத்திட்டத்தை உருவாக்கி அதைத் தேர்வுப்பாடமாக மாணவர்கள் எடுப்பதற்கான ஏற்பாடுகளைச் செய்ய வேண்டும் (கபெட்டேரியா சிஸ்டம்). அப்பாடத்தை மாணவர்கள் எடுக்காவிடில் உங்களுக்கு வேலை உத்தரவாதம் இல்லை.

நீங்கள் உங்கள் பாடத்திட்டத்திற்கான வகுப்புத்திட்டங்களை விரிவாக எழுதி, அவை பாடத்தின் இலக்கு, மாணவரின் கல்வி இலக்கு, நிறுவனத்தின் இலக்குடன் ஒத்துப்போவதாக புள்ளிகளைக் கொண்டு நிரூபித்துக்காட்ட வேண்டும் (விளைவு-சார் கல்வி எனும் OBE). நீங்கள் கேள்வித்தாளை உருவாக்கும் போதும், அதைத் திருத்துவதற்கான வழிகாட்டி ஆவணத்தை உருவாக்கும் போது இந்த சிஸ்டத்துடன் அது ஒத்துப்போவதாக நிச்சயமாகக் காட்டவேண்டும். இல்லாவிட்டால் வேலை போய்விடும். இதை சாதாரணமானவர்கள் சுலபத்தில் புரிந்துகொள்ள முடியாது. நீங்கள் மேற்சொன்ன வகுப்புத்திட்டத்தை ஒவ்வொரு வகுப்பிலும் துல்லியமாகப் பின்பற்றுகிறீர்களா என்பது பலவகைகளில் இன்று கண்காணிக்க முடியும். ராணுவ ஒழுங்குடன் செயல்படவேண்டும். கொஞ்சம் பிறழ்ந்தால் கூட அது பின்னர் பிரச்சினைகளை ஏற்படுத்தும்.

உங்கள் வகுப்பில் உள்ள மாணவர்களிடம் கருத்துக்களைப் பெற்று பின்னாய்வை நிர்வாகம் செய்யும். உங்களுக்கான பின்னாய்வுப் புள்ளிகள் குறைவாக இருந்தால் அது பல சிக்கல்களைக் கொண்டுவரும். நீங்கள் வேலையை இழக்க நேரிடும் என்பதால் நீங்கள் மாணவர்களின் மனம்கோணாமல் நடந்துகொள்ள வேண்டும். எப்போதுமே ஒருவித கவலையில் இருக்கவேண்டும்.

நீங்கள் தினம் தினம் உங்கள் ஆய்வுப்புலத்துக்கோ பணிக்கோ தொடர்பில்லாத நிர்வாகரீதியான எதாவது ஒரு சந்திப்பில் கலந்துகொண்டு அதையும் ஆவணப்படுத்தவேண்டும்.

இளங்கலை, முதுகலை மாணவர்களுக்கு அளிக்கப்படும் ஆய்வுத்திட்டப் பணிகளை நெறியாள்கை செய்ய வேண்டும்.

நூற்றுக்கணக்கான மாணவர்கள் எழுதும் பல்லாயிரம் தேர்வுத்தாள்களைத் திருத்தி, அந்த மதிப்பெண்களை இணையம் வழியாகப் பதிவுசெய்து, அந்த மதிப்பெண்களை ஆய்வுசெய்து, மதிப்பெண்கள் அதிகரித்தால் அது ஏன் நடக்கிறது என்றும் (நீங்கள் சரியாகத் திருத்தவில்லை), குறைந்தால் அது எப்படி நடக்க இயலும் என்றும் (நீங்கள் சரியாக பாடமெடுக்கவில்லை) விளக்கி ஆவணப்படுத்தவேண்டும்.

நீங்கள் வகுப்புக்கு ஒழுங்காக வராத மாணவர்களை அழைத்து வைத்து ஆலோசனை வழங்கி, பாடமெடுத்து, அப்பாடத்தில்

இருந்து இடுபணிகளை அளித்து, அவர்களுக்கான வருகைப் பதிவை அளிக்க வேண்டும்.

வகுப்பில் மாணவர்கள் சரியாக மதிப்பெண் ஈட்டாவிடில் அவர்களுக்கு மறுவகுப்புகளை மாலையில் நடத்தி மதிப்பெண்களை அதிகரிக்க உதவவேண்டும்.

நீங்கள் ஊடகங்களில் தொடர்ந்து கட்டுரைகள் எழுதியோ நிகழ்ச்சிகளில் பங்கேற்றோ கவனம் பெற்று நிறுவனத்தையும் நல்ல வெளிச்சத்தில் வைத்திருக்கவேண்டும்.

நீங்கள் உங்கள் வேலை நேரத்தின் ஒவ்வொரு நிமிடத்தையும் ஆவணப்படுத்தி உங்கள் வேலையானது நிறுவனத்துக்கு பயனுள்ளதாக இருந்தது என நிரூபிக்க வேண்டும்.

நீங்கள் வாட்ஸாப், மெயில் போன்ற செயலிகள் வழியாக நள்ளிரவு தூங்கச் செல்லும் வரையில் மாணவர்களுடனும் நிர்வாகத்துடனும் தொடர்பில் இருந்தாக வேண்டும். நீங்கள் வேலை மனநிலையில் இருந்து துண்டித்துக் கொள்ளவே கூடாது.

நீங்கள் இன்று உயர்கல்வி நிறுவனங்களில் (ஸ்கோபஸ், வெப் ஆப் சயின்ஸ் போன்ற நிறுவனங்களால்) தரவரிசைப்படுத்தப்பட்ட ஆய்விதழ்களில் கட்டாயமாக கட்டுரைகளைப் பதிப்பிக்க வேண்டும். ஒவ்வொரு கட்டுரையையும் அனுப்பி மூன்று நான்கு மாதங்கள் காத்திருந்து பதிலைப் பெற்று மீண்டும் வேறு இதழ்களுக்கு அனுப்பி தாவு தீர்ந்துவிடும். வருடம் முடியுமுன்பு இதழில் கட்டுரை வராவிடில் வேலை போய்விடும். ஆகையால் சில கல்லூரிப் பேராசிரியர்கள் கூட்டுச்சேர்ந்து தரவரிசையில் வரும் இதழ்களுக்கு லட்சங்களில் பணம் கொடுத்து கட்டுரையைப் பதிப்பிக்கிறார்கள். இது ஒரு தனி ஊழலாகப் போய்க்கொண்டிருக்கிறது.

நீங்கள் வருடத்திற்கு சில கருத்தரங்குகளிலாவது ஆய்வுக் கட்டுரைகளை வாசிக்க வேண்டும்.

அடுத்து, நீங்கள் எதாவது ஒரு ஆய்வு நல்கையை அரசிடம் இருந்தோ வேறு நிதியளிக்கும் நிறுவனத்திடம் இருந்தோ பெற்று ஆய்வுப் பணி ஒன்றைச் செய்யவேண்டும்.

ஒரு ஆய்வாளராக நீங்கள் எதாவது ஒன்றை அடிக்கடி கண்டுபிடித்து அதற்கான காப்புரிமத்தைப் பெறவேண்டும்.

அடுத்து, நீங்கள் தொழில் நிறுவனங்கள், வெளிக் கல்லூரிகள், பள்ளிகளுக்கு சென்று எதாவது ஒரு சேவையை வழங்கி பணம் ஈட்டி, அப்பணத்தில் ஒரு பகுதியை உங்கள் கல்வி நிறுவனத்துக்கு கொடுக்க வேண்டும் (கன்சல்டன்ஸி). ஆண்டுக்கு சில லட்சங்களையாவது ஈட்டிக்கொடுக்காவிடில் வேலைக்கு நெருக்கடி வரும். இதை இன்று அநேகமாக எல்லா இடங்களிலும் கட்டாயப்படுத்துகிறார்கள்.

இவை போக நீங்கள் தினமும் 3-4 மணிநேரங்கள் வகுப்புகளையும் நடத்தவேண்டும். இன்று நீங்கள் தனியார், அரசு உயர்கல்வி நிறுவனங்களில் வேலைக்கு விண்ணப்பித்தால் மேற்சொன்ன வகைமைகளில் உங்கள் கடந்த மூன்றாண்டுப் பங்களிப்பு என்னவென்று தகவல்களை அளிக்கவேண்டும். நான் நல்ல ஆசிரியர், ஆய்வு செய்கிறேன் என்றால் மட்டும் வேலைகொடுக்க மாட்டார்கள். நீங்கள் ஒரு ஆவணக்காப்பகத்தையே உருவாக்கிக் காட்டினால்தான் வேலை கிடைக்கும்.

இவ்வளவு சிக்கல்களும் இன்று தோன்றுவதற்கான காரணம் உயர்கல்வி முழுக்க தனியார்மயமாகி வருவதுதான். தொழிற்சாலைகளில் பின்பற்றும் உற்பத்தி அளவை அமைப்பைக்கொண்டு கல்விப்பணியை மதிப்பிடும்போது நிர்வாகத்தினருக்கு இவர்கள் வேலையே செய்யவில்லை என்று தோன்றுவது சுலபம். கல்வியளிப்பது அரூபமான, செயல்சார்ந்த பணி. அதை நீங்கள் பருப்பொருளாக உருவாக்கிக்காட்ட முடியாது. ஒரு மாணவரின் வாழ்வில் நீங்கள் ஏற்படுத்தும் தாக்கமானது தகவல்பூர்வமானது அல்ல, அது உணர்வுசார்ந்தது, திறன்சார்ந்தது. அதைத் துல்லியமாக நிரூபிக்க இயலாது. மேலும் ஆசிரியரின் பணி தொடர்ந்து நிகழ்ந்துகொண்டே இருப்பதாகையால் அதை லௌகீகமாக மதிப்பிடுவது கடினம். வகுப்பில் மட்டுமல்ல வகுப்புக்கு வெளியில் மாணவருடன் உரையாடுவதும் கல்விதான். ஒரு ஐ.டி பணியாளர் தன் வேலைச் சாதனையைக் காட்டுவதைப் போல ஒரு ஆசிரியரால் துல்லியமாக வர்ணிக்க முடியாது. மொழியில் தகவல்பூர்வமாக நிரூபித்துக் காட்ட முடியாதது வேலையே அல்ல என்று இன்றைய நிர்வாகங்கள் கருதுகின்றன. இது அவர்களை ஆசிரியர்களின் பணிகளை இன்னும் இன்னும் அதிகரிக்க வைக்கின்றன.

எவ்வளவு தான் ஆசிரியர்கள் பணிசெய்தாலும் அவர்கள் ‘வெட்டியாக’ இருக்கிறார்கள் என்றே சமூகமும் தனியார் நிர்வாகமும் கருதி தொடர்ந்து விமர்சித்தும் ஒடுக்கியும் வருகிறார்கள். ஆனால் நிஜத்தில் பத்து பேர்கள் செய்யவேண்டிய பணிகளை ஒரே நபர் செய்வதே இன்றைய ஆசிரியப்பணி.

கல்வி புகட்டும் திறன், ஆய்வுத்திறன், அறிவுத்திறனை விட இன்று கல்லூரி ஆசிரியர்களிடம் அதிகமாக எதிர்பார்க்கப்படுவது தர உள்மதிப்பீட்டு *(IQAC)* ஆவணங்களை உருவாக்கும் திறன். யு.ஜி.ஸி மட்டும் தனியார் தர மதிப்பீட்டு நிறுவனங்களுக்குத் தேவைப்படும் விதத்தில் ஆவணங்களையும் தரவுகளையும் உற்பத்தி செய்து அவற்றை நெறியாள்கை செய்வதே இத்திறன். இது அடிப்படையில் விளம்பரம் மற்றும் பிம்பக் கட்டமைப்புப் பணி. இதில் அனுபவம்கொண்ட ஆசிரியர்களுக்கு கல்லூரிகளில் நேர்முகத்தின் போது முன்னுரிமை அளிக்கிறார்கள், அவர்களுக்கு பதவியுர்வு கிடைக்கவும் வாய்ப்பதிகம். எதிர்காலத்தில் இதை முதுகலைப் பாடத்திலேயே கற்றுக்கொடுத்தாலும் ஆச்சரியப்பட மாட்டேன். ஆனால் இதற்கும் உயர்கல்விக்கும் அறிவுக்கும் என்ன சம்பந்தம் என்றால் ஒன்றுமேயில்லை. அதேநேரம் மாணவர்களிடம் புறவயமாகக் கருத்துக்கேட்டோ அவர்களுடைய அறிவுத்திறனை மதிப்பிட்டோ உள்கட்டமைப்பு வசதிகளின் அடிப்படையிலோ யு.ஜி.ஸி ஒரு உயர்கல்வி நிறுவனத்தின் தரத்தை மதிப்பிடுவதில்லை. யு.ஜி.ஸியின் *NAAC* குழுவிடம் எந்த நிறுவனம் தன்னிடம் மிக அதிகமாக ஆவணங்களை சமர்ப்பிக்கிறதோ அதுவே தலைசிறந்த உயர்கல்வி நிறுவனம் என்று சொல்லி ஐந்து நட்சத்திரங்களை கொடுத்துவிடும். அந்த ஆவணங்களைக் கொடுக்காவிடில் அந்நிறுவனத்துக்கு இரண்டு நட்சத்திரங்களைக் கொடுக்கும். அங்கு போய் அங்கு என்ன நடக்கிறது, பாடம் எப்படிக் கற்பிக்கப்படுகிறது, மாணவர்களின் தரம் என்ன என்பதைப் பற்றி எந்த ஆய்வும் செய்யாது, செய்தாலும் அதைக் கணக்கில் எடுக்காது. தர மதிப்பீடானது ஆவணங்களை மட்டும் சார்ந்திருக்கும்போது ஊழல் நடக்க வாய்ப்பே அதிகம்.

மேலைநாடுகளில், வளர்ந்த நாடுகளில் என்ன நடக்கிறது?

அங்கு பிரசுரி அல்லது அழிந்துபோ *(publish or perish)* எனும் நெருக்கடி உயர்கல்வியாளர்களுக்கு 70களிலேயே இருந்ததாகவும்,

அதனால் ஆய்வின் தரம் மோசமாகிவிட்டதாகவும் சொல்வார்கள். இங்கு ஐம்பதாண்டுகளுக்குப் பிறகு அந்தப் புயல் தாக்குகிறது. ஆனால் அவர்களுக்கும் நமக்கும் ஒரு சிறிய வித்தியாசம் உள்ளது. வெளிநாட்டுப் பல்கலைகளுக்கு தெற்காசிய மாணவர்களிடம் நல்ல மவுசு உள்ளதால் இங்கிருந்து கணிசமான கட்டணம் முதலீடாக அங்கு போகிறது. அங்கு தனியார் நிதியும் உயர்கல்விக்கு அதிகமாக கிடைக்கிறது. அங்கு முதுகலை + முனைவர் ஆய்வு மாணவர்களாலும் ஆசிரியர்களாலும் அதிகமான நேரத்தை கல்வி, ஆய்வில் செலுத்த முடிகிறது. இங்கு பெரும்பாலான நிதி உள்ளூர் மாணவர்களின் கட்டணத்தில் இருந்து வருகிறது. 80% மேல் இளங்கலை மாணவர்களாகையால் ஆய்வுசார்ந்த கல்வியில் உயர்கல்வியாளர்களால் கவனம் செலுத்த முடிவதில்லை. அதிகமும் எளிமைப்படுத்தி புகட்டுவதே கல்வியாக உள்ளது. தனியார் நிறுவனங்களும் இங்கு கல்விக்காக நிதியளிப்பதில்லை. அதே நேரம் இன்னொரு பக்கம் ஆய்வு, அறிவார்ந்த வளர்ச்சி, திறன் மேம்படுத்தல் என்று சொல்லி கல்லா கட்ட வேண்டியுள்ளது. தனியார் பல்கலைக்கழகங்களுக்கும் கல்லூரிகளுக்கும் உள்ள மிகப்பெரிய நெருக்கடி அவர்களுடைய வாடிக்கையாளர்களான மாணவர்கள் வடிகட்டப்பட்ட சிறந்த மாணவர் திரள் (கிரீமி லேயர்) அல்லர், சராசரியானவர்கள். ஆனால் சராசரிகளையும், குறைவான மதிப்பெண் பெற்றவர்களையும் மறுக்காமல் பிடித்து இடமளித்து, அவர்களுக்கு ஆய்வு, உயர்தரக் கல்வி எனும் பெயரில் அடர்த்தியான, சிக்கலான அடிப்படைக் கல்வியை, ஆய்வறிவை வழங்கவும் வேண்டும், அவர்கள் படிக்கவும் ஆய்வு செய்யவும் ஆர்வம் காட்டாவிடினும் அவர்களைத் தோற்க வைக்கவும் கூடாது. தரத்தை முன்னிலைப்படுத்தினால் லாபம் கிடைக்காது. ஐ.ஐ.டியும் பிரின்ஸ்டன், கொலொம்பியா பல்கலைக்கழகங்களும் பல நூறு மடங்கு அதிக நிதியுடனும் வசதிகளுடன் செய்யும் காரியத்தை மிகக்குறைந்த நிதியுடனும் வசதிகளுடனும் இந்தியாவில் தனியார் உயர்கல்வி நிறுவனங்கள் செய்யும்படி நெருக்கடி உள்ளது. ஒரு அரசு பல்கலைக்கழகத்தில் பேராசிரியர் ஒருவர் நடத்துவதை விட இரட்டிப்பு வகுப்புகளை தனியாரில் நடத்தவேண்டும், பத்து மடங்கு அதிகப் பணிகளை செய்யவேண்டும், ஆய்வுப் பணிகளுக்கு அரசுப் பேராசிரியர்களுக்குக் கிடைக்கும் நிதியில் நூற்றில் ஒரு மடங்குதான் தனியார் பேராசிரியர்களுக்குக் கிடைக்கும், ஆனால் செயல்பாட்டிலும் பிரசுரத்திலும் மட்டும் அவர்கள்

அரசுப் பேராசிரியர்களையும் ஹார்வர்டு பேராசிரியர்களையும் ஒத்திருக்கவேண்டும் எனும் எதிர்பார்ப்பு உள்ளது.

அடுத்து மாணவர்களைப் பற்றி சொல்லவேண்டும்.

அமெரிக்காவில் முதுகலைப் பட்டம் படிக்க சென்ற மாணவர் ஒருவர் அங்கு ஒருநாளைக்கு 2-3 மணிநேரங்களுக்கு மேல் வகுப்புகள் இராது, ஒரு பேராசிரியர் மாதத்திற்கு எழெட்டு வகுப்புகளே எடுப்பார்கள் என்றார். மாணவர்கள் பகலில் வேலை பார்த்துக்கொண்டு, மிச்ச நேரத்தில் வகுப்புக்கான தயாரிப்புகளில் ஈடுபட்டு கல்லூரிக்கு மாலையில் வந்து பயில்கிறார்கள். வகுப்புக்கு வருமுன்பு இவ்வளவு கட்டுரைகளையும், அத்தியாயங்களையும் வாசித்துவிட்டே வரவேண்டும் எனப் பேராசிரியர்கள் வலியுறுத்தினால் மாணவர்கள் செய்கிறார்கள். இங்கோ அதையே ஒரு புகாராக போய்ச் சொல்வார்கள். "எங்களை அதிகமாகப் படிக்கவைக்கிறார்கள், எங்களால் வாசிக்க முடியவில்லை" எனும் புகாரை நீங்கள் ஹார்வர்ட்டில் போய்ச் சொல்லமுடியாது. இந்தியாவில் மாணவர்கள் அப்படிச் சொன்னால் அப்படிக் கோரிய ஆசிரியரைக் கூப்பிட்டுத் திட்டுவார்கள் என்று தனியார் கல்லூரியொன்றில் பணியாற்றும் என் நண்பர் ஒருவர் சொன்னார். ஏனென்றால் இங்கு குறைந்தது 8 மணிநேர வகுப்புகள், காலையில் இருந்து மாலை வரை மாணவர்களை வகுப்பிலேயே வைத்திருக்கவேண்டும் எனப் பெற்றோர் எதிர்பார்க்கிறார்கள். (வெளிநாடுகளில் தம் பிள்ளைகள் படிக்கும்போது இதைப் பெற்றோர்கள் குறைவான வகுப்புகளைக் குறைசொல்ல மாட்டார்கள். வெள்ளைக்காரர்கள அல்லவா!) அடுத்து, வகுப்பு நேரத்திற்கு வெளியிலும் எதாவது ஒரு நிகழ்வு - ஆட்டம், பாட்டம், வெவ்வேறு பயிற்சிகள் - என அவர்கள் ஈடுபட்டபடி இருக்க வேண்டும் என்று எதிர்பார்க்கிறார்கள். இதனால் மாணவர்களுக்கு வாசிக்கவோ சிந்திக்கவோ நேரம் இருப்பதில்லை. அப்படி நேரம் வழங்கப்பட்டால் மாணவர்களுக்கு அந்நேரத்தை செலவிடவும் தெரிவதில்லை. சிறுவயதில் இருந்தே கோழிப்பண்ணை கோழிகளைப் போல வளர்த்துவிடுகிறோம். இந்தியா முழுக்க மாணவர்கள் நேரடியாக வாசித்து சொந்தமாக யோசிக்கும்படி நம்மால் கேட்க முடியாததும், கரண்டியால் கல்வியை எடுத்தூட்ட வேண்டிய நிலை இருப்பதும் இதனால் தான். வெளிநாட்டில் பயிலும் மாணவர்களுக்கு கிடைக்கும் ஆய்வு

சாத்தியங்கள் இங்கு இல்லாதது இந்தச் சூழலால்தான். இங்கு தரம் அல்ல, அளவும் எண்ணிக்கையும்தாம் முக்கியம். இங்கு அதிகமான நேரம் பாடம் கேட்கவேண்டும், படிக்கக் கூடாது, இங்கு அதிகமான விசயங்களை மேலோட்டமாக கற்றுக்கொடுக்க வேண்டும், எதாவது ஒன்றில் ஆழமாகப் பயிற்றுவிக்கக் கூடாது. கலந்து குழைத்தடிப்பது தான் நம் பாணி. வெளிநாட்டில் போய்ப் படிக்கும்போது வரும் பொறுப்புணர்வு இந்தியாவில் இருக்கும்போது வருவதில்லை. இங்கு தனியாரில்தாம் அதிகப் பணம் செலுத்திப் படிப்பதாலே தமக்கு அதிக மதிப்பெண்கள் சுலபத்தில் அளிக்கப்பட வேண்டும் என எதிர்பார்க்கும் ஒருவித சுரணையின்மை, முரட்டுத்தனம் மாணவர்களிடம் உள்ளது. ஆனால் அமெரிக்காவில் போய் அதைக் கேட்க மாட்டார்கள். வெள்ளைத்தோலிடம் உள்ள பயம்.

இன்னொரு சிக்கல் - இது உலகம் முழுக்க உள்ளதுதான் - மாணவர்களின் மனநிலை. குப்பையான உணவுகளை அதிகமாகத் தின்று, சமூகமாக்கல், போதைப்பழக்கம், அதிக நேர வேலை என்று அவர்கள் மிகவும் உடல், மனநலம் சீரழிந்து போயிருக்கிறார்கள். தினமும் சராசரியாக 3-4 மணிநேரங்களே தூங்குகிறார்கள். விதவிதமான வியாதிகள் இல்லாத மாணவர்களையே நான் இன்று காண்பதில்லை. அவர்களால் கல்வியில் கவனம் செலுத்த முடிவதில்லை. மிகச்சீக்கிரமாக உணர்வுவயப்படுவது, சின்னச்சின்ன விசயங்களுக்கு புண்படுவது, கோபப்படுவது, மன அழுத்தம் கொள்வது, பகல் நேரத்திலேயே உறங்கிப் போவது, கவனம் சிதறிக்கொண்டே இருப்பது என இன்றைய மாணவர்களின் பிரச்சினைகள் விநோதமானவை. இவர்களைக் கையாள்வதற்கு ஒரு உளவியல் ஆலோசகரின் மதிநுட்பமும் காவலரின் திரளை மிரட்டிக் கட்டுப்படுத்தும் திறனும் தேவைப்படுகிறது. இன்னொரு பக்கம், கடுமையானத் தாழ்வுணர்வும், இணையத்தில் நுனிப்புல் மேய்வதை வைத்து தனக்கு எல்லாம் தெரியும் என நம்புகிற அகந்தையும் அதிகமாகிவருகிறது. அதாவது இரண்டு எதிர்நிலைகளிலான சிந்தனைகள் அவர்களுடன் இருக்கும் - “எனக்கு ஒன்றுமே தெரியாது, வராது, யாருக்கும் என்னைப் பிடிக்காது. ஆனால் எனக்கு எல்லாமே தெரியும், வரும், உலகமே என் காலின் கீழ்தான்.” இவர்களிடம் பேசிச் சரிகட்டி அமைதிப்படுத்தி உங்கள் வழிக்கு அழைத்துப் போகும்போது ஒரு ஆசிரியராக

நீங்களும் மனதளவில் நிலைகுலைந்து போவீர்கள். இன்று கல்லூரி ஆசிரியர்கள் அடிக்கடிப் பொதுவெளியில் சொல்லிப் புலம்புவது மாணவர்களால் தமக்கு ஏற்படும் மனநல பாதிப்புகளைக் குறித்தே.

பள்ளி ஆசிரியர்களின் நிலைமை இன்னும் பரிதாபமானது. வகுப்பில் மாணவர்களின் ஒழுங்கீனத்தில் இருந்து வன்முறை, வறுமை, ஹார்மோன் கோளாறு எல்லாவற்றையும் எதிர்கொள்ள வேண்டும். அவர்களுக்கு என்று குடும்பமோ தனிப்பட்ட நாட்டங்களோ சாத்தியமில்லை எனும்படியாக வேலை அவர்களுடைய மொத்த வாழ்க்கையையுமே ஆசிரியப்பணி ஆக்கிரமித்துக்கொள்கிறது. இதை நாம் கொண்டாடக்கூடாது, இதை நாம் விமர்சித்து மாற்ற முயலவேண்டும். வேறெந்த தொழிலிலும் (காவல்துறையைத் தவிர) ஒருவர் தன் மனநிலையை, தனிப்பட்ட நேரத்தை, குடும்பத்துக்கான நேரத்தை ஒப்புக்கொடுக்க வேண்டியிராது என நினைக்கிறேன்.

அண்மைக் காலங்களில் பள்ளி, கல்லூரி, பல்கலைக்கழக ஆசிரியர்களின் ஊதியம் அதிகரித்துள்ளது என்பது உண்மைதான், ஆனால் எந்தளவுக்கு என்றால் இன்று ஐ.டியில் அல்லாத ஒருவர் படித்து முடித்து இரண்டாண்டுகளில் ஈட்டும் சம்பளம் அளவுக்குத்தான். முன்பு அம்மாணவர்கள் பரிகசிக்கும் அளவுக்கு ஆசிரியரின் சம்பளம் இருந்தது. இன்று அது மாறியுள்ளது. ஆனால், வேலை பத்து மடங்கு அதிகரித்துவிட்டது. ஒரு ஒப்பீடு சொல்கிறேன். அமெரிக்காவில் பயின்ற மாணவர்கள் ஒருவர் என்னிடம் விமர்சகர் ஜூடித் பட்லர் தனக்கு வகுப்பெடுப்பதாக சொன்னார். அவருக்கு எவ்வளவு மாதச்சம்பளம் இருக்கும் என்று கேட்டேன். இந்திய மதிப்பில் இரண்டு கோடிகளாவது வரும். வேலை நேரம்? ஒரு மாதத்திற்கு நான்கைந்து மணிநேரங்கள். இதே ஜூடித் பட்லர் இந்தியாவில் கறுப்புத்தோலுடன் இருந்திருந்தால் அரை லட்சம் வாங்க மாதம் உளுந்தூர்பேட்டையில் 160 மணிநேரங்களுக்கு மேல் வேலைப்பார்த்திருப்பார். அவரது சிந்தனைகள் ஆங்கிலத்தில் எழுதப்பட்டு அமெரிக்காவில் வெளியிராவிடில் அவரை ஒரிஜினல் சிந்தனையாளராக கருதவோ மதிக்கவோ கோடிக்கணக்கில் சம்பளம் வழங்கவோ செய்திருக்க மாட்டார்கள். அத்தோடு, வேலையே செய்யாமல் ஓபி அடிக்கிறாய் என்று ஊரே திட்டியிருக்கும். நம் ஊரில் ஜூடித் பட்லர் அளவுக்கு தரத்தை எதிர்பார்க்கிறோம். ஆனால் ஊதியமோ சாதாரண பட்லர் அளவுக்குத்தான்.

வேலை செய்வது உண்மையில் மகிழ்ச்சியளிப்பதே, ஆனால் பொருளற்ற வேலை, சம்மந்தமில்லாத வேலை, மேலோட்டமான எந்திரத்தனமான வேலை, மனிதனின் ஆன்மாவைக் கொன்றுவிடக் கூடியது. பல ஆசிரியர்கள் இன்று "இண்டஸ்டிரியே மேல், அங்கு எனக்கு அதிக சுதந்திரமும் நேரமும், வளர்ச்சியும் இருந்தது" என வெளிப்படையாகக் கூறுகிறார்கள். தொழிற்துறையில் இல்லாத அளவுக்கு பாதுகாப்பின்மையும், தாழ்வுணர்வும் பதற்றமும் ஆசிரியத்துறையில் உள்ளது. யாரும் மதிப்பதில்லை, யாருக்கும் நம்மைத் தேவையில்லை எனும் உணர்வு கணிசமான ஆசிரியர்களின் மனத்தில் உள்ளது. இன்றைய ஆசிரியர்கள் நடமாடும் கைதிகள். அவர்களை நீங்கள் வாழ்த்தும்போது உள்ளுக்குள் தம்மைக்குறித்து கசந்தபடித்தான் அதை ஏற்றுக்கொள்வார்கள். எங்கள் ஊரில் முந்திரி ஏற்றுமதி தொழிற்சாலையை அண்டி பேக்டரி என்று சொல்வார்கள். முந்திரிக் கொட்டையை வறுத்து அதன் ஓட்டை உடைத்து பதமாக எடுக்க வேண்டும். நாள் முழுக்க உடைத்துக்கொண்டே இருக்க வேண்டும். ஆசிரியப் பணி இன்று ஒரு நவீன அண்டி பேக்டரி ஆகிவிட்டது. இதை ஏன் சர்வப்பள்ளி ராதாகிருஷ்ணன் எனும் தத்துவஞானியின் பிறந்தாளன்று நினைவு கூர்ந்து அவரை அவமதிக்கிறோம் என்று எனக்குப் புரியவில்லை.

மேலும் படிக்க:

https://voicesofacademia.com/.../its-not-your-fault-that.../

கல்வி மீதான விமர்சனத்தை ஒரு சதிக்கோட்பாடாகப் பார்க்கும் அபத்தம்

கல்வி விமர்சனம் குறித்தான இவ்வார "நீயா நானா" நானாவைப் பார்த்தேன். அதில் கல்வி சார்பாகப் பேசிய தரப்பினரின் வாதம் மொத்தமாக பெரும் அபத்தமாக இருந்தது.

முக்கியமாக, நிறைய பேர் தவற விட்ட ஒரு கோணம் - யாரும் இங்கு கல்வி வேண்டாம் எனக் கூறவில்லை. நவீன கல்வியில் நிறைய பிரச்சினைகள் உள்ளன, அவற்றைப் பரிசீலிக்க வேண்டும் என்பதே கோரிக்கை. உடனே இதை கல்வியை ஒழிக்கச் சொல்கிறார்கள் என்று புரிந்துகொள்ளக் கூடாது. திருமணம் வேண்டாம் என்பவர்கள் திருமணத்துக்கோ குழந்தைப்பிறப்புக்கோ எதிராக சதி செய்பவர்கள் அல்ல. அவர்கள் நவீன திருமணத்தின் பிரச்சினைகளை கவனப்படுத்துவதற்காக அவ்வாறு சொல்கிறவர்கள். அதுவே கல்விக்கும் பொருந்தும். என்ன பிரச்சினை எனில் இவ்விமர்சனங்களை எதிர்கொள்ளவே கல்வி வீராச்சாமிகள் தயாராக இல்லை. ஏனென்றால் அவர்கள் கல்வி வீராச்சாமிகள் அல்ல, தனியார்மயமாக்கலை உள்ளுக்குள் நேசிக்கும், நவீன தாராளவாத சந்தையைப் பார்த்து விரைப்பாகும் வீராச்சாமிகள். இந்த விவாதம் கல்வி சந்தையை, தனியார் சந்தையை கேள்விக்குள்ளாக்கக் கூடும் என்பதை அவர்கள் உள்ளூர

அறிவார்கள். இந்த சந்தை பல லட்சம் கோடிகள் மதிப்பிலானது. உடனே அவர்கள் இந்த மொத்த விவாதத்தையும் ஆதிக்க சாதி - தாழ்த்தப்பட்ட சாதிகளுக்கு எதிரான ஒரு மோதலாக, தாழ்த்தப்பட்டவர்களை ஆதிக்கவாதிகள் ஏமாற்றுவதற்காக திரிக்கப்பட்ட வாதமாக மாற்றி விட்டார்கள். நீயா நானா விவாதம் அப்படியே அமைந்தது. எதையும் திசைதிருப்பி இல்லாமல் ஆக்குவதில் நம் ஆட்கள் வல்லவர்கள்.

குறிப்பாக இந்த நிகழ்வில் பேராசிரியர் அழகிரி சொன்னதெல்லாம் வேடிக்கையாக உள்ளது. கல்வியை விமர்சிப்பதே மேற்தட்டினர் (அவர் குறிப்பது மேல்சாதியினர்) பொதுக் கல்வியை ஒழிப்பதற்கான சதித்திட்டம் என்கிறார். யோசித்துப் பாருங்கள் -

அ) மேல்சாதியினராக (அல்லது மத்திய சாதியினர்) இருப்பவர்கள் முதலீடுகளை கையில் வைத்திருப்பவர்கள் என்று கூறப்படுகிறது. இன்று தமிழகத்தில் 13500க்கு மேல் தனியார் பள்ளிகள் செயல்படுகின்றன. 2008இல் இருந்து பத்தே ஆண்டுகளில் 36.5%க்கு தனியார் பள்ளிகள் அதிகரித்திருக்கின்றன. இப்போது இன்னும் அதிகமாக இருக்கும். கடந்த பத்தாண்டுகளில் அரசுப்பள்ளிகளில் சேரும் மாணவர்களின் எண்ணிக்கை வெகுவாக குறைந்து போயிருக்கிறது. இது தமிழகத்தில் என்றில்லை, இந்தியா முழுக்க கல்வியில் தனியார்மயமாக்கல் ஒரு புற்றுநோய் போல வேகமாகப் பரவி வருகிறது. இதில் அரசுப்பள்ளிகளை ஒரு கல்வி விமர்சன உரையாடலை மேலெடுத்துதான் ஒழிக்க வேண்டுமா? ஆவின் பாலை மக்கள் அதிகமாகக் குடித்து நாட்டு மாட்டை ஒழிக்கிறார்கள் என சொல்வதைப் போலிருக்கிறது.

ஆ) அரசுப் பள்ளி ஆசிரியர்களின் வேலைப்பளுவும் நேரமும் அதிகரித்திருக்கிறது. இது பொதுக்கல்வியின் தரத்தை மேம்படுத்தி இருக்கிறது என நாராயணமூர்த்தியைப் போல அழகிரி கோருகிறார். இது சரியெனில் அரசு ஆசிரியர்களின் வேலை நேரத்தை 10 மணிநேரங்களில் இருந்து 20 மணிநேரங்களாக உயர்த்தி ஒரேயடியாக சமூகத்தை பல ஆயிரம் மடங்கு உயர்த்தி விடலாமே? இதற்கெல்லாம் ஏதாவது தர்க்கம் இருக்கிறதா? எங்காவது ஆய்வு செய்து நிரூபித்திருக்கிறார்களா குழந்தைகள் யோசிக்கவோ செயல்படவோ செய்யாமல் தினமும் 12-16 மணிநேரங்கள் மனப்பாடம் பண்ணி வீட்டுப்பாடம் எழுதிக்கொண்டே

இருந்தால் அறிவும் திறனும் வளரும் என்று? பழைய பண்ணை முதலாளிகளைப் போல எல்லாரும் முதுகொடிய வேலை பண்ணிக்கொண்டே இருங்க எனப் பேசி விட்டு கேட்டால் நான் பேசுவது "சமூக நீதி", நீ என்னை எதிர்ப்பது மேல்சாதி மனப்பான்மை என்கிறார்கள். என்ன பைத்தியக்காரத்தனம் இது?

இ) ஒரு உயர்கல்வி நிலையத்தில் செய்த ஆய்வில், ஏழை மாணவர்கள் அங்கு கிடைக்கும் கல்வியையும் வசதியையும் உயர்வாக மதிப்பிட்டதாகவும், உயர்த்தட்டு மாணவர்கள் எதிர்மறையாக மதிப்பிட்டதாகவும் அழகிரி சொல்கிறார். இது தானமா கிடைத்த மாட்டுக்கு பல்லைப் பிடித்துப் பார்க்காதே என நம் பழைய தலைமுறையினர் சொல்வதைப் போல இருக்கிறது. என்னதான் தானமாகக் கிடைத்த மாடு என்றாலும் வேறு இரு கேள்விகள் எழுகின்றன: 1) இந்த கல்வியை எத்தனைச் சதவீதத்தினர் அரசுக் கல்வி நிறுவனங்களில் மட்டுமே கற்கிறார்கள்? அரசுப்பள்ளி மாணவர்களின் எண்ணிக்கை குறைந்து கொண்டே வருகிறது என்பது யதார்த்தம். ஆகையால் நாம் எல்லா வாதங்களையும் அரசுப்பள்ளி மாணவர்கள் எனும் தரப்பை வைத்து முடிவு செய்தலாகாது.

2) இந்த கல்விக்குப் பின் இவர்கள் எங்கே போகிறார்கள்? எதாவது பூலோக சொர்க்கத்துக்கா? வானுலகத்துக்கா? இல்லை. அழகிரியைப் போன்றவர்கள் (அவர் அரசுப் பேராசிரியர் எனில்) அவர் காலத்தில் அரசு வேலையை வாங்கிக்கொண்டு மாதம் மூன்று லட்சங்கள் வாங்கி சொகுசாக இருக்கலாம். நீங்கள் இந்தப் பட்டத்தை வாங்கிக்கொண்டு வேலை தேடச் செல்லும் மாணவர்களிடம் பேச வேண்டும். அவர்களில் எத்தனை பேருக்கு அரசு வேலை கிடைக்கிறது? .05% கூட இருக்க மாட்டார்கள். 'எங்கள் பிள்ளைகள் மருத்துவர்கள் ஆக வேண்டும், எங்களுக்கு கல்வி முக்கியம்' எனப் பேசுகிறவர்களும் மிகைப்படுத்துகிறார்கள். 1% மருத்துவர்கள் ஆகிறார்களா? இன்று வருடாவருடம் பணவீக்கம் 7.5%. இங்கு பட்டம் பெறும் மத்திய, மேல்-மத்திய வர்க்கத்தினர் ஒரு சராசரியான சம்பளத்துக்கு வேலைக்குப் போகிறார்கள். இப்படி வேலை சந்தைக்கு வருகிறவர்களில் ஒரு பகுதியினர் மட்டுமே அரசு கல்வி நிறுவனங்களில் பயின்றவர்கள். அவர்களைப் பொறுத்தமட்டில் இது ஒரு நல்ல முதலீடே. என்னை எடுத்துக் கொள்ளுங்கள். நான் மொத்தமாக சிறுவயதில் இருந்து முதுகலைப்

படிப்பு வரை என் படிப்புக்கு 15,000 செலவு பண்ணியிருப்பேன். (நான் சுதீர் செந்தில் அண்ணனிடம் இதைக் குறிப்பிட்ட போது அவர் "நானெல்லாம் பள்ளிக்கூடத்தில் இருந்து பொறியியல் வரை படிக்க மொத்தமா 3000 தான் செலவு பண்ணினேன்." என்றார்.) அதுவும் நான் முதுகலையை என் ஊரிலேயே பண்ணியிருந்தால் என் மொத்த வாழ்க்கைக்கான கல்விச் செலவே 8000க்குள் முடிந்திருக்கும். எனக்கு முந்தின தலைமுறையினர் அதை விடக் குறைவாக செலவு பண்ணியிருப்பார்கள். எனக்கும், எனக்கு முந்தைய தலைமுறையினருக்கும் இந்த பட்டத்தினால் கிடைத்த வேலையும் சம்பளமும் பயனுள்ளதே, வளர்ச்சியே. அதை நான் மறுக்கவில்லை. ஆனால் இன்று இது சாத்தியமா? இல்லை.

பெரும்பாலான மத்திய வர்க்க ஊழியர்களுக்கு இல்லை (நான் லட்சங்களில் சம்பளம் பெறும் பொறியாளர்களின் சிறிய தரப்பை இங்கு கருதவில்லை). இன்று சராசரியாக ஒருவர் படித்து பட்டம் பெற 30 லட்சம் ஆகிறது என எக்கனாமிக் டைம்ஸ் சொல்கிறது. இதை நீங்கள் பாதியாக எடுத்துக்கொண்டாலும் ஒருவர் அவ்வளவு செலவு பண்ணி படித்து மாதம் 20,000-30,000 வாங்கி அந்த பணம் இந்த பணவீக்கத்தில் செலவுக்கே சரியாக இருக்கும் போது அது லாபமா நட்டமா? கல்விக்காக முதலிட்ட பணத்தின் வட்டியென்ன? அதை நீங்கள் திரும்ப எடுக்க லாபம் பெற எத்தனை ஆண்டுகள் ஆகும்? அது எல்லாருக்கும் சாத்தியமா? அரசுக் கல்வி பெற்றவர்களுக்கு தம் நேரத்தையும் உழைப்பையையும் தவிர முதலீடு பெரிதாக இல்லை என்றாலும் அவர்களில் இன்று எத்தனை பேரால் ஐந்தாண்டுகள், பத்தாண்டுகள் வேலை பார்த்து வீடு கட்டி, கல்யாணம் பண்ணி தம் பிள்ளைகளைப் படிக்க வைத்து மகிழ்ச்சியாக வாழ முடியும்? அவர்களில் எத்தனை பேர் வருடமெல்லாம் தவணை கட்டி அடிப்படை வசதிகளைப் பெற்று வாழப் போகிறார்கள்? அதுவும் தினமும் 12-14 மணிநேர வேலை, தினந்தோறும் பாதுகாப்பின்மை, உளவியல் பிரச்சினைகள், நோய்கள் என்று? உடனே எலிக்கறி தின்பதற்கு இது மேல் என தானம் பிடித்த மாட்டை... என ஆரம்பிக்கக் கூடாது?

படிக்க வேண்டாம் என்பதல்ல எங்கள் கருத்து. படிப்பிற்கு பின்பான வாழ்க்கையின் மீதான சமூகப்பொருளாதார வாழ்க்கையின் மீதான விமர்சனமே எங்களுடையது. அதை சரி செய்யுங்கள் என்கிறோம். உடனே கல்வி வேறு, அதற்குப்

பின்பான சமூகப்பொருளாதாரம் வேறு என்று திரும்பவும் தானம் கிடைத்த மாட்டுக்கு வரக் கூடாது. எல்லாமே ஒன்றோடு ஒன்று பின்னிப் பிணைந்தது. இந்த வேலை சந்தையை நம்பித்தான் கல்வி சந்தைக்கு இருக்கிறது. இதை நம்பித்தான் மக்கள் தம் பிள்ளைகளை இவ்வளவு உழைத்து செலவு செய்து பள்ளிக்கும் கல்லூரிக்கும் அனுப்புகிறார்கள். அவர்கள் தம் பிள்ளைகளின் வாழ்க்கை கல்விக்குப் பின் என்னவாகும் என யோசிப்பதும், கேள்வி கேட்பதும் முக்கியம். அதற்கான தகுதி அவர்களுக்கு உள்ளது. செலவு செய்து வாங்கிய டிவி முதல் நாளே ஓடவில்லை என்றால் கேட்க மாட்டீர்களா? இன்று ஏகப்பட்ட பெற்றோர்கள் கேம்பஸ் பிளேஸ்மண்ட் உண்டா எனக் கேட்டே உயர்கல்வி நிறுவனத்துக்கே வருகிறார்கள். வேலைகள் குறையும்போது, ஊதியம் குறைந்து, பண வீக்கம் ஜெட் வேகத்துக்கு உயரும் போது கல்வி மீது விமர்சனம் வரத்தான் செய்யும். அதை சாதிகள் இடையிலான மோதலாக திரித்து ஏற்றி விடக் கூடாது. அது கயவாளித்தனம்.

ஒருவர் தன் வாழ்க்கையில் 20% பணமாகவும் நேரமாகவும் செலவழித்து படிக்கையில் அதில் இருந்து நல்ல வருமானமும் பாதுகாப்பும் கொண்ட வாழ்க்கையை மிச்ச 80% காலமும் எதிர்பார்ப்பதே நியாயம். அது கிடைக்காதபோது விமர்சிக்கவே வேண்டும். அப்போது வந்து கல்வியா செல்வமா வீரமா என டியூனை எடுத்துக்கொண்டு கல்வி என்றால் சரஸ்வதி, செல்வம் என்றால் விஷ்ணு இருவரும் வேறுவேறு எனக் கூறக்கூடாது. இன்று கல்வியும் வேலையும் பணம் தான். பணத்தைப் பணமாக மட்டுமே பார்க்க வேண்டும், அதை சமூக நீதி, மரியாதை, தன்மானம், சாதி, சமத்துவம் என ஜல்லியடித்து ஏமாற்றக் கூடாது. பணத்துக்காகத் தான் படிக்கிறோம், வேலை பார்க்கிறோம், இதுவே யதார்த்தம்! (இது கீழ்த்தட்டு, மத்திய, மேல் மத்திய தட்டுகள் எல்லாருக்கும் பொருந்தும்) மிச்சமெல்லாம் சில்லறையை சிதற விட சமூக ஊடகங்களிலும் ரியாலிட்டி ஷோக்களிலும் நாம் போடும் வேஷம்.

இ) அழகிரி மற்றொரு ஆய்வைக் குறிப்பிட்டு மேல்தட்டு பிள்ளைகள் தம் செல்பேசிகளைப் பொழுதுபோக்குக்கும் கீழ்த்தட்டு மாணவர்களை அவற்றை படிப்புக்கும் பயன்படுத்துவதாக கண்டறியப்பட்டதாக சொல்லிவிட்டு செல்பேசிகளை மாணவர்கள் படம் பார்க்கவும் இன்ஸ்டாகிராம் போன்ற செயலிகளில் நேரம் செலவழிக்கவுமே பயன்படுத்துவதாக சொல்வது ஏழை

மாணவர்களிடம் இருந்து கல்வியைப் பறிப்பதற்கான சதித்திட்டம் என்கிறார். அடேயப்பா, இவர்களைப் போன்றவர்களின் முற்போக்கு சிந்தனையைப் பார்த்து தலை சுற்றுகிறது. ஐம்பது, நூறு பேர்களை வைத்து செய்யும் ஆய்வைக் கொண்டு பொத்தாம் பொதுவாக எந்த முடிவுக்கும் வர முடியாது. மாணவர்கள் இன்று திறன்பேசியை பொழுதுபோக்குக்கு இணையாக படிப்புக்கும் வேலைக்கும் பயன்படுத்துகிறார்கள். இவர்களில் மேல்தட்டு, கீழ்த்தட்டு எனும் பாகுபாடு இல்லை, இன்னும் சொல்லப்போனால் கல்வி நிறுவனங்கள் மீதான விமர்சனத்திலும் இவ்வாறான வர்க்க வேறுபாடு இல்லை என்பதே ஒரு கல்வியாளனாக என் அனுபவம். யதார்த்த உலகம் பற்றின எந்தப் புரிதலும் இல்லாமல் வானில் மிதக்கும் தாராளமயமாக்கல் வீராச்சாமிகள் ஏட்டுப் படிப்பைக் கொண்டு இஷ்டத்துக்கு அளந்து விடுகிறார்கள்.

ஈ) கல்வியை விட தொழில்முனைவால் அதிகமாக பணம் சம்பாதித்து சேர்க்க முடியுமா இல்லையா என ஒரு கருத்து "நீயா நானாவில்" வருகிறது. இன்று பெரும் அளவில் மத்திய, மேல்மத்திய வர்க்க இளைஞர்கள் இக்கருத்தை நோக்கி ஈர்க்கப்படுகிறார்கள். இதற்கான காரணம் என்னவென யோசிக்க வேண்டும். மோடிக்குப் பின் பணவீக்கம் அதிகமாகி, சேமிப்புக்கான வட்டி விகிதம் குறைந்துவிட்டது. மாத சம்பளக்காரர்களின் வரி விகிதம் பல மடங்கு அதிகமாகி, பெருமுதலாளிகளின் வரி விகிதம் பெருமளவு குறைந்துவிட்டது. நீங்கள் 100 ரூபாய் சம்பாதித்தால் வரி போக கையில் 70 ரூபாய் எஞ்சுகிறது. அதிலும் பாதிக்கு மேல் பணவீக்கத்தினால் காணாமல் போகிறது. ஆனால் ஒரு பெருமுதலாளிக்கோ 100 ரூபாய் அப்படியே கையில் போகிறது. அல்லது 120 ஆகிறது. அதனால் 100 ரூபாயில் உங்களுக்கும் அவருக்கும் வித்தியாசம் 30-50 ரூபாய். இதனால்தான் மோடிக்குப் பிறகு ஒரு பக்கம் பணவீக்கம் அதிகமாகி வெகு மக்கள் கையில் பணமில்லாமல் தவிக்க அம்பானி, அதானிகள் 50-100% மேல் வளர்ந்தார்கள். உலகின் முதல் 10 பணக்காரர்கள் வரிசையில் வந்தார்கள். இதை நான் சொல்லவில்லை. ஆனந்த ஸ்ரீனிவாசன் அண்மையில் கூறியிருக்கிறார். இக்கருத்து சமூகத்தில் பரவலாக நிலவுவதால் ஏற்படும் விரக்தியால்தான் மேற்சொன்ன தொழில்முனைவு ஆர்வம் தோன்றுகிறது. இதை மேற்சொன்ன நீயா நானாவில் ஒருவர் குறிப்பிட்டதும் அதைக் கேட்ட ஒரு முற்போக்கு

வீராசாமி "சார் சொசைட்டியில பிரிவிலேஜ் உள்ளவங்களால தான் தொழில்முனைவோர் ஆக முடியும், நாங்க முதல் தலைமுறை படிப்பாளிகள்..." என மோஸிங் வாசிக்கத் தொடங்கினார். வணிக சமூகங்களை சேர்ந்த எந்த பண முதலீடுகளும் இல்லாத சிலர் தம் முயற்சியாலும், உழைப்பாலும், சமூகத்தொடர்புகள் மற்றும் அதிர்ஷ்டத்தாலும் தொழில்முனைவில் ஈடுபட்டு முன்னேறி வளமானதை நான் நேரில் பார்த்திருக்கிறேன். சமூகத்தொடர்பு + அதிர்ஷ்டத்தை நாம் சமூக முதலீடு எனக் கூறலாம். ஆனால் அது எப்போதுமே சிறப்புரிமையோ, சலுகையோ ஆகாது. அதை எந்த சமூகத்தாலும் தம் சுயமுயற்சியால் உருவாக்கிக் கொள்ள முடியும். அனைவரும் செய்யவேண்டும் என்று ஏற்கனவே எழுதியிருக்கிறேன்.

இப்படி அக்குறிப்பிட்ட 'நீயா நானாவில்' பொய்யையும் புனைவையும் சமூக நீதி லட்சியம் எனும் பெயரில் வைத்து, நடைமுறை பொருளாதார சமூக நிலையைக் கருத்தில் கொள்ளாமல் தலையைச் சிலுப்பிச் சிலுப்பி பேசும் வீரச்சாமிகளைப் பார்த்து களைத்துவிட்டேன். பேராசிரியர் அ. ராமசாமி கடைசியில் பேசுவதைக் கேட்க ஆசைப்பட்டேன். ஆனால் அதுவரைப் பொறுமையாகப் பார்த்திருக்கும் நெஞ்சுரம் இப்போதைக்கு இல்லை. அதனால் பாதியிலே நிகழ்ச்சியை நிறுத்தி விட்டு காற்றாட வெளியே வந்து நின்றுகொண்டேன். மீதத்தைப் பார்த்தால் இன்னொரு இருபது பக்கங்கள் எழுத வேண்டி வரும். எனக்கு நேரமில்லை. இவர்கள் பேசுவதைக் கேட்பதற்கு பழைய ஷக்கீலா படங்களைப் பார்க்கலாம்.

நம் கல்வியமைப்பின் பிரச்சினை

மெக்காலே கல்விக்கொள்கையைப் பற்றி சீமானும் பேராசிரியர் கருணானந்தனும் பேசும் இருவேறு காணொளிகளைப் பார்த்தேன். மெக்காலே கல்வி முறையால் பயன்கள் இருந்தது என கருணானந்தன் சொல்வது வெள்ளையர் ஆட்சியால் பயனிருந்தது என்பதன் நீட்சியாகத்தான் உள்ளது. என்ன பிரச்சினையென்றால் வெள்ளையரோ மெக்காலேயோ நம்மை முன்னேற்றும் நோக்கில் எதையும் செய்யவில்லை, பிராயிலர் கோழிக்கு தீனி போட்டு வளர்ப்பதைப் போல நம்மை வளர்த்தார்கள் என்பதே. அதை விட முக்கியமாக யாரும் மெக்காலேவை அவரது காலனிய நோக்கங்களுக்காக குறிப்பாக விமர்சிப்பதில்லை. கிட்டத்தட்ட 80 ஆண்டுகளாக நாம் அதே மெக்காலே கல்விமுறையைத்தான் பின்பற்றுகிறோம் என்பதே விமர்சனம். விமர்சனம் மெக்காலே மீதல்ல இதுவரையிலான அரசுகளும் அவை கொண்டு வந்த கல்விக்கொள்கைகள் மீதே. மெக்காலே என்பது வெறும் பெயர் தான். இதுவரையில் தொழிற்சாலைகளிலும் நிறுவனங்களிலும் குமாஸ்தா, மூளை உழைப்பு சுரண்டல் வேலைகளில் ஈடுபடவே மக்களுக்கு பயிற்சிகொடுத்தோம், சுயமாக எதையும் கண்டுபிடிக்க, உருவாக்க, சிந்திக்க, தொழில் செய்ய மக்களுக்கு பயிற்சி அளிக்க முயலவில்லை என்பதே குற்றச்சாட்டு.

முதலீட்டியத்திற்கு விளக்குப்பிடிப்பதற்கு கல்விக்கொள்கையை அமைப்பதைச் சொன்னால், தாராளவாத கொள்கைகளை

விமர்சித்தால் உடனே பேச்சை வளைத்தொடிக்கும் நோக்கில் விமர்சிப்பவகள் அனைவரும் பழமைவாதிகள், சாதிய ஆதரவாளர்கள், மதவாதிகள் என அடிமடியில் கைவைப்பார்கள். கருத்தை கருத்தால் எதிர்கொள்ள வேண்டும், சாதி, மதத் தாக்குதலால் அல்ல.

என்னை மிகவும் ஆச்சரியப்படுத்துவது நாம் யாராவது தாராளவாத முதலீட்டிய அமைப்புகளை விமர்சித்தால் நம் ஊரில் பெரிய முற்போக்காளர்களாகத் தெரிபவர்கள் முதலில் வேட்டியை மடித்துக் கட்டிக்கொண்டு நம்மை அடிக்க வருவார்கள் என்பதுதான்.

ஒவ்வொரு நாட்டுக்கும் ஒரு சமூக, வரலாற்றுச் சூழல் உண்டு, ஒன்றை இன்னொன்றுடன் முரட்டுத்தனமாக ஒப்பிடலாகாது என அறிவேன். இருந்தாலும் ஒரு பொதுவான ஒப்பீட்டைப் பண்ணிப் பார்ப்போம். ஐரோப்பிய நாடுகளில் கல்விக்காக குழந்தைகளை எந்தளவுக்கு உழைக்க வைக்கிறார்கள், நம் ஊரில் எவ்வளவு வதைக்கிறார்கள் எனப் பாருங்கள். என்னுடைய நண்பர் ஒருவர் ஜெர்மனியில் உள்ள பல்கலைக்கழகத்துக்கு போய் சில வாரங்கள் இருந்துவந்த பின்னர் அவரிடம் கேட்டேன் அங்கு ஒரு வகுப்பில் எத்தனை மாணவர்கள், ஒருநாள் எவ்வளவு வகுப்புகள் நடக்கின்றன என்று. அவர் சொன்னார் வகுப்புகள் நடந்துகொண்டே இருக்கும், மாணவர்கள் தம் விருப்பம் போல தேர்வு பண்ணி வந்து போவார்கள், நாள் முழுக்க கல்லூரியில் இருப்பதில்லை என்று. மிச்ச நேரத்தை அவர்கள் வாசிக்கவும் ஆய்வு பண்ணவும் செலவிடுகிறார்கள். சிறுவயது முதலே அவர்களை அப்படிப் பழக்குகிறார்கள். நம் குழந்தைகளை பிறந்து விழுந்ததில் இருந்தே ஒரு நிமிடம் கூட நாம் ஓய்வாக இருக்க அனுமதிப்பதில்லை. கல்லூரியில் கூட 9-5 இடைவிடாமல் வகுப்புகள் நடக்கின்றன. அது முடிந்ததும் இரவு 10 மணிவரை இடுபணிகள். அது முடிந்ததும் வேலையில் சேர்ந்ததும் காலை 9 முதல் இரவு 9 வரை வேலை. யோசிக்க ஒரு நிமிடத்தைக் கூட கொடுப்பதில்லை.

இப்படியே நாம் பழக்குவதால் இந்தப் பிள்ளைகளுக்கு நேரத்தைக் கொடுத்தாலும் அவர்களுக்கு அதை உபயோகமாக செலவிடவோ, சுயக்கட்டுப்பாட்டுடன் தாமாக வேலை செய்யவோ

இயல்வதில்லை. பொறுப்பற்றவர்களாக மாறுகிறார்கள். யாராவது மேலே இருந்து ஏய்க்கவில்லை எனில் வேலை செய்யவே முடியாதவர்கள் ஆகிறார்கள். ஒரு மனிதக் கூட்டத்தையே இந்த கல்வி உளவியல் அடிமைகளாக்கி வைத்திருக்கிறது. ஒரு கல்வியாளனாக வேறெவரையும் விட நான் இதை நன்றாக அறிவேன். இதைச் சொன்னால் எனக்கு மரியாதை குறையும் என நான் கவலைப்பட மாட்டேன்.

தாராளவாதிகள் இன்னொரு பக்கம் இதை விமர்சிக்கவே கூடாது, விமர்சித்தால் நீ பழமைவாதி, பார்ப்பனியவாதி என்கிறார்கள். ஆனால் நான் சொல்கிறேன், நாங்கள் இந்த கல்வியமைப்பை விமர்சிக்க மாட்டோம், செருப்பால் அடிப்போம். இது மாறும் வரை அடித்துக் கொண்டே இருப்போம். சாணியில் முக்கி அடிப்போம். ஒருநாள் மக்கள் முழித்துக் கொண்டு குரல் எழுப்பும் வரை அடிப்போம்.

கல்வி எனும் மோசடி

கல்வி மட்டுமே நம்மை உயர்த்தும் என்கிறார்கள். சரி. உயர்வு என்றால் என்ன? உயர்ந்த வாழ்க்கைத்தரம், சமூக மரியாதை. இரண்டும் பணத்தினால் கிடைப்பன. எனில் கல்வி நம்மை உயர்த்தும் எனும்போது கல்வியினால் நாம் நிறைய பணத்தைப் பெறலாம் எனக் கூறுகிறார்கள் எனப் புரிந்துகொள்கிறேன். இப்போது நான் கேட்க விரும்பும் கேள்வி எந்த விதமான கல்வி பணத்தை அள்ளிக்கொடுக்கிறது என்பது.

எண்பது, தொண்ணூறுகள் வரை அரசு வேலை, அதன் பிறகு தனியாரில் ஐ.டி வேலை, வெளிநாட்டு வாழ்க்கை. இதன் நடுவே சொற்பம் பேருக்கு மருத்துவ, ஐ.ஏ.எஸ் வேலைகள். ஆனால் இன்று நிலைமை தலைகீழாக மாறிவிட்டது. பணம் அதன் மதிப்பை இழந்துவிட்டது. நான் என் முதல் வேலையில் பெற்ற சம்பளத்திலிருந்து 25 மடங்கு அதிகப் பணத்தை தம் முதல் சம்பளமாக என் மாணவர்கள் வாங்குகிறார்கள். ஆனால் அப்பணத்தை வைத்து அவர்களால் சேமிக்கவோ அவசர மருத்துவ செலவுகளை சமாளிக்கவோ முடிவதில்லை. ஒருவருடைய சம்பளத்தில் முன்பு ஒரு மத்திய வர்க்க குடும்பமே நன்றாக வாழ முடிந்தது. குழந்தைகளைப் படிக்க வைப்பதில் இருந்து மருத்துவ செலவு, வீடு கட்டுவது, சேமிப்பது எல்லாம் சாத்தியமானது. இன்று இருவர் சம்பாதித்தாலே விழி பிதுங்குகிறது. ஏனென்றால்

இன்று நாம் உச்சா போனால் கூட அதைப் பிடித்து அளந்து இவ்வளவு மில்லிக்கு இவ்வளவு வரி என அரசு பிடுங்குகிறது. கக்கா போனால் அதையும் கிராமுக்கு இவ்வளவு ஜி.எஸ்.டி என எடைக்கு எடை வரி போடுகிறது. வாடகை கன்னா பின்னாவென எகிற, வங்கியில் சேமிப்புத் தொகைக்கான வட்டி வெகுவாக குறைந்துவிட்டது. பண வீக்கம் எங்கோ எகிறுகிறது. மக்களுக்கு நிலத்திலோ வங்கியிலோ சேமிக்கும் நம்பிக்கை போனதால் தங்கத்தில் பணத்தைப் போடப்பார்க்க அரசு அதைத் தடுக்க வழிபார்க்கிறது. எல்லாரும் பங்குச்சந்தை பின்னால் ஓடுகிறார்கள். சரியாகப் புரியாமல் முதலீடு பண்ணுகிறவர்கள் ஒருவேளை இச்சந்தை சரியும் நிலை ஏற்பட்டால் எங்கு போவார்கள்? கடுமையாக உழைத்துப் படித்து வேலைக்குப் போய் அங்கும் மாடு மாதிரி உழைக்கும் பலர் வெளியே பார்க்க பளபளப்பாக இருக்கிறார்கள். ஆனால் போய் விசாரித்தால் ரத்தக்கண்ணீர் வடிக்கிறார்கள்.

உழைப்பை எடுத்துக் கொள்வோம். இணையம் பரவலாகி திறன்பேசி வரும் வரை, மடிக்கணினிகளில் வீட்டில் இருந்து வேலை பார்க்கும் வரை நாம் உழைப்பது அளவாக நியாயமாக இருந்தது. ஆனால் கடந்த பத்தாண்டுகளில் ‘எங்கெங்கு காணினும் உழைப்படா’ என புற்றுநோய் போல உழைப்பு சுரண்டல் பரவிப்பரவி இப்போது நள்ளிரவு ஒருமணிக்கு கூட ஏதாவது ஒரு மின்னஞ்சல் வேலைத் தொடர்பாக வர நாம் அரக்க பரக்க விழித்து அதற்கு பதிலிடவும், அவ்வேலையை செய்துமுடிக்கவும் தலைப்படும் அளவுக்கு ஜோம்பிகளாக மாற்றப்பட்டிருக்கிறோம். ஓய்வே இல்லாமல் 20 மணிநேரம் நம்மையே அறியாமல் வேலை பார்க்கிறோம். ஆனால் சம்பளம் மட்டும் அதே 8 மணிநேரத்திற்குத் தான்.

எவ்வளவு வேலை பார்த்தாலும் கையிருப்பு பணம் போதாமல் போய்விடுமோ, தெருவுக்கு வந்துவிடுவோமோ எனும் அச்சம் நம்மைத் துரத்திக் கொண்டே இருக்கிறது. இன்று பட்டப்படிப்பு முடித்த எத்தனையோ பேர்கள் ஸ்விக்கியில் டெலிவரி பாயாக இருக்கிறார்கள். 50% பேர் பொறியியல் படித்தவர்கள் என்றொரு சேதியை அண்மையில் படித்தேன். பொறியியல் படிக்க முடியாத எத்தனையோ பட்டதாரிகள் உளர். அவர்களுடைய நிலைமை?

வெளிநாட்டை எடுத்துக்கொண்டால் இங்கிலாந்து போன்ற சில மேற்கத்திய தேசங்களிலும் மத்திய வர்க்க வாழ்க்கை இவ்வாறுதான் உள்ளதென சொல்கிறார்கள். கனடாவுக்கு புலம்பெயர்ந்து வேலை வாங்கி செல்வோர் வாடகைக்கு வீடு கிடைக்காமல், நோய்க்கு மருத்துவர் இல்லாமல், எந்த அடிப்படை வசதியும் இன்றி அலைவதாக, அப்படி வாடகைக்கு வீடு கிடைத்தாலும் சம்பளத்தில் 50% அதற்கே போய்விடுவதாகவும் கேள்விப்பட்டேன். ஒரு சிறிய சதவீதத்தினர் மட்டுமே படித்து நல்ல வசதியாக இருக்கிறார்கள். அதுவும் கொரோனாவுக்குப் பிறகு உழைப்பு சுரண்டல், வரியின் பெயரிலான பணத்திருட்டு, உழைக்கும் நேரம் கடுமையாக அதிகரித்துவிட்டது. வேலை நீக்க பயம் ஒரு கத்தியைப் போல எல்லார் தலைமேலும் தொங்க அதைக் காட்டியே இரட்டிப்பு நேரம் நம்மை வேலை செய்ய கட்டாயப்படுத்துகிறார்கள். என்ன விசித்திரம் என்றால் பாதி வேலை நேரம் நேரடியானதாகவும், மிச்ச நேரம் மாயமாகவும் உள்ளது. அது ஏற்படுத்தும் பதற்றம், நெருக்கடியால் உடல், மனநோய்கள் அதிகரிக்க, அந்த அவதிகளைக் கடப்பதற்காக அதிகமாக குடித்து, புகைப்பிடித்து, முறைகேடான உறவுகளில் ஈடுபட்டு, இணையத்தில் சூதாடி, உறக்கம் ஒழிந்து இளமையிலேயே வயோதிகம் பெற்று சீரழிகிறோம். இதை எப்படி முன்னேற்றம் என்பது?

நாம் தமிழகத்தில் தொடர்ந்து படிப்பின் மகத்துவத்தைக் கொண்டாடிக் கொண்டே இருக்கிறோம், ஆனால் அதன் இன்னொரு இருண்ட பக்கத்தைப் பற்றி பேசமாட்டோம் என்கிறோம். கல்வி ஒரு சம்பாதிக்கும் மார்க்கமாக இன்றொரு பெரிய மோசடியாகி விட்டது என்பதே உண்மை.

அதற்கு காரணம் கல்வி அல்ல, பொருளாதார அமைப்புதான். கடுமையாக உழைப்பவர்களுக்கு ஓய்வு நேரம், சேமிப்பு, எதிர்கால பாதுகாப்பு, மனநிம்மதியை அளிக்க வேண்டியது ஒரு சமூகத்தின், அரசின் கடமை. முக்கியமாக மாத ஊதியத்தில் 40% மேல் செலவு செய்யத் தேவையிராத வேலையே நல்ல வேலை. (அப்போதே சேமிக்கும் பணத்தை வைத்து சொத்து, வீடு, அடுத்த தலைமுறைக்கான முதலீடு எனப் பண்ணி முன்னேற முடியும்.) அதுவே ஆரோக்கியமான பொருளாதாரம். ஆனால் நாம் சீனாவைப் போல அடிமை தேசமாக மாறிக்கொண்டிருக்கிறோம். எந்த அடிப்படைத் தேவையையும் உத்தரவாதம் செய்யாத

ஒரு அரசின் கீழ் வாழும் நாம் கல்வி கல் என குழந்தைகளை பிடிவாதமாகத் தள்ளிவிடுவது அடிமைக்கப்பலுக்கு விலைக்கு பிள்ளைகளை அனுப்புவதற்கு சமம். இதன் பொருள் யாரும் படிக்காதீர்கள் என்பதல்ல. நம் நிலைமை ஏன் இப்படி இருக்கிறது எனக் கேளுங்கள் என்கிறேன். அதற்குப் பதிலாக சினிமா பேட்டிகளையும் குக் வித் கோமாளியையும் பார்த்து கெக்கேபிக்கேவென சிரித்து கவனம் திருப்புகிறோம் என்கிறேன். நியாயமாக நமக்கு கோபம் வர வேண்டும். ஆனால் இன்று இம்மாதிரி திசைதிருப்பும் சூழ்ச்சிகள் நம்மை சுரணையற்றவர்களாக மாற்றுகின்றன.

இன்று ஏழைகளின் நிலை இன்னும் மோசம். முன்பு ஏழைகளால் சமாளித்து வாழ முடிந்தது. இன்று அவர்கள் மேலும் மேலும் நசுக்கப்படுகிறார்கள்.

இவ்வளவு படித்து ஸ்விக்கியில் வண்டி ஓட்டாமல் படிக்காமலே ஓட்டலாமே என்பதே என் கேள்வி. படிப்பிற்கு மதிப்பு குறைந்துவிட்டே போகிறது எனில் அது ஏன்?

நாம் படிப்பை வழிபடுவதை சற்று நிறுத்தி விட்டு இந்த பொருளாதார அமைப்பைப் பற்றி சிந்தித்து அதைக் கேள்வி கேட்க வேண்டும்.

நவீனக் கல்வி நம்மை தீயவர்களாக்குகிறதா?

இல்லை, நாம் ஏற்கனவே தீயவர்கள் தாம். இதை நான் சொல்லவில்லை. மிகச்சிறந்த தத்துவவாதிகளில் ஒருவரான இமானுவெல் கேண்ட் தனது "கல்வியியல் குறித்த உரைகளில்" சொல்கிறார். என்னுடைய கருத்து ஏற்கனவே கடைந்தெடுத்த கொடியவர்களான நம்மை இந்த சமூக, பொருளாதார அமைப்பும், கூடுதலாக கல்வியமைப்பும் மேலும் கொடியவர்களாக, அறம் பிறழ்ந்தவர்களாக மாற்றுகிறது என்பதே. ஒரு உதாரணத்துக்கு, இந்த உலகின் ஆகக்கொடூரமான, மனிதகுலத்துக்கே பேரழிவைக் கொண்டு வந்துள்ள குற்றங்களை இழைத்தவர்கள் யாரென்றால் அதிகமாகப் படித்தவர்களே. கல்வி நமது தீயசுபாவத்துக்கு ஒரு கூர்மையை, முனைப்பை அளிக்கிறது. தெளிவான இலக்கை, திட்டவட்டமான வழிமுறையைக் காட்டித் தருகிறது. நமது சுயநலத்தை நியாயப்படுத்த கல்வி உதவுகிறது. ஆய்வுகள் என்ன சொல்லுகின்றன எனப் பார்ப்போம்.

பொருளாதாரப் படிப்பை மேற்கொள்ளும் உயர்கல்வி மாணவர்களிடம் சுயநலத்தைக் கொண்டாடுகிற, பிறர் நலனைக் கண்டுகொள்ளாத போக்கு வலுவாக இருப்பதாக வேங், மல்ஹோத்ரா, மெர்னிகன் ஆகியோர் செய்த ஆய்வொன்றில் கண்டறிந்திருக்கிறார்கள். கேரலின் ஸ்டிராஸ் ESSEC நிர்வாகவியல் கல்வி நிறுவனத்தில் செய்த தனது ஆய்வொன்றில் பொருளாதார

மாணவர்களிடம் அதிகாரம், அந்தஸ்து ஆகியவற்றை தூக்கிப் பிடிக்கிற போக்கு, 'மனிதன் தன் முன்னேற்றத்தை அன்றி வேறெதையும் முன்னெடுக்கத் தேவையில்லை, அதுவே இயல்பு' எனும் நம்பிக்கைகள் தீவிரமாக உள்ளதாகக் கூறுகிறார். அமெரிக்கன் சைக்காலஜிஸ்ட் இதழில் வந்துள்ள "*In Search of How People Change*" எனும் கட்டுரையில் புரொஷஸ்கா, டிகிளெமெண்டெ, நோர்கஸ் ஆகிய ஆய்வாளர்களும் இதே கருத்தையே கல்வி பெற்றவர்கள் குறித்து எட்டுகிறார்கள்.

இதை நான் என் அனுபவத்தின் அடிப்படையிலே கண்டிருக்கிறேன். படித்தவர்களில் புத்திசாலித்தனம் மிக்கவர்களிடம் ஒரு தன்னொடுங்கிய, தன்னலமான பண்பு தூக்கலாக இருக்கிறது. ('படிக்காத மேதைகளிடமும்', 'பாமர புத்திசாலிகளிடமும்' இது உண்டு.) ஆனால் படிப்பறிவு குறைவானவர்களிடம் ஒரு களங்கமின்மை, சமூகத்துக்காக, அடுத்தவர்களுக்காக இரங்குகிற பண்பு இருக்கிறது. ஒரு வாய்ப்பு கிடைக்கையில் அதை வைத்து அடுத்தவர்களை திறமையாக ஏமாற்ற, அடுத்தவர்களின் சொத்துக்கள், பணம், வாய்ப்புகள், நிம்மதியைத் திருட ஒரு புத்திசாலித்தனம் இருக்க வேண்டும். அதை கல்வி வழங்குகிறது (அல்லது சமூகச் சூழலும் இயல்பான தேடலும் படிக்காத ஒருவருக்கு வழங்குகிறது.) ஏன் இதே புத்திசாலித்தனம் அடுத்தவரின் நலனுக்காக சிந்திக்க, செயல்பட நம்மைத் தூண்டுவதில்லை? இக்கேள்வியை வைத்தே நாம் அடுத்த கட்டத்துக்கு நகர வேண்டும்.

ஐரோப்பாவை பொறுத்தமட்டில் கடந்த 400 வருடங்களுக்கும் மேலாக அறிவியலின் பிரம்மாண்ட வளர்ச்சியும் மதக்கல்வி, அறவியலின் பெரும் வீழ்ச்சியும் அங்கு ஒரு சேர நிகழ்ந்துள்ளது. அங்கு ஒரு குறிப்பிட்ட கட்டத்தில் ஒரு மனிதனின் அடிப்படை நோக்கமே தன்னை எந்த வழியையும் பயன்படுத்தி பாதுகாத்தும், முன்னேற்றியும் கொள்வதே என மக்கள் அனைவரும் நம்பத் தொடங்குகிறார்கள். முதலீட்டியம், அறிவியல் ஆகியவை தனிமனிதவாதம், தனிமனித வளர்ச்சி, தனிமனித முதலீட்டின், தனிச்சொத்தின் வளர்ச்சி எனும் பெயரில் இந்த எண்ணத்தை ஊக்கப்படுத்துகிறது. அறிவியல் கூடுதலாக மனிதன் ஒரு மிருகமே, சமூகம் ஒரு கட்டற்ற வனமே, வலுத்தவன் மட்டுமே பிழைப்பான் எனும் சிந்தனையை வலுவாக மக்கள் மனதில் ஊன்றுகிறது. இதன் விளைவாக, கல்வியமைப்பு சுயநலம்,

சுயவளர்ச்சி, சுயமுன்னேற்றம் ஆகியவற்றை முன்னெடுப்பதாக மாறுகிறது. ஒரு வகுப்பில் 50 மாணவர்கள் இருந்தாலும் "நீங்கள் தனித்தனி" என அவர்களுக்கு மீண்டும் மீண்டும் சொல்லித் தரப்படுகிறது. உங்கள் பக்கத்தில் இருக்கிற குழந்தை உங்கள் போட்டியாளன், அவனை அழித்தே நீங்கள் முன்னேற முடியும் என கல்வியியல் வலியுறுத்துகிறது. இத்தகைய கல்வியமைப்பில் கரையேறி வந்த பெற்றோரும் அப்படித்தான் தம் பிள்ளைகள் வளர்வதை பாதுகாப்பு என நம்புகிறார்கள். அநேகமாக கடந்த இரு நூறாண்டுகளில் அறவியல் எனும் துறையே அறிவியலின் முன்பு மண்டியிட்டு தன் தலையை பலிகொடுத்து காணாமல் போயுள்ளது. இன்று பள்ளி, கல்லூரிகளில், ஊடகங்களில் என எங்குமே அறம் விவாதிக்கப்படுவதில்லை. இந்த இரண்டு போக்குகளும் சேர்ந்து கல்வி கற்ற மனிதர்களை ஆபத்தான சுயநலமிகளாக, சுயமுன்னேற்றத்துக்காக யாரையும் அழிக்கலாம், அவமதிக்கலாம் என நம்புகிறவர்களாக மாற்றி விட்டன. அண்மையில் தமிழகத்தில் பள்ளி மாணவர்கள் ஆசிரியர்களுடன் நேரடியாக மோதுகிற காட்சிகள் இந்த பெரும் பனிமலையின் ஒரு நுனி மட்டுமே.

நீங்கள் யோசிக்கலாம் கல்வித்திட்டத்தில் நன்னடத்தைக் கல்வி, நீதி போதனைகளை அதிகப்படுத்த வேண்டுமா, அது தன் தீர்வா என. ஆம், அதுவும் வேண்டும். கல்வியின் நோக்கம் ஒரு மனிதனை அறவுணர்வின் உன்னத வெளிப்பாடாக மாற்றுவதே என தனது கல்வியியல் உரைகளில் கேண்ட் கூறுகிறார். திருவள்ளுவரும் கல்வி குறித்த குறள்களில் கல்வியை ஒரு அகமலர்ச்சியாக, தீமையின்றி சிந்திக்கும் பயிற்சியாகவே முன்வைக்கிறார், அடுத்தவரை பின்னுக்குத் தள்ளி கூடுதலாக சம்பாதிக்கும் திறமையை பயிற்றுவிப்பதாக அல்ல. ஆனால் நான் ஏற்கனவே கூறியுள்ளதைப் போல நிலைமை கைமீறிப் போய்விட்டது. இப்போதுள்ள தலைமுறையிடம் நன்னடத்தைப் பயிற்சிகள் எடுபடாது. ஆனால் அறவியல் குறித்த விவாதங்கள் ஆரம்பப் பள்ளியில் இருந்து உயர்கல்வி வரை தனிபாடமாகவே இருப்பது அவசியம். அடுத்ததாக, கல்வியின் மற்றொரு தீய விளைவைப் பற்றி பரிசீலிக்க வேண்டும்.

கல்வி நம்மை தனிமையானவர்களாக, உள்ளொடுங்கியவர்களாக, அடுத்தவர் மீது, மற்றமை மீது அச்சம் கொண்டவர்களாக மாற்றி விடுகிறது. அதாவது நமது இயல்பான சமூகப் பண்பை கல்வி

வேரோடு பறித்து விடுகிறது. அதனிடத்தில் அது சமூகமாக்கல் பண்பை போதிக்கிறது. அதாவது அருகில் உள்ளவரின் துயரத்தைக் கேட்டறிந்து அதற்கு உதவ முடியுமா என யோசிப்பதற்குப் பதிலாக அவரிடம் "ஹலோ, நலமா?"என்று விசாரித்து புன்னகையுடன் நகர்ந்திட, முடிந்தால் அவரை நமது லாபத்துக்கான ஒரு சமூகத் தொடர்பாக பயன்படுத்த முயல அது போதிக்கிறது. இன்றைய மாணவர்கள் இதில் வித்தகர்களாக இருக்கிறார்கள். அதாவது சுயமான சமூக விலக்கம், தன்முனைப்பு, மற்றும் தனிமைக்கும் தீமைக்கும் இடையே ஒரு நுட்பமான தொடர்பு உள்ளது. இதுவே கற்றவர்கள் ஆற்றும் பல மோசமான குற்றங்களுக்கு, அநீதிகளுக்கு வழிவகுக்கிறது. நேற்றைய செய்தியில் ஒரு படித்த மனிதர் தான் ஆன்லைனில் மின்ரம்பம் ஒன்றை வாங்கி தன் குழந்தைகளுக்கும் மனைவிக்கும் மயக்க மருந்து கொடுத்து அவர்களுடைய தலையை அறுத்து கொன்று, தன்னையும் கொன்ற செய்தியை பார்த்திருப்பீர்கள். படிக்காத, குறைவான புத்திசாலித்தனம் கொண்ட ஒருவர் இந்த கொடூரத்தின் எல்லைக்கு தானாக நிச்சயம் சென்றிருக்க மாட்டார்.

இந்த தன்னல விழைவின் வேர் நமது கல்வி முறைமையில் உள்ளது. ஒரு பாடத்தைக் கற்று அதை ஒரு தனிமாணவர் எப்படி தேர்வில் பயன்படுத்துகிறார் என்பதை வைத்து அவருக்கு மதிப்பெண் அளிக்கிறோம். அதன் மூலம் அம்மாணவருக்கு நாம் என்ன உணர்த்துகிறோம் என்றால் "நீ உன் சகமாணவனின் கல்வி முன்னேற்றத்துக்கு உதவினாலோ, உன் சமூகத்துக்கு தொண்டாற்றினாலோ உனக்கு எந்த பயனும் இல்லை, எல்லாரையும் உதாசீனித்து உன்னை மட்டுமே கவனம் கொள், உன்னை மட்டுமே முக்கியம் என நினை." ஒரு மாணவன் எந்தளவுக்கு தன்னலமும், தன்னுணர்வும், தனிமையும் மிக்கவனாக இருக்க முடியுமோ அந்தளவுக்கு அவன் இன்று சிறந்த மாணவனாக விளங்க முடியும். இதை சரி செய்ய சிறந்த வழி மதிப்பெண்ணுக்கான அடிப்படையை மாற்றுவதே. ஒரு மாணவன் ஒன்றாம் வகுப்பில் இருந்து கல்லூரி வரை எப்படி தன் சகமாணவனுக்கு, குடும்பத்துக்கு, சமூகத்துக்கு உதவுகிறான், தொண்டாற்றுகிறான் எனும் அடிப்படையிலும் நாம் 50% மதிப்பெண்களை அளித்தால் இயல்பாகவே அடுத்தவர்களுக்காக சிந்திக்கிற, இரங்குகிற பண்பை நாம் வளர்க்க முடியும். பரஸ்பரம்

போட்டியிடாமல் இணைந்து கற்கிற ஒரு மாடலை நாம் கொண்டு வர முடியும். எட்டாம் வகுப்பில் இருந்து கல்லூரி இறுதி ஆண்டு வரை அத்தனை மாணவர்களையும் அவர்கள் எந்தளவுக்கு சகமாணவரிடம் அக்கறை கொண்டு உதவுகிறார்கள், அதற்காக புதிய சிந்தனைகளை, முயற்சிகளை கொண்டு வருகிறார்கள், எந்தளவுக்கு தொண்டு செயல்பாடுகளை வலுப்படுத்த புதிய கண்டுபிடிப்புகளை, ஆய்வுகளை செய்கிறார்கள், அவர்களுடைய சிந்தனை, செயல்பாடு, கண்டுபிடிப்புகள், ஆய்வுகள் எப்படி கல்வி நிலையத்துக்கு வெளியே உள்ள மக்களுக்கு உதவும் வண்ணம் இருக்கிறது என்பதை வைத்து மதிப்பெண்களை அளிக்க வேண்டும். ஒரு கணிதப் பாடத்தில் ஒரு மாணவன் எப்படி தன் கல்வியை வைத்து ஒரு மளிகைக்கடையில் நிற்கும் வேலையாளுக்கும், ஒரு சிறுதொழில் வியாபாரிக்கு தன் வேலையை சுலபமாக்க வழிவகுக்கிறான், உத்திகளை உருவாக்குகிறான் என்பதை வைத்து மதிப்பெண் அளிக்கலாம். மொழி, சமூக அறிவு, அறிவியல் பாடங்களை இப்படியே வகுக்கலாம். கூடவே நேரடியான சமூகப்பணி பாடங்களையும் எல்லா வருடங்களுக்கும் கட்டாயமாக்கலாம். இந்தப் பாடங்களின் போது மாணவர்கள் நேரடியாக சமூகத்துக்கு சென்று தொண்டாற்றுவதை கட்டாயமாக்கலாம். அதாவது நீ என்ன படித்தாய் என்றல்ல, நீ படித்ததை வைத்து அடுத்தவர்களுக்கு உன்னால் என்ன செய்ய முடிந்தது என்பதன் அடிப்படையில் தேர்வுகள் நடத்தப்பட வேண்டும்.

இப்படி செய்தால் நம்மால் மனிதர்களின் அறமற்ற குணத்தை மாற்றி, அறவுணர்வாளர்களாக அவர்களை ஓரளவுக்கு மாற்ற முடியும். ஏனெனில் அறம் என்பது தன்னை மறந்து பிறருக்காக, மற்றமைக்காக உழைப்பதே.

இப்படியான அறவியல் நோக்கு நம் கல்வியமைப்புக்கு இல்லாததாலே இன்று மக்களுக்கு கடுமையான மன அழுத்தம், போதைப்பழக்கம், மனச்சிதைவு போன்ற பிரச்சனைகள், நோய்கள் ஏற்படுகின்றன. ஏனென்றால் தன்னலமே இந்த பிரச்சனைகளின் அடிப்படை. மனிதன் தனக்காக வாழ்வது அவனது இயல்புக்கு விரோதமான ஒன்றே. ஆம், மனிதன் ஒரு கூட்டு விலங்கு அல்லவா? நாம் அவனை சின்னச்சின்ன கூண்டுகளில் வாழக் கற்பித்தால் அவன் நோய்வாய்ப்படாமல் வேறு என்ன ஆவான்? அவ்விடத்தில்

நவீனக் கல்வியே உளநோய்களுக்கு ஒரு முக்கிய காரணியாக மாறி உள்ளது. கல்வியின் நோக்கம் (தன்வளர்ச்சிக்கான ஆவேசத்தில் இருந்து சமூக முன்னேற்றத்துக்கான அக்கறையாக) மாறினால் அது சமூகத்துக்கு மட்டுமே அன்றி தனிமனிதர்களின் மன ஆரோக்கியத்துக்கும் வெகுவாக உதவும். இன்றைய சமூகத்தில் நீக்கமற நிறைந்துள்ள தனிமை, அன்பின் வறட்சி, ஊழல், பேராசையினால் செய்யப்படும் குற்றங்கள் ஆகியவை குறைந்து ஒத்திசைவு, மகிழ்ச்சி, நிம்மதி பெருகும்.

ஆக கல்வி, இன்றைய கல்வி நம்மை அறமற்றவர்களாக மட்டுமல்ல, ஒருவிதத்தில் மனநோயாளிகளாகவும் மாற்றி உள்ளது. இதை சரி செய்வது காலத்தின் கட்டாயமாகும்.

நவீனக் கல்வி நம்மை கெட்டவர்களாக ஆக்குகிறதா? ஆம், நிச்சயமாக. நவீனக் கல்வி ஒடுக்கப்பட்டவர்களுக்கு, ஏழைகளுக்கு, பெண்களுக்கு முன்னேற வழிவகுத்துள்ளது. அதே நேரம் அது அவர்களை மேலும் கடைந்தெடுத்த தீயவர்களாகவும் மாற்றி உள்ளது. அவர்கள் முன்னேறிய பின்னர் தமக்குப் பின்னால் வருகிறவர்களை காலால் உதைத்து கீழே தள்ள, பரஸ்பரம் வெறுப்பரசியலை பரப்பிட, அடுத்தவரை நோகடிப்பதில் திளைக்க சொல்லித் தருகிறது. இதுவே நவீனக் கல்வி நமக்குத் தந்துள்ள மிக மோசமான “பரிசு”. சில ஆயிரம் ஆண்டுகளுக்கு முன்பு வைதீகக் கல்வி முறையும் இப்படித்தான் மோசமான சுயநலமிகளாக யாருக்கு அது கிடைத்ததோ அவர்களை மாற்றியது. அவ்விதத்தில் வேதம் வகுத்தோரின் கல்வி முறைக்கும், இன்றைய நவீனக் கல்விக்கும் இடையில் ஒரு மெல்லிய கோடு மட்டுமே இருக்கிறது. இரு கல்விகளும் அறவியலை, நீதியுணர்வை தவிர்த்துத் தோன்றியவை என்பது இரண்டுக்குமான ஒற்றுமை. இந்தியாவைப் பொறுத்த மட்டில் சமூக சீரழிவுகள், பொருளாதார ஏற்றத்தாழ்வுகள், சாதிய ஒடுக்குமுறை, சுரண்டல் ஆகியவற்றுக்கு இரண்டு வகைக் கல்விகளும் மறைமுகமாக ஆதரவளித்து வந்துள்ளது எதேச்சையானதல்ல. அதற்காகவே அவை அறம் குறித்த விவாதங்களை தவிர்த்தன. மனிதர்களை தனித்தனியாக, சிறு குழுக்களாக உடைத்து, தன்முனைப்பு சார்ந்த அறிவுப்பெருக்கத்துக்கு முக்கியத்துவம் அளித்தது, அளிக்கிறது என்பதை நாம் கவனிக்க வேண்டும்.

“எழுதப் படிக்க மட்டும் கற்றுக்கொடுப்பது கல்வியல்ல. வெறும் மனப்பாடத் திறமையில் தகவல் தொகுப்பாக குழந்தைகளை

மாற்றுவது கல்வியின் பணியல்ல. மாறாக, ஒட்டுமொத்த சமூகத்தின் அனைத்து அம்சங்களையும் விருப்பு வெறுப்பின்றி விசாரணை செய்வதும், சமூக அநீதியைக் களைவதும், ஒரு சிலர் மட்டும் அனுபவிக்கும் முறையற்ற செல்வப் பகிர்வை உலகில் உள்ள அனைவருக்கும் பயனுடையதாக மாற்றுவதுமே கல்வியின் நோக்கமாக இருக்க வேண்டும்!" என்றார் பாவ்லோ பிரையர். "கல்வி என்பது எந்த ஒரு விஷயத்தையும் திணிப்பது என்பதை விடுத்து, ஏற்கெனவே மக்கள் மத்தியில் கடவுளின் பெயரால், மதத்தின் பெயரால், சாதியின் பெயரால் பண்பாட்டுக் கூறுகளின் பெயரால், பொதுப் புத்தியில் கட்டமைக்கப்பட்டுள்ள ஆதிக்கக் கருத்தாக்கங்களிலிருந்து ஒருவரை விடுவித்து நிர்வாணமாக்குவதே சரியான கல்வியாகும் என்று நினைத்தவர் பெரியார். எத்தகைய முன்முடிவுகளோடும் பிணைத்துக்கொள்ளாமல், ஒன்றை அணுகும்போது மட்டுமே ஒரு சரியான முடிவுக்கு வர முடியும். எனவே, முன்முடிவுகளைத் துறந்து நிர்வாணமாக்கிக்கொள்வது கற்றலின் முதற்படி என்று நினைத்தவர். பெரியாரியக் கல்வியில் பற்றற்றுப்போவது முக்கியமானது. பற்றற்றுப்போதலே அனைத்திலுமான விடுதலைக்கு வழிவகுக்கிறது!" என்கிறார் பூ. மணிமாறன். இவ்விருவரும் பேசிய விடுதலைக்கான, நீதிக்கான கல்வியாக நவீனக் கல்வி மாற வேண்டும். இவர்களுக்கு பல ஆயிரமாண்டுகளுக்கு முன்னரே புத்தர் அத்தகையதொரு கல்வி முறையை இங்கு தோற்றுவித்தார். பௌத்த ஆசிரியர்களின் நினைவிலே நாம் இன்று பள்ளிக்கூடங்கள் என கற்கும் இடங்களை அழைக்கிறோம். நவீனக் கல்வியை நாம் புத்தரின், கேண்டின், பிரையரின், பெரியாரின் திசையில் மீளுருவாக்கம் பண்ண வேண்டும். அதுவரை அது மனிதனை மேலும் மேலும் தீயவனாக்கியபடியே இருக்கும். அதுவரை நவீன கல்வி வெறும் சுயமுன்னேற்ற பயிற்சி மட்டுமே அன்றி, கல்வி ஆகாது.

நன்றி: உயிர்மை.காம்

அறிவினால் பயனுண்டா?

நான் அறிவினால் பயனில்லை என்று சொல்லவில்லை, அறிவுக்கு பலனுண்டு என அனைவரும் அறிவோம் (அதை நாம் பயன்படுத்தாமல் இருப்பது வேறு விசயம்), ஆனால் அது என்ன பயன் என்று நாம் கேட்பது அவசியம். உ.தா., அறிதல் இன்பமளிக்கும் செயல். ஒரு புதிய செய்தியை அறியும்போது கூட நாம் இன்புறுகிறோம். அதே நேரம் இச்செய்திகள் நமக்கு ஒரு நிபுணத்துவத்தை தருவதுண்டா?

ஒருவர் அரசியல் செய்திகளை தொடர்ந்து சேகரித்து வருகிறார். அரசியல் குறித்த தன் அறிவை பெருக்கிக் கொள்கிறார். ஆனால் அவரை ஒரு அரசியல் நிபுணர் என்று கூற முடியுமா? சாதிகளின் தேவைகளை புரிந்துகொண்டு அவற்றுக்கு அனுசரித்து யுக்திகளை வகுத்தால் ஒரு கட்சி தேர்தலில் வெல்ல முடியும் எனும் கருதுகோள் அல்லது நம்பிக்கை ஒரு சிந்தனையாளருக்கு இருக்கலாம். ஆனால் அந்த நம்பிக்கையை யுக்தியாக மாற்றி நடைமுறையில் செயல்படுத்திப் பார்த்தால் மட்டுமே அந்த குறிப்பிட்ட சூழலில் நேரத்தில் அதற்கு மதிப்புண்டா என அவர் அறிய முடியும். ஆக அரசியலுக்கு வெளியே இருக்கும் ஒரு அரசியல் அறிஞர் ஒரு போதும் அதில் நிபுணராக முடியாது. ஒரு துறவி காமக் கலையில் நிறைய ஆராய்ச்சி செய்து ஒரு நூல் இயற்றலாம். அது தலைசிறந்த

நூல் என பலரால் போற்றவும் படலாம். ஆனால் காமம் குறித்த எண்ணங்கள், நம்பிக்கைகள், கருத்துக்களை செயல்படுகையில் மட்டுமே அதில் ஒரு “நிபுணத்துவம்” சம்மந்தப்பட்டவருக்கு கிடைக்கிறது. அதாவது நிபுணத்துவம் என்பது “செயலில்” இருக்கிறது, சிந்தனையிலோ கோட்பாட்டிலோ இல்லை.

தன்னுடைய *Nicomachean Ethics* என்ற நூலில் அரிஸ்டாட்டில் அரசியல் துறையில் அனுபவம் பெற அப்போதைக்கு வாய்ப்பில்லாத, பொதுவாக வாழ்வனுபவம் குறைவாக உள்ள இளைஞர்களுக்கு அரசியலியல் கற்றுக் கொடுக்கப்படுமாயின் அதனால் அவர்களுக்கு பயனிருக்குமா எனக் கேட்கிறார் (பக். 5). அரிஸ்டாட்டில் என்ன சொல்ல வருகிறார்?

சாதியை எடுத்துக் கொள்வோம். அதன் சீர்கேடுகளை கல்வியினால் அறிவது ஒன்று, நேரடியாக அனுபவிப்பது மற்றொன்று. அதை அனுபவிக்காதவர்கள் அதை ஒரு கருத்தாக அறியும் போது அவர்கள் அதை ‘தொலைவில் உள்ள ஒரு பொருளாக’ பாவிக்கிறார்கள்.

சாதியை விட இவ்விசயத்தில் சிக்கலான மற்றொரு அறிவு ஆன்மீக அறிவு. யாருமே ஆன்மாவைக் கண்டதோ தொட்டோ முகர்ந்தோ சுவைத்தோ உணர்ந்ததில்லை. ஆனால் ஆன்மீகம் பற்றி பல கோடிப் பக்கங்கள் உலகம் முழுக்க எழுதபட்டிருக்கின்றன. அதை பல கோடி பேர் படிக்கிறார்கள். பல கோடி பேர் ஆன்மாவின் பயணம் பற்றி பேசி அதை பல கோடி பேர் உன்னிப்பாக கேட்கிறார்கள்.

எனில் படிப்பினால், அறிதலினால் பயனே இல்லையா? இருக்கிறது. அறிதலானது ஒரு செயலின் பகுதியாக இருக்க வேண்டும், அதற்கு என்று ஒரு இலக்கு இருக்க வேண்டும் என்கிறார் அரிஸ்டாட்டில். அதாவது சாதியை இன்ன இடத்தில், இன்ன நேரத்தில், இந்த அளவுக்கு ஒழிக்கவோ கட்டுப்படுத்தவோ வேண்டும் என முடிவெடுக்கிற ஒருவர் அதற்கான திட்டங்களை வகுக்கிறார். அப்போது அவர் சாதி குறித்து ஆய்வு செய்து சாதி குறித்த தன் அறிவை முதற்கட்டமாக விரிவாக்குகிறார். அடுத்து ஒவ்வொரு செயல்திட்டமாக நடைமுறைப்படுத்துகிறார். பல நடைமுறை தடைகளை, சிக்கல்களை எதிர்கொண்டு அவற்றுக்கு எதிராக முயற்சி எடுக்கையில் அவருடைய அறிவு செயல்முறைக்கு வந்து

நிபுணத்துவம் ஆகிறது. அதுவரை அவ்வறிவு உயிரற்ற ஜடம் மட்டுமே.

“ஏன் வாசிக்க வேண்டும்?” எனும் நூலை எழுதியபோது நான் வாசிப்பை நமது இருத்தலின் பகுதியாக பார்க்க வேண்டும், அதற்கு வெளியே அறிவை அடைவதற்கான முயற்சியாக வாசிப்பு இருக்கக் கூடாது என்று வலியுறுத்தியது இதனாலே. அதாவது வாசித்து பெற்ற அறிவைக் கொண்டு இவ்வாழ்வை மேம்படுத்த முடியாது. வாசிப்பே ஒரு குறிப்பிட்ட இலக்கைக் கொண்ட வாழ்வின் பகுதியாக இருக்க வேண்டும். அந்த இலக்கை அடைந்ததும் வாசிப்பின் நோக்கம் நிறைவடைந்து விட வேண்டும். உ.தா., என் வாழ்க்கையை மகிழ்ச்சியாக்குவது எனது இலக்கு என்றால் அதற்கான செயல்திட்டமாக வாசிப்பு இருக்கலாம். இன்பமடையும் போதே அவ்வாசிப்பு நியாயம் பெறும். அந்த இன்பம் கொள்ளும் செயலுக்கு வெளியே வாசிப்பறிவுக்கு மதிப்பில்லை. நான் சைவ உணவு சமையலை கற்றுக் கொள்ள வேண்டும் என்றால் “50 வகையான சைவ உணவுப் பதார்த்தங்கள்” என்கிற நூலை வாசித்து அதை வைத்து சமைத்துப் பார்க்க வேண்டும். அப்போதே அந்த வாசிப்பு நிறைவு கொள்ளும். (இன்று நாம் பார்வையின்பத்துக்காக மட்டுமே சமையல் காணொளிகளை தினமும் பார்க்கிறோம்.) எனக்கு என்னுடைய இருத்தல் குறித்து ஒரு கேள்வி இருக்கிறது. அதற்கு விடை காண்பது என் இலக்கு. அதற்காக நான் நாகார்ஜுனரையோ கீதையையோ பயிலலாம், பேருரைகளைக் கேட்கலாம், தியானம் பயிலலாம், ஒரு ஆசிரமத்தில் சேர்ந்து புதிய வாழ்க்கைமுறையை ஏற்படுத்தலாம், ஆனால் என் இலக்கை நான் நடைமுறையில் ஒரு “செயலாக” அடையும் வரை இந்த பயிற்சிகளினால் எந்த பயனும் இல்லை. அல்லது அந்த “செயலுக்கு” வெளியே அது அறிவே அல்ல.

இதை சிறப்பாக புரிந்து கொண்ட மதம் பௌத்தம். அதனாலே அது எந்த தத்துவ அறிவையும் அற நியதியையும் வாழ்தலுக்கு, செயல்பாட்டுக்கு வெளியே வைத்து பார்ப்பதில்லை. அதனாலே கல்வியினால் என்ன பயன் என்று கேட்கும் வள்ளுவர் இவ்வாறு சொல்லுகிறார்:

> *கற்றதனால் ஆய பயனென்கொல் வாலறிவன்*
> *நற்றாள் தொழாஅர் எனின். குறள்: 2*

அதிகாரம்: கடவுள் வாழ்த்து, பால்: அறம்

புத்தரின் பாதங்கள் உலகம் முழுக்க மூவாயிரம் காணப்படுகின்றன என்கிறார் எழுத்தாளர் மோட்டோஜி நிவா. பௌத்த தொன்மப்படி இந்தப் பாதங்களை வணங்குவதன் நோக்கம் புத்தர் பூமியில் கால்பதித்து நின்று போதித்தவர் என்பதை உணர்த்துவதே. அதாவது அவர் உலகில் நமது இருத்தலை, அதன் வழியாக ஒரு மனிதன் தன்னை அறிவதை பிரதானப்படுத்தினார், உடலுக்கும் செயலுக்கும் முக்கியத்துவம் அளித்தார். வானுலகை அடைவதே உன்னத அறிவு என்று கருதவில்லை என்பதே புத்தரின் பாதம் உணர்த்தும் சேதி. புத்தரின் பாதத்தை தொழுவதன் பொருள் நேரடியாக பாத வடிவொன்றை வணங்குவது அல்ல. புத்தரின் அறிவுரையை நேரடி அனுபவத்தில் நடைமுறைப்படுத்துவது என்பதே 'நற்றாள் தொழுவது'. அல்லாவிடில் அவ்வறிவுக்கு எந்த பயனும் இல்லை என்கிறார் வள்ளுவர்.

இந்தப் புரிதல் அறிவுச்செயல்பாட்டிற்கு ஒரு நெருக்கடியைக் கொண்டு வருகிறது: அவதானிப்பால், பகுத்தறிவால் புரிந்து கொண்ட தகவல் அறிவுக்கு, தர்க்க அறிவுக்கு அதனளவில் பயனில்லை என்றால் அறிவுத் தேடலின் நோக்கம் அறிவு அல்லவா? இல்லை என்று சொல்லுவார் அரிஸ்டாட்டில். இந்தக் கட்டுரையை வாசிப்பது இதனால் இன்ன விசயத்தை அறிந்து கொள்ளலாம், அது நம் வாழ்க்கைப் பார்வையை மேம்படுத்துமே எனும் நோக்கத்தில் இருத்தலாகாது. இதை வாசிப்பதனால் (1) ஒரு குறிப்பிட்ட இன்பம் கிடைக்கும் (2) இதைக் கொண்டு என் வாழ்வை இன்னும் ஆழமாக, செறிவாக என்னால் மேலெடுக்க முடியும் எனில், அதுவே என் இலக்கு எனில், அது நிகழும் போது மட்டுமே இந்த வாசிப்பு அர்த்தபூர்வமானதாகிறது.

அரிஸ்டாட்டில் மட்டுமல்ல நவீன யுகத்திலும் அறிதல் என்றால் என்ன எனும் கேள்வியை இந்தக் கோணத்தில் அணுகிய தத்துவ அறிஞர்கள் உண்டு. இவர்களில் நீட்சேயும் ஹைடெக்கரும் முக்கியமானவர்கள். பிரக்ஞையின் அமைப்பை, செயல்பாட்டைப் பற்றி அது ஒரு தனியான பிரகிருதி என்பதைப் போல ஹுசர்ல் விளக்கிய போது இருத்தலையும் பிரக்ஞையையும் அப்படி தனித்தனியாக பிரித்துப் பார்ப்பதை கடுமையாக விமர்சித்தவர் ஹைடெக்கர். மழை வெளியே பெய்து கொண்டிருக்கும்போது வீட்டில் கணப்படுப்பின் முன் அமர்ந்து ஒருவர் சூடான காபியை அருந்துகிறார் என்றால் காலத்தினுள்ளும், வெளியினுள்ளும் அவர்

தன் இருத்தலை அறிந்தபடித்தான் இருக்கிறார். ஒரு மிடறு காபியை உறிஞ்சி சுவைப்பது கூட இருத்தலை அறிவதே என்று சொல்லுவார் அவர். நவீன வாழ்வு அறிதலை பகுத்தறிவு சார்ந்த, துய்ப்பு நடவடிக்கையாக மாற்றியதால் மனிதன் தன் இருப்பில் இருந்து துண்டிக்கப்பட்டு விட்டான் என்று அவர் கவலைப்பட்டார். அதாவது நவீன மனிதனின் சிந்தனை சார்ந்த பிரக்ஞை அவனுக்கும் இருத்தலுக்கும் இடையே ஒரு இடைஞ்சலாக வந்து அமர்ந்து விட்டது. ஒரு மரவெட்டி வெட்டும்போது கோடரியை எடுத்து வீசத் தொடங்குகிறான். ஆனால் நவீன மனிதனோ இது என்ன வகையான மரம், இதன் தாவரவியல் பரிமாணங்கள் என்ன, இதன் பொருள் மதிப்பு என்ன, இந்த கோடரி எப்படியானது என்றெல்லாம் சிந்திக்கிறான். கோடரியை கையில் ஏந்தும் வரை அவனையும் அவனுடைய இருத்தலையும் இந்த மனம் பிரித்து வைத்து விடுகிறது. சில நேரம் ஒரு செயலில் முழுமையாக ஈடுபட விடாதபடி அது செய்வதும் உண்டு. தான் நிற்கிற வெளி ஏற்படுத்தும் இருத்தலின் பிரிக்க முடியாத ஒரு பகுதியே அம்மரம் என அவனால் உடல் சார்ந்து உணர முடியாமல் போகிறது. இது ஒரு மகத்தான இழப்பு என்கிறார் ஹைடெக்கர். எந்திரங்களின் துணைகொண்டு வாழப்படும் நவீன வாழ்வை அவர் எதிர்த்தார். நீட்சேயும் இவ்வகையான பார்வையை தனது நூல்களில் கவித்துவமான மொழியில் முன்வைத்தார். காலம் உணர்த்தும் இருத்தலை அறிய முடியாதவனாக அறிதலின் மனம் அவனை மாற்றி விட்டது என்று அவர் வருந்தினார்.

ஆனால் பின்நவீன வாழ்வில் நாம் அரிஸ்டாட்டிலில் இருந்து ஹைடெக்கர், நீட்சே வரை சுட்டிக்காட்டிய பிரச்சனைகளின் விஸ்வரூபத்தை பார்த்தபடி திகைத்து நிற்கிறோம். இன்று நாம் தகவல்களின் மலை உச்சிகள் மீது உட்கார்ந்திருக்கிறோம். நாம் இரவும் பகலும் தகவல் அறிவை புசித்தபடியே இருக்கிறோம். இது எந்த எல்லை வரை போய் விட்டதென்றால் நாம் நம்மையே தகவல்களின் தொகுப்பாகவே இன்று காண்கிறோம். நமது தன்னிலை இன்று நாம் வாங்கி சேர்க்கிற பொருட்களின் விபரங்களால், நாம் நம்மைக் குறித்து பிறரிடத்து, சமூகவலைதளங்களில், ஏற்படுத்திக் கொண்டே இருக்கிற (இது முடிவற்றது) பிம்ப கட்டமைப்பால் உருவாகிறது. நமது உடலென்பது இன்று நமது மருத்துவ அறிக்கைகளால், சமூகம் ஏற்கிற தோற்ற அமைவுக்குள் அது

வருகிறதா என்பதே நம்மை அரிக்கிற கவலையாக இருக்கிறது. நமது பல்வேறு உள்ளுறுப்புகளின் இயக்கங்கள் குறித்த தகவல்களால் அமைந்திருக்கிறது. ஒரு குடிமகனாக நமது இருப்பு நமது ஆதார், பேன், வாக்காளர் அட்டைகளாக சுருங்கி விடுகிறது. ‘நாம் என்பது இவ்வளவுதான்’ என கையளவு தகவல்களாக எடுத்துப் பார்க்கும்படியாகி விட்டது.

வேறெப்போதையும் விட நாம் நம்மைப் பற்றியே இன்று அதிகம் பேசிக்கொண்டிருப்பது நம்மை தகவல்களாலான ஒரு இருப்பாக நாம் காண்பதாலேயே. நமது வேலையிடத்தில் நமது வேலைத்திறனை, தாக்கத்தை மதிப்பிட *5* வகையான மெட்ரிக்ஸை மனிதவள மேம்பாட்டுத்துறை வைத்திருக்கிறது. ஒரு கணவனாக நீங்கள் உங்கள் மனைவியிடம், பிள்ளைகளிடம் அன்பாக இருந்து நிறைவளிக்கிறீர்களா, கடமையை ஆற்றுகிறீர்களா என அறியவும் இன்று எவ்வளவு நேரத்தை அவர்களுடன் செலவிடுகிறோம், அதற்கு எவ்வளவு செலவிடுகிறோம், அது மகிழ்ச்சியானதாக இருக்கிறதா என்றே மதிப்பிடுகிறோம். முன்பு நாம் புற அறிவை செயலில் இருந்து துண்டித்து அதை ஆராயவும் பரிசீலிக்கவும் முயன்றோம் என்றால் இன்று நம்மையே ஒரு அறிவாகக் கண்டு நம்மிடம் இருந்து நாமே சுயமாக துண்டித்துக் கொள்கிறோம். சதா நம்மையே ஆராய்ந்து பதற்றத்தில் இருக்கிறோம். அதனால் ஏற்படும் மன அழுத்தத்தில் தவிக்கிறோம். இருப்பில் இருந்து சுய-துண்டிப்பு நிகழும்போது நாம் கடும் தனிமைக்கு ஆட்படுகிறோம்.

ஆக வேறெப்போதையும் விட அறிதலினால், அறிவினால் என்ன பயன் என நாம் இன்றைய காலத்திலேயே தீவிரமாக யோசிக்க வேண்டும்.

நன்றி: சமயம் இணைய இதழ், நவம்பர் 2021

ஒரு கல்வியாளராக என் சித்தாந்தமும் ஆன்லைன் வகுப்புகளும்

1

ஆன்லைன் வகுப்புகள் மீது ஒரு அவநம்பிக்கை ஆரம்பத்தில் இருந்தது. ஆனால் போகப் போக அவற்றின் மீது ஒரு நன்மதிப்பு ஏற்பட்டு விட்டது. சில காரணங்கள்:

1) உட்கார்ந்த இடத்தில் இருந்தே பேச முடிகிறது. அடித்துப் பிடித்து வகுக்குப்பறையை அடைய வேண்டாம்.

2) ரொம்ப கத்த வேண்டியதில்லை. ஐம்பது பேர் கொண்ட வகுப்பானாலும் 120 பேர் உள்ள வகுப்பானாலும் ஒரே ஒலி அளவை தக்க வைக்கலாம். தொண்டைக்கு நல்லது.

3) போரடித்தால் மாணவர்கள் ஹெட்போனைக் கழற்றி வைத்து ஓய்வெடுக்கலாம் (நான் அவ்வப்போது அவர்களிடம் கேள்வியை கேட்டு சோதிப்பேன் என்றாலும்). இது ஜனநாயகபூர்வமானது என நம்புகிறேன்.

4) குறிப்புகளைப் பகிர்வது - திரையைப் பகிர்வது - ரொம்ப ரொம்ப ஈஸி. கரும்பலகையில் எழுதுவது, கணினியை திரையிடப் இணைத்துக் காட்டுவதில் உள்ள சிரமங்கள், நேர வீணடிப்புகள் இல்லை.

5) வகுப்பில் யாரும் புத்தகம் கொண்டு வரவில்லை என அதகளம் பண்ண முடியாது - கணினித்திரையே / முகநூல் திரையே புத்தகம்.

6) மாணவர்களுக்கு விநாடி வினா போன்ற கேள்விகளை கூகிள் கிளாஸ்ரூமில் அளிக்க முடிகிறது. *Mentimeter* ஒரு ஜாலியாக கருத்து பகிரும் விளையாட்டு. இப்படி பல சங்கதிகள் ஆன்லைன் வகுப்புகளை வண்ணமயமாக்குகின்றன.

7) எல்லா வகுப்பிலும் 8-10 பேர் அதிகமாய் உரையாடுவார்கள், முப்பது பேர் கவனிப்பார்கள், மௌனமாக, மிச்ச பேர் பாதிக்குப் பாதி காதில் வாங்குவார்கள், அவர்களில் ஒரு சிலர் வாங்கியபடியே கண்ணயர்வார்கள். ஆன்லைன் வகுப்பும் இப்படித்தான் என்பதால் பெரிய ஏமாற்றமில்லை.

ஏன் ஏமாற்றமில்லை? இங்குதான் மாணவன் குறித்த என் சித்தாந்தம் வருகிறது.

ஒரு கல்வியாளனாக, ஆசிரியனாக என் அணுகுமுறை, கொள்கையை இங்கு குறிப்பிட வேண்டும். என் பணி அனைவருக்கும் ஒன்றை புரியும்படியாக செய்வது என நான் நம்பவில்லை. அது போதகரின் பணி. நான் போதகன் அல்ல. மேலும் அறிவு என்பதை மிட்டாய் அல்ல. யாருக்கும் உடைத்துக் கொடுக்க முடியாது என நினைக்கிறேன். அறிவுத்தேடலில் நான் ஒரு பங்கேற்பாளன் எனில் மாணவன் மற்றொரு பங்கேற்பாளன். விவாதிக்க, யோசிக்க, பயில அறிவு பெருகும் (அது நிரந்தரமாய் தங்காது, அப்படித் தங்கினால் அது அறிவாகாது). அதை 60-70 மணிநேரங்களில் யாருக்கும் கையளிக்க முடியாது. அறிவு என்பது ஒரு பண்டமல்ல. அதை வாங்க, விற்க முடியும் என இன்று ஏற்பட்டுள்ள நம்பிக்கை மூடத்தனமானது, கல்வியாள வணிகர்கள் பரப்பி வரும் மூடநம்பிக்கை அது.

என்னிடம் ஒரு மாணவன் கற்க வந்தால் நான் அவனை ஒரு சக-சிந்தனையாளனாக, சக-எழுத்தாளனாக கூட சேர்த்துக் கொள்வேன். என்னுடன் பயணிப்பவன் மட்டுமே என் மாணவன். என்னுடன் ஒரு வருடமாவது பயணித்தால் அது ஒரு சில கட்டுரைகள் / கதைகள் / நாவல் எழுதுவான். அவன் இதையெல்லாம் செய்ய நினையாவிடினும் செய்வான்.

இல்லாவிட்டால் அவன் என் மாணவன் அல்ல, வழிப்போக்கன். அவனுக்கும் நான் வகுப்பெடுப்பேன், ஆனால் ஏற்றுக்கொள்ள மாட்டேன்.

ஒரு மாணவன் எழுத்தாளன் அல்லவே என நீங்கள் நினைக்கலாம். இல்லை, என்னைப் பொறுத்தமட்டில் ஒவ்வொரு அறிவுத்தேடல் கொண்ட மாணவனும் சிந்தனையாளனே, மொழியில் இயங்குபவனே, அடிப்படையில் அவன் எழுத்தாளனே. ஒரு நல்ல சமூகத்தில் 90% பேராவது எழுத, சமூக கலாச்சார உரையாடலில் பங்களிக்க வேண்டும். அதுவே மேம்பட்ட விடுதலை பெற்ற சமூகமாக இருக்கும். இது என் சித்தாந்தம்.

நான் இதை எப்போதும் மறைமுகமாக வகுப்பில் என் மாணவர்களுக்கு உணர்த்துவேன். நான் ஒரு எழுத்தாளன், அதற்கு அடுத்தே ஒரு ஆசிரியன். நான் உங்களையும் என் வழியில் அழைத்து செல்லவே வந்திருக்கிறேன். வந்தால் மட்டுமே நீங்கள் எனக்கு சமம், வந்தால் மட்டுமே உங்களை என் உயிராக மதிப்பேன்.

ஆனால் நமது தவறான சமூகப்பொருளாதார அமைப்பு காரணமாக மிகச்சில மாணவர்களே என்னுடன் என் பாதையில் வருவார்கள். என் ஆறு வருட ஆசிரிய வாழ்வில் எனக்கு மூன்று மாணவர்களே அப்படி அமைந்தார்கள். இவர்களில் ஆயுஷே என் சிறந்த மாணவன் - அவன் என்னுடன் இரண்டு புத்தகங்கள் எழுதினான். இப்போது நாங்கள் சேர்ந்து நாகார்ஜுனரின் பௌத்த தத்துவம் பற்றி ஒரு நூலை எழுதி வருகிறோம். அவன் ஏன் சிறந்த மாணவன் என்றால் அவன் (1) எழுத்தாளனாகி விட்டான் (அதன் வழியாக பண்பட்ட, சமூகப்பொறுப்புள்ள மனிதன் ஆகி விட்டான்), (2) ஒரு புதிய சிந்தனையைக் கற்றறியும் போது என்னால் பல சமயங்களில் அவனிடம் சந்தேகம் கேட்குமளவுக்கு அவன் தெளிவாக சிந்திக்கிறான். அவன் எனக்கு சமமாக, பல சமயங்களில், என்னை விட மேலாக இருக்கிறான். அடுத்தொரு மாணவன் தமிழில் கவிதைகள் எழுதினான். தொடர்ந்து இலக்கிய நூல்கள் வாசித்தான், ஊடகங்களில் பணி செய்தான், இப்போது திருமணமாகியிருக்கிறது. மூன்றாவது மாணவன் தத்துவ வாசிப்பில் ஈடுபட்டிருந்தான், குறிப்புகள் எழுதி எனக்குக் காண்பித்து வந்தான். அவனிடம் இப்போது நான் தொடர்பில் இல்லை.

இந்த மூவருக்குமே ஒரு ஒற்றுமை உள்ளது. நான் எதேச்சையாக சாக்ரடீஸ் பற்றி ஆங்கில வகுப்புகளில் பேசப் போக அதனால் தூண்டுதல் பெற்று என்னிடம் விவாதிக்க, ஐயம் கேட்க வந்து நண்பர்கள் ஆனவர்கள் இவர்கள். சாக்ரடீஸ் இப்படி எனக்கு ராசியாக இருக்கிறார்.

சரி, மிச்ச மாணவர்கள்? அவர்களிடமும் என்னுடைய சிந்தனையின், கருத்துக்களின் தாக்கம் இருக்கும், அதனால் சமூகத்துக்கு பயனிருக்கும் என நம்புகிறேன்.

ஒரு மாணவருக்கு ஒரு புதிய விசயத்தை 'கற்றுக்' கொடுப்பதாக நம்புவது ஒரு ஆபாசம், அவமதிப்புச் செயல். மாணவரைக் கீழாகவும் ஆசிரியரை மேலாகவும் கருதும் ஒரு படிநிலை இதனால் உருவாக்கப்படுகிறது. ஆனால் உண்மையில் மொழியில் நாம் அனைவரும் சமம். அதனாலே என்னால் எழுதவும் அதை மற்றொருவரால் படித்து புரிந்து கொள்ளவும் முடிகிறது, என்னால் பேசவும் அதைக் கேட்டு ஒரு மாணவனால் சிந்திக்கவும் எதிர்வினையாற்றவும் முடிகிறது. ஆனால் கற்றறிவித்தல் என்பது ஒரு போலியான கட்டுமானம். மாறாக உரையாடலும் அதன் வழி இரு பக்கத்திலும் கிடைக்கும் தெளிவுமே சாத்தியம். ஆசிரியனும் மாணவனும் ஒரே சமயம் மொழியில் கருத்துக்கள் தோன்ற துணை போவதன் வழி தெளிவு பெறுகிறார்கள். (அவன் கேட்பதே மொழிப்பங்கேற்புதான்.)

2

இருட்டில் ஒரு விளக்கை ஏந்திச் செல்பவனே ஆசிரியன். விளக்கை ஏந்தும்போதே அவனுக்கும் வெளிச்சம் கிடைக்கிறது. ஆக, பேசும் போது அவனுக்கும் அறிவு கிடைக்கிறது, ஆசிரியனாக அவனுக்கு அதற்கு முன்பு எந்த அறிவும் இல்லை, மொழியே (விளக்கு) அதை சாத்தியமாக்குகிறது. இந்த இடத்தில் ஒரு ஆசிரியன் வேண்டுவதெல்லாம் மற்றொரு விளக்கில் ஒளியேற்றிக்கொண்டு இரு கரங்கள் அவனுடன் வர வேண்டும், அக்கரங்களுடன் மேலும் பல நூறு ஒளிக்கரங்கள் இணைய வேண்டும் என்பதே.

இதனாலே நவீன கல்வியியலில் உள்ள கற்றலின் நோக்கம், பயன் போன்ற சொல்லாக்கங்கள் எனக்கு அருவருப்பாக உள்ளன.

கல்வியை ஒரு மளிகைக்கடை அண்ணாச்சியைப் போலக் காணும் இவர்களை நான் எதிர்க்கிறேன். கல்வியின் முழுமுதல் எதிரிகள் இவர்களே. இவர்களாலே நம் சமூகம் விளங்காமல் இருட்டில் உழல்கிறது.

நான் வெளிச்சம் எனக் குறிப்பிட்டேன் அல்லவா, வெளிச்சம் தோன்றிவிட்டால் அங்கு நீங்கள் உங்களுக்கான ஒளிவிளக்கை ஏற்படுத்தாவிடினும் அந்த வெளிச்சம் உங்களை விட்டு மறையாது, அது உங்களுக்குப் பயன்படும். 'சராசரி' மாணவர்கள், 'அக்கறையற்ற' மாணவர்களை இப்படித் தம்மையறியாது சில துளிகள் வெளிச்சத்தில் மெல்ல மெல்ல வாழத் தொடங்குபவர்களாகவே பார்க்கிறேன். அந்த சில துளிகள் ஒளிமழையாகும் ஒருநாள்.

அதனால் என் வகுப்பில் மாணவர்கள் ஒரே சமயம் கண்கள் ஒளிர கவனிக்காவிடினும் நான் சோர்வடைய மாட்டேன். பேசப்படுகிற எதுவும் வீணல்ல என்பது என் நம்பிக்கை. நான் தேர்வுக்காக படிப்பிக்கவில்லை. என் நோக்கம் தேர்வு போன்ற அற்பங்களைத் தாண்டியது, மகத்தானது.

இந்த நோக்கு எனக்குக் கிடைத்தது என் பதின்வயது கலை இலக்கியப் பெருமன்ற (மார்க்ஸிய) உரையாடல்களில் இருந்து. பின்னாளில் சிறுபத்திரிகை வட்டத்தில் கிடைத்த ஆளுமைகளின் பரிச்சயங்களில் இருந்துமே. அவர்கள் நான்கு பேர் சேர்ந்து சமூகத்தை, கலாச்சாரத்தை, இலக்கியத்தை, தத்துவத்தை, உலகத்தை, உலகத்தைக் கடந்த அறிவைப் பற்றியெல்லாம் பேசுவார்கள். தம்மை பல கோடி பேர் கேட்காவிட்டாலும் அச்சொற்கள் நிச்சயம் போய் சேரும் என நம்பினார்கள். அந்நம்பிக்கைகள் பொய்க்கவில்லை என்பதை இன்று காண்கிறோம். பேஸ்புக், யுடியூப் வந்த பின்னரும் நாம் சிறுகூட்டமே. இந்த சிறுவட்டத்தில் பேசுவதே தமிழ் சமூகம் முழுக்க வெவ்வேறு வடிவங்களில் போய் சேர்கிறது. எல்லாருக்கும் ஒரே சமயம் ஒரே மாதிரி போய் சேர்வது குப்பையாக மட்டுமே இருக்கும், போதனையால் யாருக்கும் பயனில்லை.

இதை நான் இங்கு கூறக் காரணம் அண்மையில் பத்ரி சேஷாத்ரி ஆன்லைன் வகுப்புகளில் தனக்கு ஏற்படும் ஏமாற்றங்கள் குறித்து எழுதியிருந்ததே. என் அணுகுமுறை முழுக்க வேறு. அது ஒரு ஆசிரியனாக என் சித்தாந்தத்தில் இருந்து வருவது. ஆசிரியன்-மாணவன்-அறிவு வளர்ச்சி-விவாதம்-சமூக முன்னேற்றம்-

சமத்துவம்-விடுதலை எனும் சங்கிலித்தொடருக்குள்ளே கல்வி வர முடியும். அது ஒரு மகத்தான பயணம், சமூகப் பங்களிப்பு. அங்கு தனிமனிதர்கள், அவர்களின் தனிப்பட்ட பயன்பாடு முக்கியமே அல்ல. மேற்சொன்ன சங்கிலித்தொடருக்குள் வராத எந்த அறிவும் ஆபத்தானது, அவசியமற்றது.

ஆசிரியர்—மாணவர் உறவில் நெருக்கம் தேவையா?

பெருந்தேவி தன் முகநூல் பக்கத்தில் மேற்கத்திய கல்வி நிலையங்களில் ஆசிரியர்-மாணவர் உறவு எப்படி இருக்க வேண்டும் என்பது குறித்துள்ள வரைமுறைகள், நியதிகள் பற்றி எழுதியிருந்தார். பாலியல், இனவாத துன்புறுத்தல் நிகழக் கூடாது என்பதற்காக இரு சாராரும் ஒருவித இடைவெளியை தக்க வைக்க வேண்டும் என இத்தகைய நிறுவனங்கள் கோருகின்றன. *Professional relationship* (தொழில்முறை உறவு) என்பது வலியுறுத்தப்படுகிறது.

உதாரணமாய், ஒரு மாணவருக்கு ஆசிரியரிடம் சந்தேகம் கேட்க வேண்டுமெனில் அப்பாயின்மெண்ட் வாங்கி அவரது அறையில் வந்து சந்திக்க வேண்டும். இருவரும் வெளியே சென்று உரையாடக் கூடாது. காலாற நடந்து கொண்டே காப்பி அருந்தி வேடிக்கை பார்த்துக் கொண்டே பேசக்கூடாது. அறையில் பேசும் போது கதவைத் திறந்து வைத்திருக்க வேண்டும் என்பன போன்ற விதிமுறைகள் உள்ளன. இவை ஆசிரியர்-மாணவர் உறவை பிளாஸ்டிக்காக மாற்றி விடுவதால் எந்த பிசிறுகளும் பிறழ்வுகளும் நேராமலும் இருக்கும். அதாவது 100 உறவுகளில் பாலியல் தொந்தரவு ஒன்றில் நிகழலாம். இந்த ஒன்றைத் தவிர்ப்பதற்காகவே இத்தகைய நடைமுறை.

இத்தகைய நடைமுறை மாணவர்களுக்கு நலம் பயக்குமா? இது இந்திய சூழலுக்கு உகந்ததா?

1) மேற்சொன்ன நடைமுறை ஐரோப்பிய சூழலுக்கு மிகவும் பொருந்தும் ஒன்று. உதாரணமாய், ஐரோப்பியர் ஒவ்வொரு நடவடிக்கைக்கும், வேலைக்கும் ஒரு குறிப்பிட்ட இடம், காலம் ஆகியவற்றை வகுத்திருப்பார்கள். எட்டு மணி நேரத்துக்கு மேல் அலுவலகத்தில் இருந்து கம்ப்யூட்டர் தட்டமாட்டார்கள். விடுமுறையில் வேலை செய்யமாட்டார்கள். வீட்டு வேலையை வீட்டிலும் அலுவலக வேலையை அலுவலகத்திலும் வைத்துக் கொள்வார்கள். அலுவலக உறவையும் அதற்கு வெளியே உள்ள நட்புகளையும் இரண்டாக கச்சிதமாய் வைத்துக் கொள்வார்கள். இந்த *compartmentalization* உண்மையில் இந்தியாவுக்கு உகந்ததாய் இருக்குமா? பெரும்பாலும் இருக்காது. *Professional relationship* என்கிற விசயத்துக்கே நாம் இன்னும் பழகவில்லை.

2) மேலும் இங்கு ஆசிரியர்-மாணவர் உறவு இங்கு ஒரு குறிப்பிட்ட சட்டகத்துள் பொருந்துவதல்ல. அதையும் கடந்தது. என் முனைவர் பட்ட நெறியாளர் பேரா. அழகரசன் எனக்கு வெறும் நெறியாளர் அல்ல. நான் என் ஆய்வுக் காலத்தில் அவர் அலுவலகத்திலே பழியாகக் கிடப்பேன். அவர் அறையில் இருந்து படித்த பழைய சிறுபத்திரிகை இதழ்களும், நூல்களும், அவர் பேச்சில் இருந்து நான் கிரகித்த சேதிகளும் தான் எனது “ரசிகன்” நாவலுக்கு அடித்தளமாயின. எனக்கு உடல்நலமில்லாமல் போய் மருத்துவமனையில் கோமாவில் கிடந்தபோது அவர் வந்து பார்த்துக் கொண்டார். எவ்வளவோ நாட்கள் நான் அவரைப் பார்க்க வருவதாய் சொல்லும்போது எனக்காக மதிய உணவை வாங்கி வைத்து விடுவார். அவர் உணவிலும் பங்கிட்டு சாப்பிடுவேன். நான் பங்களூருக்கு வேலைக்கு வந்த போது எனக்குத் தானியங்கி சக்கர நாற்காலி தேவைப்பட்டது. அதற்காகும் செலவில் ஒரு கணிசமான தொகையை அவரிடம் தான் வாங்கிக் கொண்டேன். என் முனைவர் பட்ட ஆய்வுக்கான கட்டணத்தையும் அவரே கட்டி இருக்கிறார். இது மட்டுமில்லாமல் மனரீதியாகவும் தொடர்ந்து என்னை பாதுகாத்தும் தட்டிக் கொடுத்து ஊக்குவித்தும் வந்திருக்கிறார்.

இது போல் எத்தனையோ பேராசிரியர்கள் தம் மாணவர்களுக்கு உற்ற நண்பர்களாய், தகப்பனாய்,தாயாய், ஆதரவுக் கரங்களாய் இருந்திருக்கிறார்கள். நமது மரபு அப்படியான ஒன்று. நம் வேலையிடம் என்பது ஒரு நீடிக்கப்பட்ட குடும்பம். சம்பளத்துக்காக

மட்டுமே மனிதர்களுடன் உறவாடுவது ஒரு எந்திரமயமாக்கல் பண்பாட்டின் நீட்சி. அதுவே இன்று ஐரோப்பாவில் உள்ளது. ஆனால் அதை எதிர்மறையான ஒன்றெனவே நான் பார்க்கிறேன்.

Professional ஆசிரியர்கள் அதிகமானால் மேற்சொன்ன ஆத்மார்த்தமான உணர்வுபூர்வமான ஆழமான ஆசிரியர்-மாணவர் உறவுகள் காலியாகும். பதிலுக்கு பிளாஸ்டிக்கான, போன் செய்தால் வருகிற பீட்சா போன்ற ஆசிரியர்கள் தோன்றுவார்கள். அவர்கள் மாணவர்கள் படித்தாலும் படிக்க முடியாத சிக்கல்களில் மாட்டி இருந்தாலும் தலையிட மாட்டார்கள். அலுவலக நேரம் கடந்து தம் மாணவர்கள் தூக்குமாட்டி செத்தாலும் அக்கறை இருக்காது, "உங்க மாணவர் தற்கொலை பண்ணாருங்க" என்றால் "கவுன்சிலரிடம் பேசிக் கொள்ளுங்க. இல்ல என் அறைக்கு நாளைக் காலை 9: 30க்கு வந்து பார்க்க சொல்லுங்க" என பதிலளிப்பார்கள். நான் இத்தகைய ஆட்களை மதிப்பதே இல்லை. ஆசிரிய வேலை என்பது வேலை அல்ல. அது ஒரு சேவை, அது ஒரு அற்புதமான உறவு.

3) இந்தியாவில் மனிதர்கள் தனிமனிதர்கள் அல்ல. நம்மால் தன் வேலையை தான் மட்டும் கவனிக்கும் பண்பாட்டில் வாழ முடியாது. கூடி வாழ்வதும் கூடி அழிவதுமே நம் வழக்கம். ஐரோப்பாவில் தனிமனிதர்களே அதிகம். அங்கு 12 வயது குழந்தை கூட தானே முடிவெடுத்து தானே தன் செயல்களுக்கு பொறுப்பாகும் உறுதியுடன் இருக்கும். ஆனால் இங்கே கையைப் பற்றி வழிநடத்தவும் தொடர்ந்து அணைத்து ஆறுதல் தரவும் நமக்கு மனிதர்கள் தேவை. இங்கே அதை ஆசிரியர்கள் தொடர்ந்து செய்து வருகிறார்கள். அவர்களுக்கு ஒரு குழந்தைக்கு இரண்டாம் தந்தையாக, தாயாக இருந்து வருகிறார்கள். மேற்கத்திய வறட்டுச் சூழலை இந்தியாவுக்கு கொணர்ந்தால் தமிழகத்து கிராமங்களில் பகவான் போன்ற ஆசிரியர்கள் தோன்றவே முடியாது. மாறாக, ஐந்து நட்சத்திர விடுதி வரவேற்பாளர் போன்றே ஆசிரியர்கள் இருப்பார்கள் பிளாஸ்டிக் புன்னகையுடன் பிளாஸ்டிக் அக்கறையுடன், சதா தான் கண்காணிக்கப்படுகிறோம் எனும் மறைமுக அச்சத்துடன்.

4) இந்த *professional* பாணி என்பது இன்றைய கார்ப்பரேட் யுகத்தின் வியாதிகளில் ஒன்று. கார்ப்பரேட்டுகள் தமக்கு கீழ் செயல்படுபவர்களின் நடவடிக்கைகளை கராறாய் கட்டுப்படுத்த, பிசிறின்றி ஒருங்கிணைக்க விரும்புகின்றன. கார்ப்பரேட்

முதலாளிகள் உங்களது அன்றாட செயல்பாடுகளுக்கு இலக்கணம் வகுப்பார்கள். காற்புள்ளி, அரைப்புள்ளி கூட பிசகாமல் நடந்து கொள்ள வேண்டும் என்பார்கள். கார்ப்பரேட்கள் இவ்வாறு தான் ஆசிரியர்களை மாற்ற நினைக்கிறார்கள்.

ஏன் கார்ப்பரேட்டுகள் இவ்வாறு வரையறுக்கின்றன? கார்ப்பரேட்டுகள் தமக்கு கீழ் பணி செய்யும் மனிதர்களின் நடவடிக்கைகளின் எதிர்பாரா தன்மையை கண்டு அஞ்சுகின்றன. இந்த எதிர்பாரா தன்மை கார்ப்பரேட் அதிகாரத்தின் மீதான எதிர்ப்பாக மாறுகிறது. ஆகையால் எதிர்பாரா செயல்பாடுகளை முழுக்க ஒட்டாக நறுக்க வேண்டுமென கார்ப்பரேட்கள் துடிக்கின்றன. மேலும் மானுட நடவடிக்கைகளை ஒழுங்குபடுத்துவதன் மூலம் கார்ப்பரேட்டுகள் ஒவ்வொரு நொடியையும் லாபகரமாய் மாற்ற நினைக்கின்றன. அதிகாரத்தை செலுத்துகின்றன.

இந்த கார்ப்பரேட் ஒழுக்கவாதம் இன்னும் முழுக்க செலுத்தப்படாத வேலையிடம் என்பது கல்லூரி, பல்கலைக்கழகமே. ஆனால் எதிர்காலத்தில் பல்கலைக்கழகங்களும் சாப்ளினின் “மாடர்ன் ஏஜ்” படத்தில் வரும் ஒரு காட்சியைப் போல ஆகும் என்பதில் ஐயமில்லை.

ஆசிரியரும் அப்பாவும்

என்னுடைய வகுப்பு மாணவர்கள் CIA எனும் உள்மதிப்பீட்டுக்காக கட்டுரைகள் சமர்ப்பிப்பார்கள். அவற்றை நான் கவனமாய் படித்து கஞ்சத்தனமாய் மதிப்பெண்கள் அளிப்பேன். புது கருத்துக்கள், சுயமான பார்வை, விரிவான அலசல், ஓரளவு தப்பில்லாத மொழி என அளவுகோல்கள் வைத்தே கராறாய் மதிப்பிடுவேன். பெரும்பாலான மாணவர்கள் 20க்கு 12 தாண்ட மாட்டார்கள். சமீபத்தில் எங்கள் பல்கலையில் அரைக்கல்வியாண்டின் இடையில் நடத்தும் *mid-sem* பரீட்சைகள் நடந்தன. அதன் விடைத்தாள்கள் என் மேஜைக்கு வந்தன. நான் பாடம் நடத்தாத வகுப்புகளின் விடைத்தாள்கள் (ஆனால் நான் நடத்தும் பாடங்கள்). நான் இந்த தாள்களை தாராள மனதுடன் மதிப்பிட்டு மதிப்பெண்களை அள்ளி வழங்கினேன். சிறு தவறுகள் கண்டாலும் குறித்து விட்டு மதிப்பெண்ணை அதிகம் குறைக்காமல் இருந்தேன். ஏன் இந்த மாணவர்களுக்கு நான் நேரடியாய் அறியாத மாணவர்களுக்கு இப்படி மதிப்பெண்களை தாராளமாய் அளிக்கத் தோன்றுகிறது? ஏன் இந்த மனப்பான்மை என் சொந்த மாணவர்களைப் பொறுத்து ஏற்படவில்லை? இக்கேள்வி என்னை குடைந்து கொண்டிருந்தது.

இன்று காலை எனக்கு உண்மை துலங்கியது. எளிய உண்மைதான்.

நான் இம்மாணவர்களை என் சொந்த குழந்தைகளைப் போல பாவிக்கிறேன். ஆக, இவர்கள் மீது அதிக எதிர்பார்ப்புகள்

வைக்கிறேன். அவர்களால் என்னை சுலபத்தில் திருப்திப்படுத்த முடியாது. அவர்களின் சிறு பிழைகளும் எனக்குப் பெரிதாய் தெரிகின்றன. என் அப்பாவும் என்னிடம் இப்படித்தான் இருந்தார். அவரால் என்னை சுலபத்தில் பாராட்டிக் கொண்டாட முடியவில்லை. நான் தடம் புரண்டு விடுவேனோ என அஞ்சினார். என்னிடம் கராறாய் இருக்க முயன்றார். இது ஒரு *father complex* என தோன்றுகிறது.

இன்று காலை ராஜீவ் எனும் சமூகவியல் பேராசிரியரிடம் இதைப் பற்றி பேசிக்கொண்டிருந்தேன். அவர் சொன்னார்: "ஆச்சரியம்! நானும் இன்று காலை இதைப் பற்றியே யோசித்துக் கொண்டிருந்தேன். கல்லூரி வளாகத்தில், வகுப்புக்கு வெளியே என் வகுப்பு மாணவர்கள் கும்பலாய் கூடி நின்று சிரித்து விளையாடுவதை காணும்போது நான் அதை ரசிக்கிறேன். ஆனால் இதையே வேறு மாணவர்கள் பண்ணும்போது எரிச்சலடைகிறேன். என்ன இது அபத்தமான, அற்பமான விளையாட்டு. இந்த மாணவர்களுக்கு அறிவே இல்லை எனத் தோன்றுகிறது. ஏன் இப்படி இருவிதங்களில் மாணவர்களைக் காண்கிறேன் என வியந்து கொண்டிருந்தேன். இதுவும் *father complex* தான். ஆனால் நாம் இருவருக்கும் ஒரு வித்தியாசம். நீ ஒரு பத்தொன்பதாம் நூற்றாண்டு அப்பாவைப் போல் இருக்கிறாய். நானோ இருபதாம் நூற்றாண்டு அப்பாவாய் நடந்து கொள்கிறேன்..."

"அதென்ன பத்தொன்பதாம் நூற்றாண்டு அப்பா?"

"போன தலைமுறை அப்பாக்கள். தன்னால் முடியாததை தன் மகன் சாதிக்க வேண்டும் என ஏங்கிய அப்பாக்கள். தன் பிள்ளைகள் சுவடு பிழைப்பதை தாங்கிக் கொள்ள முடியாத அப்பாக்கள். எதிர்பார்ப்பின் கயிறுகளால் பிள்ளைகளை கட்டி வைத்த அப்பாக்கள். மிதமிஞ்சிய பிரியத்தால் பிள்ளைகளை நேசிக்கத் தவறிய அப்பாக்கள். ஆனால் இன்றைய அப்பாக்கள் பிள்ளைகள் வாழ்க்கையை பார்க்க கொண்டாடுவதை விரும்புகிறார்கள். அவர்களின் தவறுகளை சுலபத்தில் மன்னிக்கிறார்கள். பிள்ளைகள் என்ன குற்றம் செய்தாலும் அதை கண்ணை மூடி ஏற்கிறார்கள்."

எனக்கு அவர் சொல்வது உண்மை எனத் தோன்றியது. ஜெயமோகனை சு.ரா மறுத்ததற்கும், வாக்னரை நீட்சே கடுமையாய் விமர்சித்ததற்கும், பிராயிடும் லகானும் மனதளவில் விலகி

நின்றதற்கும் இந்த பத்தொன்பதாம் நூற்றாண்டு அப்பா-மகன் முரண்கள் தாம் காரணம். இருபதாம் நூற்றாண்டு அப்பா-மகன் உறவை எழுத்தாளர்கள் இடையே காண இயலுமா? சாருவுக்கும் அவரது சீடகோடிகளுக்குமான உறவு ஓரளவு அப்படியானது தான்.

பேராசிரிய நண்பர் இறுதியில் இப்படி சொன்னார்: "ஆனால் ரொம்ப சுவாரஸ்யமான விசயம் இதுவல்ல. இந்த மாணவர்களுக்கு நாம் பொருட்டே அல்ல. அவர்கள் பின்நவீனத்துவ பிறவிகள். தமது கற்பனைக்குள், தமது கனவுகளுக்குள் வாழும் காற்றுக்குமிழிகள் அவர்கள். அவர்களுக்கு சொந்த அப்பாவே பொருட்டில்லை. ஆசிரியர்கள் அவர்கள் உலகிலேயே இல்லை!"

கல்லூரியில் இறுதிநாள்

நேற்றுதான் அந்த நாள். முதல் கல்லூரி வேலையில் இருந்து வேண்டாவெறுப்பாக விலகும் நாள் (அக்டோபர் 2012).

மாணவர்களிடம் இறுதி வகுப்பு முடிந்து மணியடித்த பின்பான இறுதி சில நொடிகளில் தான் இனி வரமாட்டேன் என சொன்னேன். குரலை வறட்சியாக்கிக் கொண்டு மனதை சமநிலைப்படுத்திக் கொண்டு கண்களை வேறு திசையில் வைத்துக் கொண்டு சொன்னேன். அவர்கள் பெரும்பாலும் “ஏன் சார் போறீங்க?” என்று தான் கவலையாக கேட்டார்கள். “போக வேண்டிய நிலைமை” என்று மட்டும்தான் சொல்ல முடிந்தது. எனக்கு மிகவும் பிடித்தமான வகுப்புகளை விட்டு இறுதியாக பிரியும்போது ஒரு விபத்தை சந்திக்கும் முன்னான அந்த சில நொடிகளை போலத்தான் இருந்தது.

“நீங்க போகாதீங்க. இருங்க” என மாணவர்கள் உருக்கமாக வந்து சொன்னார்கள். ஆசிரிய வேலை என்பது வெறும் ஒரு பணி அல்ல, அது ஒரு பந்தம் என எனக்குப் புரிந்தது. கல்வியையும் சார்பையும் கடந்து ஒரு பாத்தியதை அது. பொதுவாக நான் மாணவர்களிடம் உணர்ச்சிகரமாக உறவாடுவதில்லை. ஒரு ஆரோக்கியமான இடைவெளி வைத்துக் கொள்வேன். அதையும் மீறி சிலர் நெருக்கமாகும்போது நண்பர்களாக்கிக் கொள்வேன். அவர்களையும் பிறரிடம் நண்பன் என்றே அறிமுகப்படுத்துவேன்.

இவ்வளவு அன்பைப் பெற உண்மையில் என்ன தான் செய்தேன் என நேற்று வியந்தேன். உண்மையில் அன்பைப் பெற நாம் அன்பை நேரடியாகத் தர வேண்டியதே இல்லை. வேறு எத்தனையோ கண்காணா முறைகளில் அன்பு செலுத்தப்பட்டு வாங்கப்படுகிறது. அதனாலே அன்பு நம்மை நெகிழவும் கோபாவேசம் கொள்ளவும் வைக்கிறது.

மாணவர்கள் தங்கள் சக்திக்கு மீறின பரிசுகளை கொண்டு வந்து தந்தார்கள். எனக்கு வாழ்வில் கிடைத்த மிக உயர்ந்த பரிசுகளாக அவற்றை நினைக்கிறேன். ஒரு மாணவி நீண்ட நாலுபக்க கடிதம் ஒன்றை பரிசுடன் இணைத்திருந்தாள். பரிசை விட எழுத்து பெரிது. அதன் வழி அவளது இதயத்தை பறித்து தருவதாகவே நினைத்துக் கொண்டேன்.

ராஜினாமா கொடுத்த பின்னான இந்த ஒரு மாதமும் நான் மிக இயல்பாக இருக்க முயன்றேன். ஆனால் இறுதி இரு நாட்கள் மனம் மிகவும் சோர்வுற்றுப் போனது. தொடர்ந்து எதிலும் அது தங்கவில்லை. எதையெதையோ யோசித்து எதையும் சரியாய் கவனிக்காமல் இருந்தேன். துக்கத்தை மறைக்க முயன்றதாலோ ஏனோ அது என்னை மிகவும் பாதித்தது. போகும் வழியில் வண்டி பெட்ரோல் இன்றி நின்று விட்டது. பெட்ரோல் காலியானதை கூட கவனிக்க முடியாதபடி மனம் கலங்கிப் போயிருந்தது.

கல்லூரி போன்ற எந்த நிறுவனத்தின் கீழுள்ள வேலையும் எனது அசலான அடையாளமல்ல என நிஜமாக நம்பினேன். அதனாலே இந்த வேலை மாற்றத்தை சகஜமாக எடுத்துக் கொள்ள முயன்றேன். எந்த வேலையும் ஒன்றுதான், அற்பமானதுதான் என எனக்குள்ளே மீண்டும் மீண்டும் சொல்லிக் கொண்டேன். ஆனால் அடிப்படையில் நான் மனிதன். மனிதர்களுடனான உறவு மிகவும் முக்கியமானது, ஆசிரிய வேலை என்பது மனித உறவுகளின் பெரும் வலைப்பின்னலின் மையத்தில் இருப்பது என்பதை என்பதை புரிந்து கொள்ள தவறிவிட்டேன்.

மனிதர்களைப் பிரிவது என்பது விபத்தில் ஒரு அங்கத்தை இழப்பது போல. கோமாவில் சில நாட்களை, மாதங்களை மறப்பது போல. அதற்கு நிவர்த்தியே இல்லை.

இறுதி நாள் அன்று எனக்கு அக்கல்லூரியில் எனது முதல் வேலை நாள் நினைவு வந்தது. ஏற்கனவே நான் படித்த கல்லூரியில்

நான் ஊனமுற்றவன் என்று காரணம் காட்டி வேலை மறுத்த நிலையில் நான் இக்கல்லூரிக்கு சென்று துறைத்தலைவர் திருமதி.ரோஸலிண்டை பார்த்தேன். அவரிடம் ஒன்றே ஒன்று சொன்னேன்: "எனக்கு வேலை அனுபவம் இல்லை. ஆனால் மிகுந்த விருப்பமும் பற்றும் இவ்வேலையில் உள்ளது. ஒரு வாய்ப்பு தாருங்கள்". அவர் என் கண்களை மட்டுமே புன்னகையுடன் பார்த்துக் கொண்டிருந்தார். பிறகு ஒரு வகுப்புக்கு சென்று பாடமெடுக்க சொன்னார். வகுப்பு முடியும் தறுவாயில் அவர் வந்து இறுதி பெஞ்சில் அமர்ந்து கவனித்தார். சில ஆலோசனைகள் சொன்னார். அடுத்து சில வகுப்புகளுக்கு போகச் சொன்னார். இவ்வாறு நான் வேலை கேட்டுப் போன அன்றே என் முதல் வேலை நாளும் துவங்கியது. அன்று *day order 1*. நேற்று நான் வேலையில் இருந்து பிரியும் போதும் *day order 1* தான். அன்று போன அதே வகுப்புகளுக்கு திரும்பவும் போய் வந்தபோது ஏதோ முதல் நாள் கல்லூரியில் இருப்பதுபோல இருந்தது.

ஒரு மாணவன் ஒரு சிறு பரிசை கையில் வைத்து அழுத்தி விட்டு என்னை ஏன் பிடிக்கும் என்பதற்கு ஒரு காரணம் சொன்னான்: "நீங்க மட்டும்தான் எங்களைப் பார்த்து கத்த மாட்டீங்க. எப்பவும் அமைதியா வகுப்பில் நடந்துப்பீங்க". இதை நான் என்றுமே பொருட்டாகவே நினைத்ததில்லை. மேலும் மற்றவர்கள் மாணவர்களை கடிந்து கொள்வார்கள் என்றும் எனக்குத் தெரியாது. கடிந்து கொள்வது கூட அன்பால் அக்கறையால் இருக்கலாம். ஆனால் ஒருவருக்கு நம்மை ஏன் பிடிக்கிறது என்பது இதுபோல் விநோதமான பல காரணங்கள் இருக்கக்கூடும். அந்த பட்டியலில் நாம் முக்கியமாக கருதுபவை இருக்காமல் போகலாம்.

எனக்கு மாணவர்களை பிடிப்பதற்கு இதுவும் ஒரு காரணம். அவர்கள் அன்புக்கு மரியாதைக்கு ஏங்குகிறார்கள். அதை வெளியே சொல்ல நம்மைப் போல் அவர்களுக்கு எந்தத் தயக்கமும் இல்லை.

கல்வியில் மதத்தின் இடம் என்ன?

1

முகநூலில் ஷோபா சக்தி கல்வி நிலையங்களில் மதசார்பு இருக்கக் கூடாது என ஒரு பதிவு இட்டிருந்தார். அவரது பதிவின் பின்னணியுடன் தொடர்பின்றி எனக்கு வேறொரு கருத்து தோன்றியது. இந்திய சூழலில் மதத்தின் மெய்யியலுடன் சற்றும் தொடர்பற்ற ஒரு வறட்டுத்தனமான பகுத்தறிவு கல்வி இங்கே நம் பள்ளி கல்லூரிகளில் அளிக்கப்படுகிறது. அது இங்கே ஒருவித பண்பாட்டு வறுமையை ஏற்படுத்தி உள்ளது. இதைப் பற்றி நான் என் முகநூல் பக்கத்தில் எழுதினேன்.

// மத சார்பின்மை மாணவர்களை மழுங்கடித்து விடுகிறது என்பது என் எண்ணம். அறிவுடன் உணர்ச்சிகரமான கவித்துவமான பிடிப்பு ஏற்பட ஒரு மீபொருண்மை ஆர்வம் வேண்டும். அதை மதம் தரலாம். மத ஈடுபாடின்மை ஒரு வறட்டுத்தனமான தட்டையான தர்க்க கல்விக்கு மட்டுமே வழிவகுக்கும்.//

இதைத் தொடர்ந்து என் முகநூல் பக்கத்தில் எனக்கும் தேவா சத்யாவுக்கும் மற்றும் பூவண்ணன் கணபதிக்கும் நடந்த சிறு விவாதம் இது. இரு பகுதிகளாய் அதை உங்களுடன் பகிர்கிறேன்.

தேவா சத்யன்: மதச் சார்பும் மாணவர்களை சிந்திக்க விடுவதில்லை எனவும் யோசிக்கலாம் இல்லையா?

நான்: அது மிகுதியான உணவு வியாதியை வரவழைப்பது போல. அதற்காக நாம் பட்டினி கிடப்பதில்லையே

தேவா சத்யன்: லேசானதை சாப்பிடச் சொல்கிறீர்களா?

நான்: தேவ சத்யன் ஒரு சமநிலை, மையமான போக்கு நல்லது என்கிறேன்.

தேவா சத்யன்: அனைத்தையும் கடவுள் தந்த பரிசு என்றும், கடவுள் தந்த தண்டனை என்றும் நினைத்துக் கொண்டு வாழ்வதில் என்ன பெரிய அர்த்தம் இருக்கிறது? அனைத்தும் இம்மண்ணில் இயற்கையாக நிகழ்வதுதானே?

நான்: தேவ சத்யன், வாழ்வின் இருப்பு பற்றின கேள்விகளை பரிசீலிக்க கடவுள் ஒரு கதாபாத்திரமாக, குறைந்தபட்சம் ஒரு சிந்தனைத் தரப்பாக வேண்டும். எந்த மதமும் இவ்வாழ்வை கடவுள் நேரடியாய் கட்டுப்படுத்துவதாய், தர்க்க நியாயத்துடன் வழிநடத்துவதாய் கூறவில்லை. பழைய ஏற்பாட்டில் ஜோப்பின் கதையை கேள்விப்பட்டிருப்பீர்கள். கடவுள் அவனை ஏன் அப்படி நோகடிக்கிறார் என்பதற்கு விடையில்லை. உலகின் பல கொடூரமான துன்பங்களுக்கும் விடையில்லை. அறிவியலில் கூட. ஆக, அவற்றை பரிசீலிக்க இறையியலும் தத்துவமும் அவசியம்.

கடவுள் நம்பிக்கை தேவை என நான் கூறவில்லை. மதம் இந்த மீபொருண்மை சிந்தனைக்கான ஒரு வலுவான தளத்தை நமக்குத் தருகிறது. உங்களுக்கு கீதாவையும், யோகாவையும், தியான முறைமைகளையும் இயல்பாகவே கற்றுத் தருகிறது. நம் பள்ளி, கல்லூரிகள் இந்த தரப்பை முழுக்க நிராகரிக்கின்றன. ஒரு மாணவனின் அப்பா காலமாகும்போது அவன் தத்தளிக்கிறான். அவனது தடுமாற்றத்திற்கு பள்ளி / கல்லூரி கல்வியில் எந்த தீர்வும் இல்லை. நாளை அவன் வளர்ந்து திருமணம் செய்து கொண்ட பின் அவன் மனைவி அவனை கைவிட்டு பிரிந்து செல்லும் போது, அல்லது அவனுக்கு மூளை வளர்ச்சியற்ற குழந்தை பிறக்கும்போது அவன் மனம் கலங்கி தவிக்கிறான். அப்போது அவனை தவிக்க செய்வது ஏன் எனக்கு இப்படி ஆகிறது? ஏன் இந்த துன்பம்? எனும் கேள்விகள் தாம், அக்கேள்விகளுக்கு அவனால் விடை காண முடியாததுதான் அவனை பித்தாக்குகிறது. குடித்து சீரழிவதைத் தவிர அவனுக்கு அப்போது வேறு வழிகள் இராது. ஏனெனில் அப்பிரச்சனைகளை யோசிப்பதற்கான, எதிர்கொள்வதற்கான

எளிய உபாயங்களை கூட நம் கல்வி அமைப்பு அவனுக்கு சொல்லித் தருவதில்லை. இதைப் பற்றி தான் நான் இந்த சந்தர்ப்பத்தில் யோசிக்கிறேன்.

தேவா சத்யன்: மதத்தினால் மாத்திரம்தான் ஒரு மனநிலை சமநிலைத் தன்மையை அடையும் என்றால் அதிதீவிர மத பக்தியை கற்றுக் கொடுக்கும் ஒரு வழிபாட்டுத்தலத்தில் நின்றுகொண்டு நாம் சமநிலையை எவ்வாறு கற்க முடியும்? நாம் சூழ்நிலைக்கு தக்கபடி அந்தந்த பகுதியிலுள்ள மதவழிபாட்டுத் தலங்களுக்குச் செல்வோம். சில இடங்களில் 24 மணிநேரமும் மதத்தையே கவனித்துக் கிடக்கிறார்கள். நல்லதோ கெட்டதோ அனைத்திற்கும் கடவுள்தான் காரணம். கொஞ்சம் கூட சிந்திப்பதில்லை. இப்போது மதம் மனிதனை விழுங்க அல்லவா செய்கிறது. சமநிலையுடன் ரசிப்பதற்கு மாத்திரம் இங்கு யாரும் மதத்தை பயன்படுத்தவில்லை.

நான்: தேவ சத்யன் எதையும் நாம் உள்வாங்கி பயன்படுத்துவதில் தான் இருக்கிறது. நான் கோயில் பூஜை புன்ஸ்காரங்களை குறிப்பிடவில்லை. மதநூல்களை நீங்கள் இன்றைய லௌகீகமான மொழியிலே கூட விவாதிக்கலாம்.

தேவா சத்யன்: மதத்திற்காக மாத்திரமே உதவும் சிலரை கண்டிருக்கிறேன் சார். ஒருவன் மரணம் சார்ந்த இழப்பில் இருக்கும்போதுகூட மதம் சார்ந்த சுயநலவாதிகளின் ஆறுதலைவிட பிற மதத்தைச் சார்ந்த நண்பனே போதுமானது

நான்: மிதமிஞ்சிய மத ஈடுபாடு ஒரு சமூகமாக்கல் செயல்பாடு தான். அது சாதிய ஈடுபாடு போன்றது.

அதேபோல பிராந்தியம் சார்ந்த பாசம் உள்ளது. சமூகத் தொண்டிலும் குருட்டுத்தனம் உள்ளது. நான் ஒரு நண்பரிடம் எனக்கு சக்கரநாற்காலி வாங்க உதவி கேட்டேன். அவர் அறக்கட்டளை ஒன்றை நடத்தி வருகிறார். அவர் சொன்னார் "நாங்கள் இளைஞர்கள் கல்விக்கு மட்டுமே உதவி செய்வோம்." இதுவும் ஒரு குறுகின நிலைப்பாடு என எனக்குத் தோன்றியது. மனிதன் தன்னை குறுக்கிக் கொள்ளாத இடமே இல்லை.

இது உண்மையில் மதத்தின் பிரச்சனை அல்ல. மதம் நம்மை குறுங்குழுவாதம் நோக்கி செலுத்துவதில்லை. மாறாக நாம் மதத்தை அவ்வாறு பயன்படுத்துகிறோம். கல்வித்துறை மதத்தை ஒரு

அறிவியக்கமாக பார்ப்பது, நமது முக்கியமான மதப்பிரதிகளை மாணவர்களுக்கு ஆழமாய் கற்றுத் தருவது இப்பிரச்சனைக்கு தீர்வளிக்கும்.

2

அடுத்து மதசார்பற்ற கல்விச் சூழல் பற்றி பூவண்ணன் கணபதியின் கருத்துக்களும் என் எதிர்வினையும்.

பூவண்ணன் கணபதி: மதங்கள், கடவுள்கள் மீதான வெறுப்பு வேறு, அதன் மீதான சந்தேகங்கள் ,நம்பிக்கையினமை ,தர்க்கம் சார்ந்த மறுத்தல்கள் வேறு.

மத நம்பிக்கைதான் மாட்டுக்கறியை, ஒரே கோத்திர காதலை,பன்றிக்கறியை ,திருமணம் சார்ந்த, கைம்பெண் சார்ந்த சடங்குகளை தூக்கி பிடிக்கவோ மூர்க்கமாக மறுக்கவோ வைக்கிறது.

கலையே நம்பிக்கையின்மையின் காரணமாக எழும் ஒன்றாக தான் எனக்கு தோன்றுகிறது.

நான்: "மதங்கள், கடவுள்கள் மீதான வெறுப்பு வேறு, அதன் மீதான சந்தேகங்கள், நம்பிக்கையின்மை, தர்க்கம் சார்ந்த மறுத்தல்கள் வேறு.

மத நம்பிக்கைதான் மாட்டுக்கறியை, ஒரே கோத்திர காதலை, பன்றிக்கறியை, திருமணம் சார்ந்த, கைம்பெண் சார்ந்த சடங்குகளை தூக்கி பிடிக்கவோ மூர்க்கமாக மறுக்கவோ வைக்கிறது."

முதலில் இக்கருத்தை விவாதிப்போம்.

எந்த ஒரு சமூகக் குழுவும் தனக்கான அடையாளங்கள், நம்பிக்கைகள், சடங்குகளை கொண்டிருக்கும். அது தன்னைச் சுற்றி ஒரு எல்லையை வகுக்கும். அப்போது தன் எல்லைக்கு வெளியே உள்ளோரை மற்றமையாக கட்டமைக்கும். நீங்கள் குறிப்பிடும் மாட்டுக்கறி வெறுப்பு, சாதி மீறிய உறவுகளை வன்மத்துடன் எதிர்ப்பது, விதவைகளை எரிப்பது போன்ற பல எதிர்மறையான சமூக வழக்கங்கள் இப்படி ஒரு சமூகம் தன்னை வரையறுத்துக் கொள்வதற்கான முயற்சிதான்.

இன்று நாம் ஒரே சமயம் நம்மை தனித்துக் காட்டவும், இன்னொரு

பக்கம் நம்மை அனைத்து சமூகங்களுடனும் இணங்கிப் போகிறவர்களாக சித்தரிக்கவும் விரும்புகிறோம். அலுவலகத்தில், வணிக தலங்களில், பொது இடங்களில் அடையாளமற்றவர்களாக, வெளிப்படையாய் மதமற்றவர்களாக, சாதியற்றவர்களாக இருக்கிறோம். ஆனால் வீட்டுக்குள், திருமணம் உள்ளிட்ட சமூகமாக்கல் நிகழ்வுகளில் சாதிய, மத அடையாளங்களை சுமந்தவர்களாகவும் இருக்கிறோம். இது இன்றைய நவமுதலாளித்துவ சூழலின் நிர்பந்தம் காரணமாய் விளைந்த ஒன்று.

இந்துத்துவாவையும் நான் இப்படித்தான் பார்க்கிறேன். ஒருவித சுயமுரண் கொண்ட இருப்பு இவ்வகை மக்களுடையது. இஸ்லாமிய நண்பர்களுடன் இனிமையாய் பழகும் இந்துத்துவர்களை அறிவேன். ஆனால் ஏதோ ஒரு எல்லையை வகுத்திருப்பார்கள். கோட்டுக்கு அந்தப் பக்கம் போனதும் இஸ்லாமியர் மீது வெறுப்பை உமிழ்வார்கள்.

நவீன கல்வி கைம்பெண் கொடுமை, தீண்டாமை போன்ற சமூக தீங்குகளை அழித்ததாய் நான் கருதவில்லை. நவீன முதலாளித்துவம் அதை செய்தது. நவீன கல்வி அம்மாற்றத்துக்கான ஒரு கதையாடலை, தர்க்கத்தை, மொழியை உருவாக்கிக் கொடுத்தது.

அதாவது குழுவாதம், குழு அடையாளம், அது சார்ந்து தோன்றும் இருமை ஆகியவையே பிரச்சனைகள். மதமும் சாதியும் இதற்கு ஒரு வடிவத்தை, சடங்கு, நம்பிக்கைகள், தொன்மங்கள் ஆகியவற்றை அளிக்கின்றன. ஒரு கொலைகாரன் பச்சை சட்டை போட்டிருக்கிறான். நீங்கள் கொலைகாரனை பழிப்பீர்களா அல்லது பச்சை சட்டையை கைது செய்வீர்களா? மதம் என்பது அந்தப் பச்சை சட்டை தான்.

நான் இவ்விசயத்தில் மார்வின் ஹாரிஸ்ஸின் தரப்பை எடுக்கிறேன். அவர் ஓரிடத்தில் தென்னமெரிக்க பழங்குடி குழுக்களிடையே உள்ள படையெடுப்பு வழக்கத்தை ஆய்வு செய்கிறார். ஒவ்வொரு ஆண்டும் இப்பழங்குடிகளிடையே மக்கள் தொகை அதிகரிக்கையில் குழுக்கள் பரஸ்பரம் படையெடுத்து சென்று எதிரி பழங்குடிகளை கொன்றழிப்பார்கள். உடனே மக்கள் தொகை குறையும். குறைந்ததும் பழங்குடிகள் இடையே இணக்கம் தோன்றும். வன்முறை மறையும். இம்மக்களுக்கு நிறுவனவாத மதம் இல்லை. எளிய நம்பிக்கைகளை கொண்ட அடிப்படையான ஒரு பண்பாடு மட்டுமே உள்ளது.

ஆக, இந்த கொலை வெறி எங்கிருந்து வருகிறது?

இவர்களுக்கும் இந்துத்துவர்களும் உள்ள வித்தியாசம் என்ன? பண்பாட்டு ரீதியில் இந்துத்துவர்கள் இன்னும் சிக்கலான வாதங்களை, சடங்குகளை, தொன்மங்களை கொண்டிருக்கிறார்கள். அதிக பணமும் ஆயுதங்களும் அதிகாரமும் பெற்றிருக்கிறார்கள். ஆனால் இந்து மதம் என ஒன்று இல்லாவிடிலும் வேறு ஏதாவது வகையில் ஒரு தேசிய இனக்குழுவாய் தம்மை கட்டமைத்து அவர்கள் உருவாகி வந்திருப்பார்கள். இந்துத்துவாவை கட்டமைத்த முன்னோடிகள் (சாவார்க்கர் உள்ளிட்ட) நாத்திகர்கள் என்பதை அறிவீர்கள்தானே?

மார்வின் ஹாரிஸ் கிறித்துவம் எப்படி மற்றும் ஏன் கர்த்தரை ஒரு தேவதூதனாக, இறைவனாய் கட்டமைத்தது, ரோமப் பேரரசின் மதசார்புக்கும் இதற்குமான தொடர்பு என்ன, பதினாலாம் நூற்றாண்டில் துவங்கி கிறுத்துவம் சிலுவைப்போர்களும், சூனியக்காரிகள் மீதான வேட்டையையும் ஏன் பரவலாய் நடத்தியது, இதன் பின்னால் எப்படி சமூக அரசியல் காரணிகள் இருந்தன, இந்த வன்முறை எப்படி மத ஈடுபாடு அல்லது வெறுப்பினால் தூண்டப்பட்டு நிகழவில்லை, சமூக பொருளாதார காரணிகளே இந்நிகழ்வுகளை தூண்டின என "பசுக்கள், பன்றிகள், போர்கள் மற்றும் சூனியக்காரிகள்" நூலில் நிறுவுகிறார்.

இந்துக்களுக்கு பசு புனிதமானதும், இஸ்லாமியருக்கு பன்றி ஹராம் ஆனதும் மத நம்பிக்கைகளால் அல்ல, லௌகீகமான சில தேவைகளுக்காய் இந்த நம்பிக்கைகள் உருவாக்கப்பட்டன என்கிறார். மதம் இல்லை என்றால் இதே போன்ற நம்பிக்கைகளை அறிவியலும் உருவாக்கும். உ.தா., கொழுப்பு மிக்க உணவுப்பொருட்கள் உடல்நலத்துக்கு கேடு எனும் நம்பிக்கையை அறிவியல் பரப்பியது. ஆனால் சர்க்கரை அதை விட கேடானது என்பதை அறிவியல் மறைத்தது. ஏனென்றால், பெரும் ஆய்வுகளுக்கு நிதி அளிக்கும் கார்ப்பரேட்டுகள் துரித உணவுகளின் விற்பனை பாதிக்கப்படுவதை ஒருக்காலும் விரும்ப மாட்டார்கள். எல்லா காலங்களிலும் நமக்கு அவசியமான சில சமூக பொருளாதார அரசியல் தேவைகளுக்கு ஏற்ப நம்பிக்கைகள் உற்பத்தி செய்யப்படுகின்றன. நாம் இதற்கு மதத்தை குற்றம் சாட்டுவது அபத்தம்.

மதம் என்பது இங்கே ஒரு சாக்குபோக்கு மட்டுமே. குழுவாத வெறுப்பு இல்லாமல் சமூக கட்டமைப்பே சாத்தியமில்லை.

இந்த வெறுப்பை வன்முறையாய் வளர்க்காமல் இருக்க பண்பற்ற சமூகங்கள் வழிமுறைகளை அறிந்திருக்கும். மதம் இந்த வன்முறையை தூண்டுவதாய் நான் நம்பவில்லை. மதம் அதற்கு ஒரு வடிகாலைத் தருகிறது. மதம் இல்லாவிடிலும் வேறு வழிகளில் வன்முறை பரவும்.

சில மத பிரதிகள் மற்றமை மீதுள்ள கடும் குரோதத்தை நான் அறிவேன். ஆனால் அது மதத்தின் பிரதான அம்சம் அல்ல. பெரியாரிடம் பிராமண வெறுப்பு உண்டு. ஆனால் பெரியார் அது மட்டுமே அல்ல. அவர் தன் காலத்தின் அத்தனை பெருங்கதையாடல்களையும் மறுத்து உடைத்தெறிந்தவர். நாம் இன்று பெரியாரில் நமக்குத் தேவையானதை எடுத்துக் கொள்கிறோம். மதத்திலும் அப்படி செய்ய இயலும். உன் மதத்தை ஏற்காதவரின் தலையை கொய்திடு என ஒரு மத நூலில் ஒரு வாசகம் இருக்கலாம் - அதை நாம் புறக்கணிக்க வேண்டும்.

மாறாக, நம் வாழ்வை, நம் அகத்தை, நம் இருப்பை ஆழமாய் பரிசீலிக்கும் ஒரு பகுதி மதத்தில் உள்ளது. அதை நாம் பிரதானப்படுத்த வேண்டும். அதை நாம் முழுக்க கைவிட்டால் பின்னர் அதனால் மக்கள் வாழ்வில் வெறுமை அடையும் போது ஒரு பக்கம் மதவாத அரசியல்வாதிகளும் கார்ப்பரேட் சாமியார்களும் இம்மக்களை வேட்டையாடுவார்கள்.

இச்சூழலுக்கு பிரதான காரணம் நமது மதசார்பற்ற நவீன கல்வி தான் எனச் சொல்வேன். மதம் என்றாலே பிற்போக்கானது, நகைப்புக்குரியது எனும் எண்ணத்தை அது மாணவர்களிடம் இன்று விதைத்துள்ளது. ஒரு பக்கம் இவர்கள் மத சடங்குகள், அடையாளங்களை வெளியே முன்னெடுக்கிறார்கள். ஆனால் கல்வித்துறை சூழலில் மதபிரதிகளை கேலி செய்கிறார்கள். இந்த இரட்டை நிலையை பாதிரியார் ஆவதற்கான பயிற்சியில் உள்ள மாணவர்களிடத்து கூட நான் இன்று காண்கிறேன்.

இந்தியாவின் இறையியல் பண்பாட்டில் இருந்து ஷோப்பன்ஹெர், நீட்சே, ஹைடெக்கர் போன்றோர் தூண்டுதல் பெற்று முக்கியமான தத்துவங்களை உருவாக்கினார்கள். ஆனால் நாம் விநாயகர் ஊர்வலங்களைத் தாண்டி செல்லவில்லை. இங்கு ஒரு பெரும் தத்துவப் பண்பாட்டு வறுமை உள்ளது. நமது தமிழ் இலக்கியக் கல்வியை எடுத்துக் கொள்வோம். அயோத்திதாசர் பல அற்புதமான

ஆய்வுகளை குறள் சார்ந்து செய்துள்ளார். அதை ஒரு பௌத்த பிரதியாக அவர் ஆழமாய் நிறுவுகிறார். நான் அழுக்காறாமை அதிகாரத்தை எடுத்துக் கொண்டு, அதன் பௌத்த நிலைப்பாட்டை அலசி ஒரு கட்டுரையை சமீபத்தில் பிரசுரித்தேன். ஆனால் நீங்கள் எந்த தமிழ் வகுப்பிலாவது இந்த மெய்யியல் விவாதத்தை திருக்குறள் சார்ந்து பார்க்க முடியுமா? எல்லா தமிழாசிரியர்களும் குறளை அதன் மொழியழகைக் கடந்து தரிசிப்பதில்லை. இந்த தயக்கத்துக்கும் நமது மாநிலத்தில் உருவான பகுத்தறிவு எழுச்சிக்கும் ஒரு தொடர்பு நிச்சயம் உள்ளது. நவீன விஞ்ஞானத்தை மிகையாக வழிபடும் நோக்கும் இதற்கு பங்காற்றி உள்ளது.

அடுத்து நீங்கள் சொல்கிறீர்கள்:

"கலையே நம்பிக்கையின்மையின் காரணமாக எழும் ஒன்றாக தான் எனக்கு தோன்றுகிறது."

ஆனால் கலை அவநம்பிக்கையில் இருந்து தோன்றுவதில்லை. அது முரண்பாட்டில், மறுப்பில், விசாரணையில் இருந்து தோன்றுகிறது. நீங்கள் உங்களுக்கு உவப்பில்லாத, ஏற்பில்லாத ஒன்றில் ஈடுபாடு காட்டி அதை எதிர்க்கும் போது கலை உருவாகிறது. ஆனால் உதாசீனத்தில், புறக்கணிப்பில் கலை இயங்க முடியாது. இது மூடநம்பிக்கை. இது கிறுக்குத்தனம். இது படிப்பறிவற்றவனின் செயல் என ஒன்றை மறுத்து கடப்பது ஒரு சிந்தனையாளனின், படைப்பாளியின் செயல் அல்ல. தனக்கு உடன்பாடில்லாதத்தில் ஈடுபாடு காட்டி அதை அறிந்து அதனுடன் பொருதி அதை மறுத்து புதிதாய் ஒன்றாய் அவன் உருவாக்க வேண்டும். நமது நவீன கல்வி மதத்தின் மீது கொண்டுள்ளது ஒரு பகுத்தறிவு தீண்டாமை. அது ஆபத்தானது!

ஒரு கல்லூரியை எப்படித் தேர்ந்தெடுப்பது?

நான் பொதுவாக வாசகர் கடிதங்களை வெளியிடுவது அபத்தம் என நினைப்பவன். பொதுவெளியில் எழுத நினைத்தால் அதை வாசகர்களே செய்யலாம். ஆனால் மாறாக ஒரு சுவாரஸ்யமான கேள்வியை நண்பர் ஒருவர் கேட்டிருந்தார். படிப்பதற்கு ஒரு நல்ல கல்லூரியை எப்படி தேர்ந்தெடுப்பது? என் பதில் ஒரு பொது விவாதத்திற்கு தேவையானது என தோன்றுவதால் பிரசுரிக்கிறேன். இனி...

பேராசிரியர் அவர்களுக்கு,

நான் ஒரு குறிப்பிட்ட பல்கலையில் பட்டப் படிப்பில் சேர்வதற்கு முன் தங்களின் ஆலோசனையைப் பெற விரும்புகிறேன். அப்பல்கலை, பட்டபடிப்பு, பாடத்திட்டம் பற்றிய குறிப்பேட்டை இதனுடன் அனுப்பியிருக்கிறேன். தங்களின் கருத்தினைக் கேட்க அலைபேசியில் அழைக்கலாம் எனில், அலைபேசி எண், எப்போது அழைக்கலாம் உள்ளிட்ட விவரங்களைத் தெரிவிக்கவும்.

இப்படிக்கு,
ஜே.தோமஸ் ஜேசன்
உயிர்மை வாசகன் &
முகநூல் நண்பன்

அன்புள்ள தோமஸ் ஜூசன்

பாடத்திட்டத்தைப் பார்த்தேன். பழைய ஒன்றுதான். ஆனால் பொதுவாக அது எப்படி இருந்தாலும் ஒரு துறையை கல்லூரி அளவில் ஆழமாகவோ ஆத்மார்த்தமாகவோ கற்பது சிரமம். கல்லூரிப் படிப்பு படிப்புக்கானது அல்ல. படிப்பை நாம்தான் சுயமாக மேற்கொள்ள வேண்டும். ஆனால் கல்லூரி நமக்கு கல்விச் சூழலில் மூழ்குவதற்கான ஒரு நல்ல வாய்ப்பை அளிக்க வேண்டும். அங்குள்ள பண்பாட்டில் இருந்து நாம் நிறைய கற்க வேண்டும். எனக்கு காலிகட் பல்கலையை பற்றித் தெரியாது. ஆனால் எந்த கல்லூரியை தேரும் முன்னரும் பாடத்திட்டத்தை பார்க்காதீர்கள். பாரம்பரியத்தைப் பாருங்கள். நீண்ட பாரம்பரியம் கொண்ட கல்லூரிகள் சட்டதிட்டங்களை விட சுதந்திரமான ஆளுமை வளர்ச்சிக்கு அதிக இடம் அளிக்கும்.

விரிவாக சொல்வதானால் சாக்ரடீஸ் தன் மாணவர்களுக்கு வகுப்பெடுத்ததுபோல் நம் கல்லூரி வகுப்புகள் இராது. சாக்ரடீஸ் விவாதங்கள் வழி கருத்துக்களை வளர்த்தெடுக்க விரும்பினார். அதற்கு நான்கு அடிப்படை தேவைகள்:

1. குறைவான எண்ணிக்கையில் ஆர்வமுள்ள மாணவர்கள்.
2. நேரக் கட்டுப்பாடு இல்லாமல் வகுப்பை எப்போதும் ஆரம்பித்து எப்போதும் முடிக்கும் சாத்தியம்.
3. பாடத்திட்டம் இல்லாமல் ஆசிரியரின் தீட்சண்ணியப்படி வகுப்பை நடத்தும் சுதந்திரம் (மேலை நாடுகளில் சிந்தனையாளர்களே தம் பாடத்திட்டத்தை வகுத்த வரலாறு உண்டு. உ.தா: பூக்கோ)
4. சொந்த கருத்துக்களும் ஆழமான வாசிப்பும் கொண்ட ஆசிரியர்கள்.

நம் கல்லூரிகளில் மேற்சொன்ன நான்கில் ஏதாவது மூன்று இருக்காது. பாடத்தை முடிப்பதும், மாணவர்களை கட்டுப்பாட்டில் வைப்பதுமே ஆசிரியரின் பிரதான அக்கறையாக இருக்கும்.

மேலும் கல்லூரிப் படிப்பு மிக மிக விரிவானது. தத்துவம், இலக்கியம், வரலாறு, சமூக அறிவியல் துறைகள் எல்லாம் மிக மிக பரந்து பட்டவை. கறாராய் பாடத்திட்டத்தின் படி நீங்கள்

ஒரு வரலாற்று பூர்வமான புரிதலை மட்டுமே எந்த துறை பற்றியும் பெற முடியும். அதாவது ஒரு டி.வி மேனுவலை வாசிப்பது போல. ஆனால் டி.வி எப்படி இயங்குகிறது என உங்களுக்கு ஒரு போதும் தெரியாமல் இருக்கும்.

ஒரு துறையை ஆழமாக படிக்க விரும்புபவர்கள் ஒரு கல்லூரியையும் அதன் ஆசிரியர்களையும் நம்பி செல்லக் கூடாது. கணிசமான வகுப்புகள் சராசரி மாணவர்களை பரீட்சையில் தேற வைக்கும் நோக்கில்தான் நடக்கும். திறமையான மாணவர்கள் கைவிடப்பட்டதாகவே உணர்வர்.

தொடர்ந்து ஐந்தில் இருந்து பத்து வருடங்கள் தொடர்ந்து சுயமாய் பயில்வதன் வழி தான் நீங்கள் ஒரு துறையை சரியாய் அறிய முடியும். பெரும்பாலும் உங்கள் ஆசிரியர் காட்டுகிற வழிக்கு நேர்மாறாக நீங்கள் போக வேண்டி இருக்கும்.

நான் இளங்கலை ஆங்கிலம் படிக்கும்போது முதல் மூன்று மாதங்கள் வகுப்புகளுக்கு சென்று தேவையான வருகைகளை பெற்று விடுவேன். அடுத்த மூன்று மாதங்கள் என் விருப்பத்திற்கு ஏற்ப வகுப்புகளை தேர்ந்தெடுத்து செல்வேன். வீணான ஆசிரியர்களின் வகுப்பு என்றால் நூலகம் செல்வேன் அல்லது என்.டி ராஜ்குமார் போன்ற கலை இலக்கிய பெருமன்ற நண்பர்கள் வீட்டுக்கு அல்லது ஜெயமோகன் அலுவலகம் போய் இலக்கியம் பேசி கேட்டுக் கொண்டிருப்பேன். நான் இலக்கியம் பற்றி கணிசமாக கல்லூரிக்கு வெளியேதான் கற்றுக்கொண்டேன்.

சென்னை கிறித்துவக் கல்லூரியில் முதுகலை படிக்கும் போது இலக்கிய நண்பர் வட்டம் இல்லை. ஆனால் அந்த பிரம்மாண்டமான கல்லூரியின் சிறப்பு நீங்கள் கண்காணிக்கப்பட மாட்டீர்கள் என்பது. தத்துவம், வரலாறு ஆகிய துறைகளின் கருத்தரங்குகளில் கலந்து கொள்ளலாம். கல்லூரி வனத்தில் அமர்ந்து புத்தகம் வாசிக்கலாம். நண்பர்களுடன் விவாதிக்கலாம். சிந்தனையாளர்களும், எழுத்தாளர்களும் விரும்பும் ஒரு அபாரமான தனிமை அங்கு எனக்கு வாய்த்தது. கட்டுப்படுத்தப்படாமல் சும்மா இருப்பது மாணவர்களுக்கு மிக அவசியம். அது அவர்களின் புது சிந்தனை வளர்ச்சிக்கு வாசல்களை திறக்கும். பின்னர் நான் சில இடைநிலை கல்லூரிகளில் வேலை செய்தபோது இந்த வித்தியாசத்தை குறிப்பாக உணர்ந்தேன். மாணவர்கள் வகுப்பை

விட்டு வேறெங்கு போனாலும் எளிதில் கண்காணிக்கப்படுவார்கள். கறாரான சட்டதிட்டங்கள் அவர்களை சுதந்திரமாக இயங்க அனுமதிக்காது. மாணவர்கள் எல்லா வகுப்புகளிலும் அமர்வதை ஒரு அபத்தமாக சீரழிவாகத்தான் பார்க்கிறேன். தொடர்ந்து ஐந்து மணிநேரங்கள் யாராவது பேசுவதை கேட்டுக் கொண்டிருப்பது ஒரு பாலியல் வன்கொடுமைக்கு சமம். அதுவும் கலைத்துறைகளில் இந்த வகை கட்டுப்பாடுகள் பொருத்தமற்றவை.

கல்லூரி என்பது சுயகல்விக்கான இடம். பேராசிரியர்கள் வழிகட்டுபவர்கள், அவ்வளவுதான். அங்கு நீங்கள் புது நண்பர்களை கண்டடைந்து நிறைய விவாதித்து கற்றுக் கொள்ள வேண்டும். வெற்று அரட்டைகள் கூட என்னைப் பொறுத்தவரையில் ஆசிரியர் மட்டுமே பேசும் வகுப்புகளுக்கு மேல். ஏனென்றால் கல்லூரியை நீங்கிய பின் நீங்கள் நிரந்தரமாக மௌனமாகப் போகிறீர்கள். அலுவலகம், வீடு, திரையரங்கு, டி.வி என நீங்கள் பேச ஆளோ சந்தர்ப்பமோ இனி வாய்க்காது. உங்கள் ஒட்டுமொத்த வாழ்க்கைகான பேச்சையும் கல்லூரியில்தான் நீங்கள் பேசித் தீர்க்க வேண்டும். பேச்சு ஒரு வாழ்க்கைக் கலை. பேசத் தெரியாதவர்கள் வாழ்க்கையையும் சேர்த்தே இழக்கிறார்கள்.

ஆரம்பித்து பத்து அல்லது இருபது வருடங்களான கல்லூரிகள் எப்போதும் பதற்றமாகவே இருக்கும். ஏனென்றால் அவற்றுக்கு என ஒரு பாரம்பரியம் இல்லை. ஆகத்திறமையான ஆசிரியர்கள், மாணவர்கள் அங்கு சேர மாட்டார்கள். ஆக வழிகாட்ட அக்கல்லூரிகளுக்கு ஆளுமைகளும் இல்லை. விளைவாக இக்கல்லூரிகள் விதிமுறைகளை கடுமையாக்குவதிலும் சடங்குகளை பின்பற்றுவதிலுமோ அதிக ஆர்வம் காட்டும். மாணவர்களின் ஆளுமை வளர்ச்சிக்கு கேடானவை இக்கல்லூரிகள்.

ஆனால் நீண்ட பாரம்பரியம் கொண்ட சென்னை பல்கலைக்கழகம், சென்னை கிறித்துவக் கல்லூரி அல்லது ஜெ.என்.யூ போன்ற இடங்கள் இயல்பாகவே அமைதியாக நம்பிக்கையோடு இயங்கும். நல்ல பெயரை சம்பாதிக்க வேண்டும் எனும் பதற்றத்தில் மாணவர்களின் கழுத்தில் கயிறு கட்டி இறுக்க மாட்டார்கள். மேலும் மாணவர்கள் தவறு செய்தாலோ அல்லது நிர்வாக ரீதியாக கோளாறுகள் ஏற்பட்டாலோ அவை அக்கல்லூரிகளின் வலுவான பிரம்மாண்டமான நிர்வாக அமைப்பு வழி திறமையாக எளிதாக

கையாளப்படும். ஒரு இடைநிலைக் கல்லூரியில் மாணவர்கள் இடையே சண்டை வந்தால் எல்லோருக்கும் தெரிய வரும். ஆனால் ஒரு பெரிய கல்லூரியில் அது காற்றில் கரைந்து போகும். சிறுசிறு அதிர்வுகளே காலமும் பாரம்பரியமும் அமைப்பும் தாங்கிக் கொள்வதால் மாணவர்களுக்கு நடைமுறைக் கவலை இல்லாமல் அறிவின் உலகில் சஞ்சாரிப்பது எளிதாகும். சென்னை கிறித்துவக் கல்லூரியில் படித்த காலத்தில் சென்னை மாநகருக்குள் சென்று வரும் போது இன்னொரு உலகத்துக்குள் புகுவதுபோல் இருக்கும். கல்லூரிக்குள் மாற்றமே அற்ற அமைதியான உறைந்த காலம் இருக்கும். ஆனால் மாநகரம் பதற்றமாக அவசரமாக சத்தமாக ஓடிக்கொண்டிருக்கும். நகரின் மையத்தில் உள்ள கல்லூரிகள் கல்விக்கான மன லயத்தை அழித்து விடும். ஒரு கல்லூரி ஒரு பெரும் ஆசிரமம்போல் குழந்தையின் தொட்டில்போல் இருக்க வேண்டும்.

கல்லூரி என்பது ஒரு வீடுபோல. வீட்டிற்கு குடும்பச் சூழல் முக்கியம். அது போல் கல்லூரியிலும் படிப்பை விட மனிதச் சூழல் தான் அதிக முக்கியம்.

நன்றி
அன்புடன்
ஆர்.அபிலாஷ்

கூட இந்த இணைப்பில் வரும் *One the Need for a Quiet College* என்கிற அட்டகாசமான பகடிக் கட்டுரையையும் படித்துப் பாருங்கள். வேளை வாய்க்கும் போது நானே இதை தமிழாக்கி பிரசுரிக்கிறேன்:

(http://www.gutenberg.ca/ebooks/leacock-model/leacock-model-00-h.html)

தகுதித்தேர்வு

அனிதாவின் மரணம்:
மருத்துவக் கல்வியும் தமிழ் செண்டிமெண்டும்

1

அனிதாவின் தற்கொலை உங்கள் எல்லாரையும் போலவே என்னையும் கலங்க வைத்தது. அவரைப் போன்று நீட் தேர்வில் தேற முடியாது ஏமாற்றமடைந்த பிற மாணவர்கள் இத்தகைய விபரீத முடிவை எடுக்கக் கூடாதே என பதற்றம் என்னை ஆட்கொள்கிறது. அதேவேளை இன்னொரு புறம், என் மனதுக்கு இந்த மருத்துவப் படிப்புக்காய் ஏன் இப்படி மக்கள் அடித்துக் கொள்கிறார்கள் என்பது புரியவும் இல்லை.

என்னால் தமிழ் சமூகத்தின் சில பொதுவான செண்டிமெண்டுகளை புரிந்து கொள்ள முடிந்ததில்லை. அதில் ஒன்று மருத்துவப் படிப்பு. படித்து போராடி மருத்துவர் ஆகும் கனவு. (இன்னொன்று மாவட்ட ஆட்சியர் ஆகும் கனவு) இக்கனவின் மீது உணர்ச்சிகரமாய் கட்டி எழுப்பட்ட ஒரு மொத்த மாநிலத்தின் செண்டிமெண்ட். "ஜெண்டில்மேன்" படத்தில் மருத்துவம் படிக்க காசில்லாமல் வாய்ப்பை இழந்து அத்துயரத்தில் தற்கொலை செய்யும் வினீத் பாத்திரத்தின் நிலையை காணும்போது எனக்கு கண்ணீர் முட்டி வந்ததில்லை. மருத்துவப் படிப்பு அவ்வளவு பெரிய விசயமா என எனக்கு விசித்திரமாய் தோன்றியிருக்கிறது.

இதற்குக் காரணம் ஒருவேளை நான் பிறந்த வளர்ந்த ஊரின் பண்பாட்டுப் புலமாக இருக்கலாம். எண்பதுகளின் தமிழ்ப் படங்களில் ஒரு கிராமத்தில் ஒரு மருத்துவர் வருவார். மொத்த கிராமமுமே அவரை கடவுளைக் கண்டதுபோல் வரவேற்கும். கூப்பி வழிபடும். எங்கள் ஊரில் அப்படி யாரையும் மக்கள் மதிப்பளித்து நான் பார்த்ததில்லை. குமரி மாவட்டத்தில் மருத்துவர்களை கிண்டல் செய்து திட்டுபவர்களைத்தான் பார்த்திருக்கிறேன்.

பள்ளியிலும் என்னுடன் மருத்துவம் படிக்கவேண்டும் எனும் கனவுடன் படித்த ஒருவரைக்கூட கண்டதில்லை. சிறந்த மதிப்பெண் எடுத்து மருத்துவர் ஆக வேண்டும் என எந்த ஆசிரியரும் எங்கள் வகுப்புகளில் ஊக்குவித்ததில்லை. என் உறவினர்களில் ஒருவர் மருத்துவர் ஆனார். பல் மருத்துவர். அதுவும் பணம் கொடுத்து இடம் பெற்று ஆர்வமின்றி படித்து, வேண்டாவெறுப்பாய் மும்பையில் பணி செய்கிறார். அவரையும் எங்கள் உறவு வட்டத்தில் வேடிக்கையாய் காண்பார்களே அன்றி "மருத்துவர்" என்று மரியாதையுடன் நடத்த மாட்டார்கள். அவருக்கு பெண் கொடுக்க வேண்டும் என்று கூட என் உறவினர்கள் ஆர்வம் காட்டவில்லை. உறவுக்கு வெளியேதான் அவர் பெண் எடுத்தார். இன்னொரு பக்கம், என் சித்தப்பா மகன் தாசீல்தார் அலுவலகத்தில் வேலை பெற்றதும் மிகுந்த விருப்பத்துடன் அவருக்கு பெண் கொடுக்க என் அத்தை முன்வந்தார். இதுதான் எங்கள் மாவட்டத்தின் செண்டிமெண்ட். நிலம் மற்றும் அரசு வேலை. இவை இரண்டையும் அன்றி (இடதுசாரி அரசியலையும், கொஞ்சம் இலக்கியத்தையும் சேர்த்துக் கொள்ளலாம்) வேறெதுவும் எங்களுக்குப் பொருட்டல்ல.

என்னுடைய அத்தான் சூர்யா ஒரு பேஸட் ஹவுண்ட் நாய் வளர்த்தார். அதற்கு "டாக்டர்" என பெயரிட்டார். ஏனென்றால் அவருக்கு மருத்துவர்கள் என்றாலே அப்படி ஒரு வெறுப்பு. வீட்டுக்கு வந்ததுமே "டேய் டாக்டர் வாடா" என்று அழைத்து அப்படிக் கொஞ்சுவார்.

"கலெக்டர்" என்றதுமே தனிமரியாதை அளித்து மனம் நடுங்க எதிர்நோக்கும் போக்கும் என் ஊர் மக்களிடையே இல்லை. மாவட்ட ஆட்சியரை "ஆளும் அரசின் கூலி" என்று பார்க்கும் நோக்கே இருந்தது. மக்களுக்காய் சிறப்பாய் பணி செய்த

ஆட்சியர்கள் சிலர் மீது மரியாதை இருந்தது. ஆனால் வாழ்வின் உச்சகட்ட சாதனை ஆட்சியர் ஆவது எனும் நம்பிக்கை என் மக்களிடையே இல்லை. ஐ.ஏ.எஸ் அகாடெமிகளை நான் அங்கு வளர்ந்த காலத்தில் எங்கும் கண்ட நினைவில்லை. “ஐ.ஏ.எஸ்” என்ற பின்னொட்டு கொண்டவர்களை குட்டிக்கடவுளர்களாய் பாவிக்கும் மக்கள் தரப்பை நான் குமரி மாவட்டத்தைத் தாண்டி படிக்க “தமிழகம்” வந்த பின் தான் கண்டேன். மாவட்ட ஆட்சியரின் அதிகாரம் எனக்கு புரிகிறது. ஆனால் அப்பதவியின் “சிறப்பு” என்ன எனும் இளக்காரம்தான் என் ரத்தத்தில் இன்னமும் ஓடுகிறது. இதெல்லாம் என் மண்ணின் குணம். சுலபத்தில் விட்டுப் போகாது.

இந்தப் பின்புலத்தில் இருந்துதான் நான் நீட் தேர்வு, அது இங்கு ஏற்படுத்திய கடும் கொந்தளிப்பு, அனிதாவின் தற்கொலை, நீட் தேர்வை ஒரு பெரும் சமூக அநீதியாய் காணும் நிலை, அதற்காய் மக்கள் பொங்கி எழுந்து கொதிக்கும் சூழல் ஆகியவற்றைப் பார்க்கிறேன். இந்த உணர்ச்சி அலையை புரிந்து கொள்ள முயல்கிறேன். ஆனால் மருத்துவப் படிப்பின் மகத்துவம், அதன் மீதுள்ள செண்டிமெண்ட் என்னைப் போன்ற ஒரு ஆளின் சிற்றறிவுக்கு எட்டாதது. நீங்கள் என்னை காறித் துப்புங்கள், கல்லால் அடியுங்கள். ஆனால் “படித்து மருத்துவராகி ஆயிரமாயிரம் பேருக்கு சேவை செய்யவேண்டும்” எனும் சொற்களின் பின்னுள்ள ஆவேசம் எனக்கு புரியாது. என்ன செய்ய? நான் சிறுவயதில் இருந்தே அப்படி மருத்துவர் / கலெக்டர் ஆவதற்காக யோசித்து, ஏங்கி, தவமிருந்து வளரவில்லை.

உடலை அணுகி அறிந்து, அதன் சூட்சுமங்களை தொட்டுணர்ந்து, நோயில் இருந்து மீட்கும் அற்புதத்தைக் கண்டு வியந்திருக்கிறேன். அதன் அறிவியலும், ரசாயன சூத்திரங்களும் இன்று புரிகிறது. இன்னின்ன அறிகுறிகள், அதற்கு இன்னின்ன மருந்துகள், சிகிச்சை முறைகள் என்று வாசித்து அறிந்து கொள்ள முடிகிறது. ஆனாலும் ஒருவர் நம் உடலின் கண்காண முடியாச் சிக்கலை அறிந்து சரி செய்யும்போது நம் “ஆதிமனம்” அதைக் கண்டு வியந்து திகைத்து கைகூப்புகிறது. என்னைக் காப்பாற்றிய சில மருத்துவர்கள் மீது எனக்கு அத்தகைய மட்டற்ற மதிப்பு இன்றும் உள்ளது. ஆனாலும் இது மற்றொரு தொழில் எனும் எண்ணமும் வலுவாக எனக்குள் உடனே எழுகிறது. இத்தொழிலின் குறைபாடுகள், பிரச்சனைகள்

என்னென்ன என புரிந்து கொள் என்கிறது என் மனம்.

மருத்துவர்கள் நம்மைப்போல், நம்மை விட கடும் நெருக்கடிக்கு மத்தியில் பணி செய்கிறார்கள், பல கார்ப்பரேட் மருத்துவமனைகளில் அவர்களுக்கு நோயாளிகளை மனிதர்களாய் அணுகி சேவை செய்யும் வாய்ப்புகளே இருப்பதில்லை என அறிவேன். கடும் சலிப்பும், எரிச்சலும் கொண்டு பணியாற்றும் மருத்துவர்களை அறிவேன். என் நண்பர் ஸ்ரீராம் மருத்துவப் படிப்பு படித்தும் பணியாற்றாமல், பதிப்புத்துறையில் இருக்கிறார்.

மருத்துவராவது சமூகத்தின் உச்ச அந்தஸ்தைப் பெறுவது என யோசிக்கும் அனிதாவின் அந்த செண்டிமெண்டலான மனநிலையை என்னால் சத்தியமாய் உணர முடியாது. அதனாலே என்னால் நீட்டுக்காக பதறி கொந்தளித்து கையுயர்த்தி கத்த முடியவில்லை. என்னை மன்னியுங்கள்!

2

தமிழ் பொதுப்புத்தியில் “கல்வி” என்பது தமிழுணர்வு எனும் இன செண்டிமெண்டுக்கு இணையான செண்டிமெண்ட் என எனக்குப் புரிகிறது.

“சாப்பிட்டு மூணு நாளாச்சுங்க” என்றால் “அதுக்கு எனக்கென்ன?” என ஒதுங்கிக் கொள்வார்கள். ஆனால் “பன்னிரெண்டாம் வகுப்பில் 1200க்கு “1210 மதிப்பெண்” பெற்ற மாணவர், பொறியியல் படிக்க வாய்ப்பில்லாமல் தவிக்கிறார்” என்று சொன்னால் “இந்த பிடி லட்சம்” என அள்ளித் தர ஆயிரம் பேர் வருவார்கள். “படிக்க வழியில்லாத திறமையான மாணவன்” எனும் பிம்பம் நம்மை கண்ணீர் விட வைக்கும் ஒன்று. அது நம் சமூக மனதின் அடியாழத்தில் பதிந்து போன ஒன்று. “படித்து ஏழ்மையில் இருந்து விடுபட்டு வாழ்க்கையில் முன்னேறுவது” என்பது நூற்றாண்டுகளாய் நாம் கேட்டு கேட்டு நம்பின ஒரு வாக்கியம் (பிச்சை புகினும் கற்கை நன்றே). பொறியியல் படித்தால் வேலை உண்டா என்றெல்லாம் சிந்திக்க மாட்டோம்.

அனிதாவுக்கு நீட் மூலம் மருத்துவ சீட் கிடைக்கவில்லை என்றதும் ஒரு நண்பர் தானும் வேறு இரு நண்பர்களுமாய் அனிதாவை சீனாவுக்கு அனுப்பி மருத்துவம் படிக்க வைக்கலாம் என

அலோசித்ததாகவும், அதற்கு முன்பு அவர் தற்கொலை செய்து விட்டதாயும் வருந்தி எழுதி இருந்தார். அவரது நல்லெண்ணமும் துக்கமும் புரிகிறது. ஆனால் சீனாவில் மருத்துவம் படித்தால் நீங்கள் இந்தியாவுக்கு வந்து சேவை செய்ய முடியாது. அதற்கு மற்றொரு தகுதித்தேர்வு எழுதி பட்டம் வாங்க வேண்டும். அதற்கு அவர் நீட் தேர்வையே எழுதி தேர்வடையலாமே? ஏன் வளைத்து மூக்கைத் தொட வேண்டும்?

ஒரு ஏழை மாணவன், அவனுக்கு வியாபாரம் செய்ய முதலீட்டுக்கு பணம் வேண்டும் என்று கேட்டுப் பாருங்கள். அஞ்சு பைசா தர மாட்டார்கள். ஆனால் அவன் கல்லூரியில் படிக்க வேண்டும் என்று கேட்டால் நம் மக்களின் மனம் உடனே கரைந்து விடும்.

ஏன் ஒரு ஏழை மாணவன் வியாபாரம் செய்து முன்னேற முடியாதா? முன்னேறலாம். ஆனால் நம் தமிழ் மனதின் செண்டிமெண்டில் அது இல்லை. அதனால் அதற்கெல்லாம் உதவி பண்ண மாட்டோம்!

இதை உணர்ந்துதான் ஜெயலலிதா மாணவர்களுக்கான நலத்திட்டங்களை வழங்குவதில் தனி அக்கறை காட்டினார்.

ஒருவர் அப்துல் கலாம் ஆக வேண்டும் எனச் சொன்னால் கூட அதை ஒரு "கனவு" என என்னால் புரிந்து கொள்ள முடிகிறது. ஏனென்றால் விஞ்ஞானம் அறிவை சேகரிக்கும், மனிதகுல மேம்பாட்டுக்காய் மேம்படுத்தும் ஒரு கனவுதான். ஆனால் மருத்துவம் ஒரு தொழில் அல்லவா? அதை ஏன் கனவு என்கிறீர்கள்? மற்ற தொழில்களை விட அது எப்படி மேம்பட்டதாகிறது?

உடல் என்னும் மாய எந்திரத்தின் பாகங்களை கையாள்வதில் ஒரு த்ரில் உள்ளதுதான், அது இந்த பிரபஞ்ச மாயத்தின் ஒரு துளியை அறிவதாகவே இருக்கும்தான்; ஆனால் ... இன்றைய கார்ப்பரேட் மருத்துவத் துறையில் அப்படியான ஒரு த்ரில் இருக்கிறதா? ஒரு தேடலுக்கான சாத்தியம் அதில் இன்று இருக்கிறதா? அங்கு உண்மையான மக்கள் சேவை செய்ய முடியுமா? இதையெல்லாம் மருத்துவத் தொழிலில் இருக்கும் நண்பர்களிடம் விசாரித்து தெரிந்து கொள்ளுங்களேன்!

மருத்துவம் என்பது 9 முதல் 5 மணி வரை வெள்ளை அங்கியும்

ஸ்டெடத்ஸ்கோப்பும் அணிந்து, அடிக்கடி அலுப்பு தீர ஐபோனில் அப்டேட் பார்த்து மூச்சு முட்ட செய்யும் எத்தனையோ கொடுமையான கார்ப்பரேட் வேலைகளில் ஒன்றல்லவா? ஆனால் மருத்துவர் என்றாலே நம் மனதில் ஒலிப்பது "எங்கிருந்தாலும் வாழ்க" பாடல் அல்லவா! அத்தகைய டாக்டர்கள் இன்று எந்த மருத்துவமனையில் உள்ளார்கள் நண்பர்களே?

நம் பிள்ளைகள் நீட் தேர்வினால் மருத்துவர் ஆக முடியாமல் போகிறதே என நெஞ்சில் அடித்துக் கொள்கிறோமே ... மருத்துவர் ஆவதில் அப்படி என்ன தான் சிறப்பு என யோசிக்கக் கூடாதா? ஏன் அந்த செண்டிமெண்டையே கட்டிக் கொண்டு அழ வேண்டும்? (இந்த செண்டிமெண்டும் தான் அனிதாவின் உயிரை பலி வாங்கியது. நீட் எனும் கொடூரம் மட்டுமல்ல.)

ஏன் நம் பிள்ளைகள் பெரும் வணிக நிறுவனங்களை கட்டி எழுப்புகிறவர்களாக, அரசியல் தலைவர்களாக, கலைஞர்களாக, சமூக விஞ்ஞானிகளாக, தத்துவஞானிகளாக, மீடியா நாயகர்களாக ஆவதை விரும்பக் கூடாது? என் மகன் ஒரு மருத்துவராக ஆவதை விட ஒரு அர்னாப் கோஸ்வாமியாகவோ (எனக்கு அவரை பிடிக்காது என்றாலும்) நெல்சன் சேவியராகவோ இருப்பதையே நான் விரும்புவேன். ஒரு மருத்துவரின் கருத்துக்களை கோடிக்கணக்கான பேர் செவிகொடுப்பார்களா? நான் என் மகன் ஒரு எம்.எல்.ஏ ஆகி சட்டமன்றத்தில் பேசுவதை கேட்க விரும்புவேன். அல்லது அவன் தனக்குக் கீழ் ஆயிரக்கணக்கானோர் பணியாற்றும்படி ஒரு தொழில் நிறுவனம் நடத்துவதை விரும்புவேன். ஒரு கிரிக்கெட் வீரனாய் டிவியில் ஆடுவதை காண விரும்புவேன். ஒரு டாக்டராய் அவன் ஆவதும் ஏதோ ஒரு கார்ப்பரேட் நிறுவனத்தில் வேலை செய்வதும் எனக்கு ஒன்றுதான்.

என்னால் உணர்வுரீதியாய் ஒன்ற முடியாத இன்னொரு செண்டிமெண்ட் வடக்கத்தியர்களுக்கு ராணுவ வீரர்களாவதில் உள்ள ஆவேசம். ராணுவ சீருடை அணிவது அவர்களைப் பொறுத்த மட்டில் சமூகத்தை ரத்தம் சிந்தி காப்பாற்றும் தியாகியாவது, உன்னத போராளியாவது, பாதுகாவலனாவது - தேசமே மெச்சும் வீரனாவது. ஆண்மையின் அடையாளமே அவர்களுக்கு ராணுவ சீருடைதான். ராணுவத் தேர்வை தமிழில்தான் எழுத வேண்டும்

என ஒரு மாற்றம் கொண்டு வந்து பாருங்கள்! ஆயிரக்கணக்கான வடக்கத்தி இளைஞர்கள் உடனடியாய் தற்கொலை செய்வார்கள்.

போன வாரம் என்னுடன் ஒரு மாணவன் மின்தூக்கி அருகே காத்து நின்றான். அவன் திடீரென என்னிடம் சொன்னான் "சார் எனக்கு இப்படி லிப்டுக்காக நிற்பது அவமானமாய் இருக்கிறது."

"ஏன்?"

"அது அப்படித்தான் சார். உறுதியான உடம்பு இருக்க, நாமெல்லாம் இப்படி லிப்டில் ஏறிப் போவதே ஒரு அசிங்கம். நம் கல்லூரியில் இத்தனை நூறு பேர் லிப்டுக்காக வரிசையில் நிற்பது காண எனக்கு பற்றிக் கொண்டு வரும்."

"எனக்கு புரியவில்லை."

"சார் என் தாத்தா காலத்தில் இருந்தே எங்கள் குடும்பம் ராணுவக் குடும்பம். என் அப்பா லெப்டினெண்ட் ஜெனரெல். நான் ராணுவப் பள்ளியில் படித்தேன். ராணுவ குடியிருப்பில் வளர்ந்தேன். ராணுவத்தில் எப்படியாவது நுழைவதே என் கனவு."

"ஓஹ்."

"ஆனால் இப்போது என் நிலையும் இப்படி லிப்டில் ஏறிப் போகும்படியாய் ஆகி விட்டதே."

அந்த பையனின் கண்ணில் நீர் நிறைந்தது. விட்டால் அழுது விடுவான்போல் இருந்தது.

"போகட்டும் பரவாயில்லை. நீ சீக்கிரம் மாடிப் படிக்கட்டில் ஏறிப் போகலாம்."

அவனுக்கு விபத்தில் ஒரு கால் உடைந்து மாவுக்கட்டு போட்டிருந்தது. அவன் அருகே நான் சக்கர நாற்காலியில். எனக்கு இந்த மொத்த உரையாடலுமே படு அபத்தமாய் தோன்றியது வேறு விசயம். ஆனால் அப்போது அவன் மனநிலையை எண்ணினால் மனம் சற்று கலங்கியது. ஒவ்வொரு மாநில மக்களையும் அலைகழிக்க ஒவ்வொரு விதமான நம்பிக்கைகள்!

நீட் தேர்வும் சாதியும்

நீட் தேர்வின் மாதிரிகள் இணையத்தில் கிடைக்கின்றன. அவற்றை நான் தரவிறக்கி வாசித்துப் பார்த்திருக்கிறேன். பிற தகுதித் தேர்வுகளைப் போன்றே அவற்றை ஜெயிக்கவும் தனி பயிற்சி வேண்டும் எனும் வாதத்தை நான் ஏற்கிறேன். அவசரமாய் நீட் தேர்வை திணிக்கும் முன்பு அரசு இதற்கான பயிற்சி வகுப்புகளை நடத்தி மாணவர்களை தயாரித்திருக்க வேண்டும். அப்படி செய்யாதது அரசின் தவறுதான். இந்த அவலநிலைக்கு, அனிதா போன்ற ஒரு எளிய பின்புலத்தில் இருந்து வந்த ஒரு மாணவியின் நெருக்கடிக்கு, தற்கொலைக்கு ஆட்சியாளர்கள் மற்றும் கல்வித்துறை அதிகாரிகள் பொறுப்பேற்க வேண்டும்.

இதே சிக்கல் நெட்/ஸ்லெட் போன்ற தேர்வுகள் நிலுவையில் வந்தபோதும் எழுந்தது. முதுகலை பட்டத்தை முதல் வகுப்பில் தேறினவர்களால் கூட சுலபத்தில் பயிற்சியின்றி இத்தேர்வுகளில் வெல்ல முடியவில்லை. அப்படி என்றால் பிற மாணவர்கள் நிலைமையை சிந்தித்துப் பாருங்கள். ஏனெனில் குறிப்பிட்ட பாடங்களை படித்து, அலசி ஆராய்ந்து எழுதும் பயிற்சியே அம்மாணவர்களுக்கு அளிக்கப்பட்டது. ஆனால் நெட் தேர்வோ தர்க்கம், தகவல் அறிவு, நினைவுத் திறன் ஆகியவற்றை சோதித்தன. மெல்ல மெல்ல பல்கலைகளும் கல்லூரிகளும் மாணவர்களுக்காய் தனி நெட் பயிற்சி வகுப்புகள் ஆரம்பித்தன. இன்று இளங்கலை,

முதுகலை பாடத்திட்டங்களே நெட் தேர்வை முன்னிட்டுத் தாம் தயாரிக்கப்படுகின்றன. இன்று முன்பை விட பலமடங்கு அதிகமான மாணவர்கள் நெட் தேர்வில் தேறுகிறார்கள்.

அதாவது மேல் சாதி / கீழ் சாதி வித்தியாசங்கள் நெட் தேர்வு வெற்றி சதவீதத்தில் நான் அறிந்து இல்லை. முழுக்க மாணவர்களின் தயாரிப்பு, அதற்கான வாய்ப்புகள் பொறுத்தே தேர்வு விகிதம் அமைகிறது. மாணவர்களுக்கு ஆரம்பத்தில் இருந்த தத்தளிப்பு இன்று இல்லை. நீட் தேர்வு விசயத்திலும் எதிர்காலத்தில் இந்நிலை, இன்றுள்ள சுதாரிப்பு நிகழும் என நான் நம்புகிறேன்.

நெட் தேர்வு பட்டதாரி இளைஞர்கள், கல்லூரி ஆசிரியர்கள் எனும் முக்கியத்துவமற்ற பகுதியினர் சம்மந்தப்பட்ட பிரச்சனையாக இருந்ததால் அதை அன்றும் இன்றும் நாம் பொருட்படுத்தவில்லை. இன்று நீட் விசயத்தில் அது நம் மாநிலத்தின் பள்ளி மாணவர்கள் எனும் பெரும் தரப்பு சம்பந்தப்பட்ட, மருத்துவப் படிப்பு எனும் செண்டிமெண்டான விசயம் சார்ந்த பிரச்சனையாக மாறுவதால் தமிழகமே கொந்தளிக்கிறது.

இயல்பாகவே நீட்டை ஒரு ஆரிய சதியாக, பா.ஜ.க தமிழக மாணவர்களை ஒடுக்குவதற்காய் திணிக்கிற ஒரு மாற்றமாக நாம் காண்கிறோம். அனிதா தலித் என்பதால் இது ஒரு சாதிப் பிரச்சனையாகவும் கூட பார்க்கப்படுகிறது. ஆனால் சாதி, சமூக வகுப்பு சார்ந்த பிரிவினை எல்லா பிரச்சனைகளுக்குள்ளும் இருக்கிறது தானே!

பெண்களின் ஒடுக்குமுறையை எடுத்துக் கொண்டால் ஏழைப் பெண்கள் தாம் அதிகமான வன்முறையை, ஏற்றத்தாழ்வை சந்திப்பார்கள். ஏழைகளில் தலித்துகள் இன்னும் கூடுதலான ஒடுக்குமுறையை சந்திப்பார்கள். ஏனென்றால் கல்வி, தொழில் வாய்ப்புகள் அவர்களுக்கு இயல்பிலேயே குறைகின்றன. சித்தாளாக ஒரு பிள்ளைமார் பெண் இருக்கப் போவதில்லை. தாழ்த்தப்பட்ட பெண்தான் இருப்பாள். அவளுக்கு நிச்சயம் ஆண்களை விட குறைவான கூலியே வழங்கப்படுகிறது. இந்த பாரபட்சம் ஒரு கார்ப்பரேட் பெண் ஊழியருக்கு இல்லை. அவள் தலித்தாக இருந்தாலும் (தலித்துகளும் இன்று கார்ப்பரேட்டில் இருக்கிறார்கள்.). கணவன் துன்புறுத்தினாலும் அவள் எதிர்த்தடிக்க, தனியாய் வாழ சாத்தியங்களும் வாய்ப்புகளும் மேற்தட்டு பெண்களை

விட குறைவே. இதைக் கொண்டு பெண் ஒடுக்குமுறையே ஒரு சாதிய பிரச்சனை என நாம் கூற முடியுமா? முடியாதுதானே? அது ஒரு பெண்நிலை, பெண்ணிய பிரச்சனையே!

அதே போல் நீட் தேர்வை ஒரு சாதிய, வர்க்க ஒடுக்குமுறையாக பார்ப்பதும் மிகைதான். குறுகின பார்வைதான்.

இதை ஒரு பிராந்திய தனி உரிமை பிரச்சனையாக காண்பது மேலும் பொருத்தமானது. தமிழகத்துக்கு என்று ஒரு தனியான இட ஒதுக்கீட்டை நாம் பேணுவதை மைய அரசு விரும்பவில்லை. ஒரு பொது இட ஒதுக்கீட்டுக்குள், பொது அடையாளத்துக்குள், பொது வரையறைக்குள் இவ்விசயத்தை கொண்டு வர முனைகிறது. *GST* விசயத்தில் எப்படி மாநிலங்கள் காயடிக்கப்பட்டனவோ அவ்வாறே நீட் விசயத்திலும் நடக்கிறது.

நெட் தேர்வில் அனைத்து மாணவர்களாலும் உடனடியாய் வெற்றி பெற முடியாமல் போக தமிழக அரசுக்கு ஒரு நெருக்கடி ஏற்பட்டது. கல்லூரிகளில் ஆசிரியர்களுக்கு போதாமை ஏற்பட்டது. அரசு இதற்கு தீர்வாக ஸ்லெட் என்றொரு மாநில தகுதித் தேர்வை கொணர்ந்தது. (ஆனால் இந்த தேர்வை வெறும் கண் துடைப்பாகவே இன்று வைத்துள்ளது. தொடர்ச்சியாக எல்லா வருடமும் நடத்துவதில்லை. மேலும், ஒழுங்காக, ஊழலின்றி நேர்த்தியாகவும் நடத்துவதில்லை.) நீட்டுக்கும் அப்படி ஒரு தீர்வை கொணர்வதும் அதன் மூலம் நம் மாநிலத்துக்கு உரித்தான இட ஒதுக்கீட்டை பாதுகாப்பதும் தோதாக இருக்கும்.

ஆனால் அந்தத் துணிச்சல் இந்த டம்மி அதிமுக அரசுக்கு உண்டா?

நீட் சர்ச்சை: ஏன் புறவயமான தகவல்பூர்வத் தேர்வுகளை ஒழிக்கக் கூடாது?

நீட் தேவையா இல்லையா என்பது ஒரு பக்கம் இருக்கட்டும். மெக்காலே காலத்து கல்வி முறையின் நீட்சியான *objective* தேர்வுகளை நாம் ஏன் ஒழித்துக் கட்டக் கூடாது?

நீட் தேர்வுகளைப் பற்றி தீவிரமாய் விவாதிக்கும் பலரும் அத்தேர்வுத்தாளைக் கண்டார்களா எனத் தெரியவில்லை. நான் பார்த்தேன். நல்ல நினைவுத்திறன் கொண்ட ஒருவர் ஆறு மாதங்கள் இருந்து படித்தால் நிச்சயம் வெல்ல முடியும் (மருத்துவ ஆர்வமில்லாத என்னால் கூட முடியும் எனத் தோன்றுகிறது). இரண்டு திறன்கள் தான் பிரதானமாய் சோதிக்கப்படுகின்றன: 1) நினைவுத்திறன் 2) தர்க்க சிந்தனை.

தொடர்ந்து உருப்போட்டால் முதலாவதையும் பயிற்சி மூலம் இரண்டாவதையும் ஒருவர் பெற முடியும். இந்த இரு திறன்களுக்கும் ஒரு மருத்துவருக்கும் என்ன சம்மந்தம்? ஒரு நல்ல மருத்துவருக்கு நினைவுத்திறன் அவசியமே. புரிகிறது. ஆனால் அது மட்டுமே அல்லவே. ஒரு மருத்துவருக்கு வேறு பல முக்கியமான இயல்புகளும் திறன்களும் அவசியம். ஆனால் நினைவுத்திறனை மட்டுமே அடிப்படையான தகுதியாய் கொண்டு இத்தேர்வு நடக்கிறது (நம் நாட்டின் எல்லா தகுதித்தேர்வுகளையும் போல). உதாரணமாய்,

நீட் தேர்வில் வரும் ஒரு சாம்பிள் கேள்வியை கீழே தருகிறேன்:

Lungs are made up of air-filled sacs, the alveoli. They do not collapse even after forceful expiration, because of:

1) Expiratory reserve volume

2) Residual volume

3) Inspiratory reserve volume

4) Tidal volume

மேற்சொன்ன கேள்வியின் பதில் முக்கியம் தான். ஆனால் இதை அறிந்திருப்பவர் மனித உடல் குறித்த அடிப்படை புரிதலைக் கொண்டிருக்கிறார் என நாம் எப்படி உறுதியாக சொல்ல முடியும். ஒன்றுமே புரியாமல், அல்லது புரிந்து கொள்ளும் ஆர்வமின்றி, ஒருவர் இதை சுலபமாய் மனனம் செய்திருக்கலாமே?

நாளை மூச்சுப்பிரச்சனையுடன் தன்னை நாடி வரும் ஒரு நோயாளியின் நோய்த்தன்மையை அறிய மேற்சொன்ன மனனம் செய்த தகவல் எப்படி பயன்படும்?

இதை நீங்கள் எப்போது வேண்டுமென்றாலும் கூகிள் செய்து தெரிந்து கொள்ளலாமே?

மருத்துவக் கல்லூரியில் கற்றுத் தந்ததை அப்படியே ஈயடித்தது போல் எழுதித் தேர்ந்து, ”தகவல் அறிவு மிக்க” எத்தனையோ இளம் மருத்துவர்கள் மோசமான மருத்துவர்களாய் இருப்பதை நாம் காண்கிறோம். இது ஏன்? இந்த கேள்வியை நாம் எழுப்ப வேண்டும்.

இன்றும், பன்னிரெண்டாம் வகுப்பில் அதிக மதிப்பெண் பெற்றவர் கள் தாம் மருத்துவப் படிப்புக்கு இடம் கிடைத்து மருத்துவர் ஆகிறார்கள். ஆனால் நாம் எதிர்கொள்ளும் மருத்துவர்களில் பாதிக்கு பாதி பேரால் கூட நோய்க்காரணத்தை சரியாய் ஊகிக்க முடிவதில்லையே? அப்படியெனில் மனித உடலின் நுணுக்கமான செயல்பாடுகள், பிரச்சனைகள் ஆகியவற்றை அறிகுறிகள் மூலம் கண்டறியும் திறனே மிக முக்கியம். தகவல் அறிவு அல்ல.

அது போல் தொடர்ந்து நிகழும் ஆய்வுகளுக்கு தம்மை தகவமைக்கும் ஆற்றலும் முக்கியம். என் உறவினர் ஒருவர் கடும் வயிற்று வலியால்

அவதிப்பட்டார். மருத்துவர் வழக்கமான மருந்துகளை கொடுத்தார். ஆனால் வலி நிவாரணம் இல்லை. என் உறவினர் சிறுநீர் கழிக்க முடியாது துடித்துக் கொண்டிருந்தார். அவர் ஒரு கட்டத்தில் பொறுமை இழந்து செவிலிகளை நோக்கி கத்திவிட்டார். நிலைமை தன்னை மீறிச் செல்கிறது என மருத்துவருக்கு புரிந்துவிட்டது. அவர் என்ன செய்திருக்க வேண்டும்? உண்மையை ஒப்புக் கொண்டிருக்க வேண்டும். நோயாளியை வேறு மருத்துவமனைக்கு செல்லக் கேட்டிருக்க வேண்டும். அதற்குப் பதில் "உங்களுக்கு உளவியல் பிரச்சனை. வியாதி சரியானாலும் ஒத்துக் கொள்ள மறுக்கிறீர்கள்" என்று சொல்லி அவரை மனநல சிகிச்சைப் பிரிவுக்கு அனுப்பிவிட்டார். என் உறவினர் அங்கிருந்து தப்பித்து ஓடி இன்னொரு மருத்துவரிடம் சென்றார். அவர் இவரது வியாதி அறிகுறிகளை கேட்டு அதை கூகிள் செய்தார். ஐந்தே நிமிடங்களில் என் உறவினருக்கு வந்திருப்பது ஒரு புது வகை நோய்க்கிருமியால் ஏற்பட்ட தொற்று என அறிந்து கொண்டார். கூகிள் வழியாகவே சிகிச்சை முறையையும் தெரிந்துகொண்டு மருந்துகள் கொடுத்தார். மூன்று வாரங்கள் முந்தைய மருத்துவமனையில் திக்குமுக்காடியவர் இங்கு மூன்று நாட்களில் முழுநலன் பெற்றார்.

எனக்கு கிட்டதட்ட இதே போன்ற ஒரு அனுபவம். எனக்கு *keto-acidosis* ஏற்பட்டிருக்கிறது என என் மருத்துவருக்கு தெரியவில்லை. நீரிழிவு + மூச்சுத்திணறல் என அவர் கூகிள் செய்திருந்தால் அது ஒரு நொடியில் சொல்லியிருக்கும். ஆனால் மருத்துவர் கூகிளாண்டவரை நாடாமல் என்னை பத்து நாட்கள் மருந்தின்றி வைத்ததில் நான் கோமா நிலைக்கு சென்றேன். அடுத்து என்னை காப்பாற்றிய மருத்துவர் சமகால ஆய்வுகள் பற்றி விரல் நுனியில் வைத்திருப்பவர்.

ஆக ஒரு நல்ல மருத்துவருக்கு இரண்டு திறன்கள் அவசியம்: 1) நோயின் குணங்களை, நோய்க்குறிகளைக் கண்டு ஊகிப்பது. அதாவது காதுகொடுத்து உடலின் குரலைக் கேட்பது. 2) புதுவகை ஆய்வு கண்டுபிடிப்புகளை அறிந்து வைத்திருப்பதும், ஆய்வில் மிகுந்த ஈடுபாடு கொண்டிருப்பதும்.

நாம் ஏன் வேறு வகையான ஒரு தேர்வு முறையை பரிசோதித்துப் பார்க்கக் கூடாது? இப்படியான தேர்வுகள் (வெறும் புரிதலற்ற தகவலறிவை, மனனத்திறனை மட்டும் சோதிக்காமல்) இந்த இயல்புகளை சோதிப்பவையாக இருந்தால் நலம்: எதிர்கால

மருத்துவரின் துறை சார்ந்த ஆர்வம், மனித உடல் மீதான உள்ளார்ந்த புரிதல், ஆய்வு ஈடுபாடு, சகமனிதருடனான பிணைப்பு, அர்ப்பணிப்பு ... இந்த உணர்வுத் தேர்வில் தோற்கிறவர்களுக்கு நிச்சயமாய் படிக்க இடம் கொடுக்கக் கூடாது.

ஏன் உணர்வுபூர்வமான பண்புகளை வலியுறுத்துகிறேன்? நோய் தீர்ப்பது மட்டுமல்ல மருத்துவரின் பணி. அவருக்குத் தேவை அறிவு அல்லவா? நாவரசு வழக்கு நினைவிருக்கிறதா? ஜான் டேவிட் மாதிரியான ஒரு ஆள் உங்கள் அதிர்ஷ்டம், என் அதிர்ஷ்டம் அந்த வழக்கில் மாட்டிக் கொண்டு சிறைசென்றார். இல்லாவிட்டால் உங்க்ள் இதயத்தை திறந்து அறுவை சிகிச்சை ஒருநாள் பண்ணியிருப்பார். அவர் எப்படியானவர் எனத் தெரியாமலே உங்கள் உடலை ஒப்படைத்திருப்பீர்கள். அவரைப் போன்ற ஜான் டேவிட்கள் வேறு மருத்துவக் கல்லூரிகளில் இல்லை என உங்களுக்கு எப்படி உறுதியாகத் தெரியும். ஆக, பழக இனிமையான, மிகுந்த பொறுமை கொண்ட, எளிதில் உணர்ச்சிவயப்படாத மாணவர்களை கண்டறிந்து முன்னுரிமை கொடுக்கவேண்டும் (இவர்கள் கட்டாயம் நல்லவர்கள் என்று நான் சொல்லவில்லை. ஆனால் சமூகப் பண்பும் மக்களுடன் மக்களாய் செயல்படும் இயல்பும் கொண்டிருப்பார்கள். தொழிலுக்காக மருத்துவத்தை தேர்பவர்களை நாம் உதறித் தள்ள முடியும்).

ஏன் மாணவர்களை பன்னிரெண்டாம் வகுப்புக்கு பிறகு அவர்களின் மதிப்பெண்ணைப் பொறுத்து தேர்வு செய்யப்பட்டு *pre-medical* மாணவர்களாய் ஆய்வும் பயிற்சியும் செய்யும் ஒரு இடத்துக்கு அனுப்பப்படக் கூடாது? அங்கு அவர்கள் ஆறு மாத அடிப்படை வகுப்புகளுக்குப் பிறகு மருத்துவர்களின் உதவியாளர்களாய், செவிலிகளாய், கிட்டத்தட்ட ஒரு மருத்துவமனையின் அத்தனை வித பணிகளையும் செய்யவேண்டும். அதே சமயம், சுயமாய் வாசித்தும் கண்டுணர்ந்தும் நோய்மை, மருந்துகள், மருத்துவ முறை பற்றி ஒரு புரிதலை உண்டு பண்ண வேண்டும். அதன் அடிப்படையில் ஒரு ஆய்வுத்தலைப்பை தேர்ந்து மூன்று வருடங்கள் ஆய்வு செய்யவேண்டும். இதன் முடிவில் நூறு பக்கங்கள் வருகிற ஒரு ஆய்வறிக்கையை சமர்ப்பிக்கலாம். இந்தக் காலப் பொழுதில் அவர்கள் சில மதிப்பு மிக்க ஆய்வு ஏடுகளில் கட்டுரைகள் பிரசுரிக்க வேண்டும். புத்தகங்களும் எழுத வேண்டும். மருத்துவர்கள், சக பணியாளர்கள், நோயாளிகள்

ஆகியோரிடம் ஒரு கருத்துக்கணிப்பை நடத்தி பணிக்காலத்தில் இம்மாணவர்களின் அர்ப்பணிப்பு, ஆர்வம், மனிதநேயம், சமயோஜிதம், பணிவு ஆகியவை மதிப்பிடப்பட வேண்டும். இந்நான்குக்கும் தனித்தனி மதிப்பெண்கள் வழங்கி, ஒரு *cut-off* வைத்து அதில் தேறுகிறவர்களுக்கு மருத்துவக் கல்லூரியில் இடம் அளிக்கலாம். அவர்களின் மொத்தப்படிப்பில் மூன்று வருடங்களை குறைத்தும் விடலாம். இதன் மூலம், தியரி வகுப்புக்கு பிறகு கட்டாய பயிற்சிக்கு மாணவர்களை அனுப்பாமல் அதை தலைகீழாய் செய்யலாம். ஆர்வமில்லாத, ஊக்கமில்லாத மாணவர்கள் இந்த மூன்று வருடங்களில் கழன்று கொள்வார்கள். பணம் கொடுத்து ஆய்வறிக்கைகள் எழுதி வாங்கலாம். ஆனால் மதிப்பு மிக்க ஏடுகளில் அப்படி பிரசுரிக்க இயலாது. இதன் மூலம் உண்மையான அறிவு தாகமும் முதிர்ச்சியும் சேவை மனப்பான்மையும் கொண்ட மாணவர்களை நாம் தேர்வு செய்யலாம். எதற்காக படிக்கிறோம் என குழப்பமில்லாமல், நடைமுறை அனுபவத்திற்கு பிறகு அவர்களுக்கு வகுப்புகள் அதிக அர்த்தமுள்ளவையாகும்.

இதன் மூலம் ஒரு மனனத்தேர்வில் கூட்டமாய் மாணவர்களை நிராகரிக்காமல் அவர்களுக்கு போராடி மருத்துவப்படிப்பில் இடம் பெற நாம் மூன்று வருடங்களை வழங்க முடியும். நிறைய மருத்துவமனைகளுக்கு இலவசமாய் பணி செய்ய ஊக்கம் மிக்க இளைஞர்கள் கிடைப்பார்கள். (அதாவது இறுதியில் படிக்கப் போகிறவர்களை விட பத்து மடங்கு *pre-med* மாணவர்கள் அரசு மருத்துவமனைகளில் இலவசமாய் பணி செய்யக் கிடைப்பார்கள்.)

இது போல் (அல்லது இதைவிட மேலான) மாற்றுத் தேர்வுகள் உங்களுக்கும் தோன்றினால் எழுதுங்கள். ஒரு அறிவார்ந்த சமூகமாய் நாம் இந்த மெக்காலே யுக எச்சங்களான *objective* தேர்வுகளை கடந்து செல்ல குரல் எழுப்ப வேண்டும். அது அவசியம்!

கூடுதல் ஐயம்: இத்தேர்வில் இயல்பியல், வேதியல், தாவரவியல், உயிரியல் ஆகிய பாடங்களில் இருந்து 180 கேள்விகள் வருகின்றன. ஒரு மருத்துவருக்கு ஏன் தாவரவியல், இயல்பியல் சார்ந்த அறிவு ஏன் இருக்க வேண்டும் என எனக்கு புரியவில்லை. துறை வல்லுநர்கள் தாம் விளக்க வேண்டும்.

UGC NET தேர்வும் எலியின் நெருக்கடியும்

இன்று தமிழகத்தில் ஆயிரக்கணக்கான வேலையிடங்கள் இருந்தும் *UGC NET* தகுதி இல்லாததால் அந்த இடங்கள் நிரப்பப்படாதது பற்றி அடிக்கடி பத்திரிகைகளில் படித்திருப்பீர்கள். இன்னொரு பக்கம் பல *aided* கல்லூரிகளில் யுஜிசி பதவியிடங்களுக்கு ஒப்புதல் ஆணை வழங்காததால் அந்த இடங்களில் கால்வாசி சம்பளத்துக்கு "தகுதியற்ற" ஆசிரியர்கள் வேலைபார்க்கிறார்கள். சென்னைப் பல்கலைக்கழக துணைவேந்தர் போன்றவர்கள் "தகுதியற்ற" ஆசிரியர்கள் நீக்கப்பட வேண்டும் என்று மேலும் நெருக்கடி அளிக்கிறார்கள். பல கல்லூரிகளில் "தற்காலிக ஆசிரியர்களுக்கு தம்மை தகுதிப்படுத்திக்" கொள்ள கெடு அளிக்கப்பட்டு உள்ளது. ஆனால் சுவாரஸ்யமாக, பல கல்லூரிகளில் "தகுதியற்ற" ஆசிரியர்கள் நிரந்தரமானவர்களை விட அதிக மணிநேரங்கள் வகுப்பெடுக்கும் கட்டாயம் உள்ளது. இப்படி "தகுதியற்றவர்களால்" கூடுதல் வகுப்புகள் கற்பிக்கப்படும் மாணவர்களின் நிலைமை என்னவாகும் என்று யாருக்கும் கவலை இல்லை.

தமிழும் ஆங்கிலமும்:

தமிழைப் பொறுத்தவரையில் அநேகமான பட்டதாரிகள் தகுதித்தேர்வில் வென்றவர்கள். ஏனெனில் தமிழாசிரியர்களுக்கான தேர்வு ஒப்பீட்டளவில் சிக்கலற்றது. *90%* மேல் பழந்தமிழ் இலக்கியக் கேள்விகள். தமிழ் இலக்கியம் என்றால் பழைய இலக்கியம் என்கிற பொது அபிப்பிராயம் அனைத்து தமிழாசிரியர்களிடமும்

உள்ளதால் தேர்வின் பாடத்திட்டம் அவ்வாறு இருப்பதாக நாம் கணிக்கலாம். நவீன இலக்கியக் கேள்விகள் "சித்திரப்பாவை எழுதியது உ.வே.சாமிநாதய்யரா, நா.பார்த்தசாரதியா, கல்கியா?" என்ற அளவிலே இருக்கும். மாறாக ஆங்கில இலக்கியத்தில் மிக சமீபமாக வந்த புத்தகம் பற்றிக் கூட கேள்விகள் இருக்கலாம். ஒரு வருடம் அநேகம் நவீன இலக்கிய கேள்விகள் என்றால் மற்றொரு வருடம் மத்திய காலகட்டம் பற்றி கேட்பார்கள். அதோடு ஆஸ்திரேலியா, நியுசிலாந்து, ஆப்பிரிக்கா, இந்தியா என ஆங்கிலம் எங்கெங்கு எல்லாம் எழுதப்படுகிறதா அது குறித்தெல்லாம் கேள்விகள் இருக்கும். இதில் சிக்கல் என்னவென்றால் ஆங்கில இலக்கியம் உலகு தழுவியதா, அல்லது பிரித்தானிய இலக்கியம் மட்டும் தானா, நவீன இலக்கியத்துக்கு பிரதான இடமா பழைய இலக்கியத்துக்கா என்கிற விசயங்களில் இந்திய முழுக்க உள்ள பல்கலைக்கழகங்கள் மற்றும் தன்னாட்சி கல்லூரிகளில் ஒற்றுமை இல்லை. ஒவ்வொருவரும் ஒவ்வொரு விதமாய் பாடத்திட்டத்தை அணுகுவதால் நீங்கள் முதுகலையில் படிப்பதற்கும் தகுதித்தேர்வில் கேட்பதற்கும் உள்ள வித்தியாசம் ஒரு பழைய தமிழ் பண்டிதர் கோணங்கியிடம் பேசுகிற அளவில் இருக்கும். இதனால்தான் தகுதித் தேர்வுக்கு தனியாக படிக்க வேண்டியதாகிறது. நீங்கள் முதுகலையில் மிக சுமாரான மாணவராக இருந்தாலும் கூட தகுதித்தேர்வில் ஜொலிக்கலாம். தகுதித்தேர்வில் மொத்தம் மூன்று தாள்கள். முதல் தாள் ஆங்கிலத்தில் இருக்கும் என்பது பல தமிழிலக்கிய மாணவர்களுக்கு தடையாக இருக்கும். இதைக் கடந்து விட்டால் தேறி விடுவார்கள். பிற பாடங்களில் இருப்பவர்களுக்கு மாறாக முதல் தாளுக்குதான் இவர்கள் அதிக சிரமமும் நேரமும் எடுத்து தயாரிப்பார்கள். இதனால் தமிழில் *NET* தகுதி உள்ளவர்கள் அதிகரித்து விட்டார்கள். அவர்களுக்கு போதுமான வேலை இடங்கள் இல்லை. ஆங்கிலத்தில் நேர்மாறான நிலைமை. (ஆனால் மொழிப்பாடங்களில் தாம் ஆசிரியர் தகுதித் தேர்வில் அதிகம் பேர் தேர்வாகின்றனர். அறிவியல் உள்ளிட்ட மற்றபாடங்களில் தேர்வாகும் எண்ணிக்கை மிக மிக குறைவு. இதற்கான காரணங்களை அறிவியல் மாணவர்கள் தாம் சொல்ல வேண்டும்.)

ஆக ஒன்று தெரிகிறது. இடங்களின் எண்ணிக்கைக்கு ஏற்றபடி ஆட்களை தேர்வாக்கும் நோக்கம் யுஜிசிக்கு இல்லை. ஏனென்றால் ஆட்கள் தேர்வானால் அவர்களுக்கு சம்பளம் கொடுப்பதற்கு

தனியாக அதிக பணம் ஒதுக்க வேண்டும். தற்போதைக்கு யுஜிசி பணம் உள்கட்டமைப்பு, ஆய்வுக்கான உதவித்தொகைகள், மற்றும் மேலதிகாரிகள் விவாதம், ஆய்வு என்கிற பெயரில் ஊர் விட்டு ஊர் பறந்து நட்சத்திர விடுதிகளில் தங்கி செலவு செய்வதற்கு பயன்படுகிறது. பல இடங்களில் யுஜிசி நிதிகள் போலிக் கணக்குகள் காட்டி முழுங்கப்படுகின்றன. அல்லது கல்வி நிர்வாகங்களால் பயன்படுத்தப்படாமல் திரும்ப அனுப்பப்படுகின்றன. சரி அடுத்து நாம் "தகுதி" எனும் அளவுகோலுக்கு செல்வோம்.

தகுதி எனும் போலிச் சொல்:

எண்பதுகளில் பலர் வெறும் முனைவுப் பட்டங்கள் மட்டுமே கொண்டு கல்லூரி ஆசிரியர்கள் ஆனார்கள். இதை வாசிக்கும் உங்களது ஆசிரியர்கள் அப்படித்தான் தேர்வானார்கள். அவர்களில் பலரும் முனைவர் பட்டங்களை இறுதி வரை பெறவில்லை; முதலில் அவர்களின் கற்பிக்கும் தரம் எப்படி இருந்தது? வெறும் அடிப்படைத் தகுதியுடன் அற்புதமாக பாடம் நடத்திய பல ஆசிரியர்களை உங்களுக்கு தெரிந்திருக்கும். இன்றும் அவர்கள் அவ்வாறான "தகுதியுடன்" அதே உயர்ந்த தரத்துடன் தான் இருக்கிறார்கள். பாடத்திட்டம் ஒன்றும் கடந்த இருபது வருடங்களில் மாறி விடவில்லை. மொழிகளைப் பொறுத்தவரையில் அதே கம்பனும் சேக்கிழாரும் சாஸரும் ஷேக்ஸ்பியரும் தாம் அநேகமான இடங்களில் கற்பிக்கப்படுகிறார்கள். அரசோ யுஜிசியோ நமது "வெறும் முதுகலைப்பட்டத் தகுதி" ஆசியர்களை தம்மை மேம்படுத்திக் கொள்ளும்படி வற்புறுத்தவில்லை. மாணவர்களாகிய நாமும் அதற்கான தேவையை உணரவில்லை. இன்றைய தலைமுறை ஆசிரியர்களை வற்புறுத்துகிறார்கள் என்றால் வேலைக்கு விண்ணப்பிப்போருக்கான எண்ணிக்கை இன்று அதிகரித்து விட்டது என்பதுதான் முக்கிய காரணம். குறைந்த ஆட்கள் இருந்த போது இருந்த "தகுதி" நிறைய ஆட்கள் வரும் போது குறையுமா என்ன? இல்லை. "தகுதி" என்பது வடிகட்டுவதற்கான ஒரு யுக்தி. வடிகட்டுவது நல்லதுதான் என்று நீங்கள் சொல்லுவீர்கள். எதன் அடிப்படையில் வடிகட்டப்படுகிறது என்பது அடுத்த கேள்வி.

தகுதித் தேர்வின் அடிப்படைக் கோளாறு:

கல்லூரி ஆசிரியர் தகுதித் தேர்வு கடினமானதுதான், ஆனால் கடுமையாக உழைத்து அதனை வெல்பவர்கள்தாம் சிறந்த

ஆசிரியர்களாகவும் இருக்கக் கூடும் என்று பலர் கருதுகிறார்கள். இந்த தர்க்கத்தில் ஒரு அடிப்படையான கோளாறு உள்ளது. ஒரு அரசாங்க குமாஸ்தா தேர்வில் அடிப்படையான புத்திசாலித்தனத்தை அளக்கும்படி நினைவுத்திறன், தர்க்க சிந்தனை ஆகிய அளவுகோல்களை பயன்படுத்தலாம். ஆனால் இதே பாணியை நீங்கள் ஆசிரியர்களுக்கு பயன்படுத்த முடியாது. ஆசிரியருக்கு தேவை காந்தி எந்த தேதியில் எந்த வேளையில் சுடப்பட்டார் என்கிற தகவல் அறிவு மட்டுமல்ல. அதை விட முக்கியமாய் காந்தியின் பின்னுள்ள அரசியல், கலாச்சார, வரலாற்றுக் கோணங்கள். காந்தியை எப்படி விளக்குவது என்கிற நுண்ணுணர்வு. ஒரு சின்ன தகவலை நினைவில் வைப்பதல்ல, அதை விரிவுபடுத்துவதும் ஒரு சரியான கண்ணோட்டத்தில் முன்வைப்பதுமே முக்கியம். ஏனென்றால் தகவல்கள் அனைத்துமே பாடநூலில் உள்ளன. அதை அப்படியே வாசித்துக் காட்ட ஆசிரியர் தேவை இல்லை. *NET* தேர்வு ஆசிரியர் தகுதி என்பது நினைவுத்திறன் மட்டுமே, விளக்கும் திறன் *(interpretative skill)* அல்ல என்கிறது. பிரச்சனை இதுதான். என்னால் துப்பாக்கி பற்றி ஒரு நூல் எழுத முடியும். ராணுவ திட்டமைப்புகள், வரலாறு பற்றி மணிகணக்காய் பேசமுடியும் என்று கொள்வோம். ஆனால் உடல்தகுதி இல்லாமல் என்னை உள்ளே விட மாட்டார்கள். அந்த நடைமுறை வேலைக்கு உடற்தகுதிதான் பிரதானம் என்பதில் தெளிவாக இருக்கிறோம். இந்த ஒரு சின்ன விசயம் யுஜிசிக்கு தெரியாதா என்ன? தெரியும். ஆனால் வேறு ஒரு பிரச்சனை உள்ளது.

லட்சக்கணக்கான பேர் தேர்வுக்கு விண்ணப்பிக்கிறார்கள் என்றால் அவர்களின் பேசும் திறம், விளக்கும் திறன், ஆழ்ந்த ஞானம் ஆகியவற்றை அளவிடுவதற்கான கட்டமைப்பு மற்றும் ஆள்பலம் யுஜிசிக்கு இல்லை. ஆக *multiple choice* கேள்விகளை பிரதானப்படுத்தினார்கள். ஆனால் மேற்சொன்ன கேள்வியை யாராவது கேட்பார்கள் என்று யுஜிசிக்கு முன்னரே தெரியும். அதனால் ஒரு தாள் விரிவான நீண்ட கேள்விகளுக்காக ஒதுக்கினார்கள். ஆனால் முதல் இரு *multiple choice* தேர்வுகளை வென்றால் மட்டுமே மூன்றாவதை திருத்துவார்கள். இதில் யுஜிசிக்கு உள்ள அனுகூலம் நூற்றில் பத்து பேரின் தாள்களை மட்டும் ஆள் வைத்து குறைந்த செலவு செய்து திருத்தினால்

போதும் என்பது. 90% தாள்களையும் கணினி திருத்தும். இதில் இன்னொரு அபத்தம் முதலில் சொன்ன முதல் தாள்.

ஒருவர் இலக்கியத்தில் அனைத்து கேள்விகளையும் தெரிந்து வைத்திருக்கலாம். ஆனால் முதல் தாளின் *Venn diagram* போன்ற விசயங்கள் தெரியாமல் போனால் இலக்கியக் கேள்விகளுக்கான இரண்டாம் தாளின் விடைகளை திருத்த மாட்டார்கள். மூன்று பசு மாடுகள் முப்பத்து மூன்று லிட்டர் பால் கறந்து அதை நான்கு குழந்தைகள், மூன்று அத்தைகள், 28 தாத்தாக்கள் குடித்தால் சராசரி என்ன என்பது போன்ற துறை சாராத கேள்விகளை அறிந்திருந்தால்தான் நீங்கள் வகுப்புக்கு போய் பின்நவீனத்துவமும் பூக்கோவும் கற்பிக்க முடியும்.

மேற்சொன்ன பிரச்சனை 2008 ஜூன் 3 அன்று நடந்த யுஜிசி கூட்டத்தில் விவாதிக்கப்பட்டது. முதல் தாளில் ஜெயித்தால் தான் அடுத்த தாளை திருத்துவது என்கிற நடைமுறையை விடுத்து மூன்று தாள்களையும் சேர்த்து திருத்தி அவற்றின் மொத்த மதிப்பெண்களில் 100க்கு 40 வாங்கினால் வெற்றி என்கிற விதிமுறையை அக்குழு பரிந்துரைத்தது. ஆனால் இந்த பரிந்துரை நான்கு வருடங்களாயும் நிலுவைக்கு வரவில்லை.

இப்போது மூன்றாவது தாளையும் *multiple choice*ஆக மாற்றி விட்டார்கள். இது விண்ணப்பதாரர்கள் எளிதில் தேர்வாக உதவும் என்பதெல்லாம் உதார். *Farewell to Arms* எனும் நாவலில் எத்தனை பாகங்கள் (நிஜமாகவே கேட்கப்பட்ட கேள்வி) என்பது போன்ற கேள்விகளை அந்த நாவலை ரசித்து வாசித்தவர்களால் கூட எளிதில் பதிலளிக்க முடியாது. புளியமரத்தின் கதை நாவலில் புளியமரம் பற்றின குறித்து முதலில் எந்த பக்கத்தில் குறிப்பாக வருகிறது என்று கேட்டால் சு.ராவின் ஆன்மாவாலேயே சொல்ல முடியாது.

உண்மையில் இந்த புதுமாற்றம் மூன்றாவது தாளை ஆள் வைத்து திருத்தும் செலவையும் இல்லாமல் செய்வதற்கான ஒரு வழி தான். ஆக *NET* தேர்வு என்பது குறைந்த செலவில் எந்த சிரமமும் இல்லாமல் எந்திரமயமாக ஆசிரியர்களை தேர்வு செய்யும் ஒரு மார்க்கம் தான். "தகுதி" என்பது ஒரு நடைமுறை பிரச்சனையை மறைவாக சமாளிப்பதற்கான ஒரு அரசியல் சொல்.

முங்கேக்கர் குழுவின் பரிந்துரைகளும் U-திருப்பமும்:

மனிதவள மேம்பாட்டு அமைச்சகம் முங்கேக்கர் தலைமையிலான குழுவை அமைத்து NET தேர்வை மீளாய்வு செய்ய சொன்னது. இந்த குழு NETஐ ரத்து செய்ய பரிந்துரைத்தது. அதற்குப் பதில் இளங்கலை பாடங்களை கற்பிக்க Mphil முடித்தவர்களும் முதுலைக்கு முனைவர் பட்டம் பெற்றவர்களையும் நியமிக்கலாம் என்றது. அமைச்சகம் இந்த பரிந்துரையை யுஜிசிக்கு அனுப்பியது. ஆனால் யுஜிசி தன் வருமானத்தை இழக்க விரும்பவில்லை. பின்னர் முங்கேக்கர் குழு தன் முடிவை மாற்றிக் கொண்டது. நாட்டில் ஏகப்பட்ட கல்லூரிகளும் பல்கலைக்கழகங்களும் குறைந்த தரத்திலான முனைவர் பட்டங்களை வழங்குவதால் தனது முதல் முடிவை செயல்படுத்திய உடன் கல்வித் தரம் சட்டென்று வீழ்ந்து விட்டதாக தெரிவித்தது. அதை எப்படி இந்தியா பூரா உள்ள கல்வித்தர வீழ்ச்சியை அது உடனடியாக கண்டறிந்தது என்று அது விளக்கவில்லை. NETஇன் கோளாறுகளையும் முங்கேக்கர் மறுக்கவில்லை. ஆனால் வேறு வழியில்லை என்பதால் குறைந்தபட்ச தகுதித் தேர்வாக அதுவே இருந்தாக வேண்டும் என்றார். தேர்வை மேம்படுத்துவது பற்றி ஏன் பரீசிலிக்கவில்லை என்பது பற்றியும் முனைவர் பட்டங்களின் தரத்தை உயர்த்துவது பற்றியும் அவர் பேசவில்லை. முங்கேக்கரின் நிலைப்பாட்டின் நியாயம் நாம் வைக்கும் அளவுகோலைப் பொறுத்தது. ஒன்றுமே தெரியாதவர்கள் காசு கொடுத்து முனைவர் பட்டம் வாங்கி வேலையில் நுழைவதற்கு மனப்பாட நிபுணர்கள் ஆசிரியரானால் பரவாயில்லை என்பது அவரது வாதம்.

ஆனால் மற்றொரு வாதம் அமைப்பு ரீதியான பிரச்சனைக்கு நேரடியான தீர்வுதான் காண வேண்டும், தற்காலிக தீர்வுகளை அல்ல என்பது. உதாரணமாக TNPSC தேர்வுகளில் கோடிக்கணக்கான ஊழல் நடப்பதாக நமக்கு ரொம்ப காலமாய் தெரிந்திருந்தது. ஒரு எளிய லைன்மேன் பதவிக்கு கூட எவ்வளவு காசு கொடுக்க வேண்டும் என்பது தெருவில் போகிறவர்களுக்கே தெரிந்த பொது அறிவு விடை. இதற்கு தீர்வு ஊழலை நேரடியாக சந்திப்பது தான். ஆக ஆட்சி மாறியதுடன் தேர்வு அமைப்பின் அதிகாரிகள் கைதானார்கள். ஊழல் முழுக்க தடுக்கப்பட இல்லை என்றாலும் பிரச்சனையை நேரடியாக இப்படித் தான் கையாள முடியும். இதற்குப் பதில் தேர்வுக்கு தேர்வுக்கு தேர்வு நடத்தக் கூடாது.

இன்று ஊழல் மற்றும் பிற சீரழிவுகள் காரணமாய் பட்டங்களில் மதிப்பு குறைந்துவிட்டதால் அதற்கு பட்டங்களுக்கு மேல் தேர்வு நடத்துவது வழமையாகி உள்ளது. இதற்கு முடிவே இல்லை. மலேரியா அதிகமானால் சாக்கடை நீரை அகற்றி சுற்றுப்புறத்தை சுத்தப்படுத்த வேண்டும். வெறுமனே கொசுவலைக்குள் வாழ்வது நடைமுறை பயனற்றது.

யுஜிசி எப்படி ஊழலை எதிர்கொண்டது தெரியுமா? எல்லா முனைவர் பட்டங்களுக்கும் பொது நுழைவுத்தேர்வு கட்டாயம் என்றது. ஆனால் இந்த தேர்வுகள் ஏதோ பெயருக்கு நடக்கின்றன. நேர்முகத்தேர்வுகளும் அவ்வாறே. முனைவர் பட்டங்கள் மட்டும் அல்ல. இளங்கலை முதுகலை பட்டங்கள் கூட இன்று வாங்கப்படலாம். ஆக தரத்தை உயர்த்த யுஜிசி நேரடியாக முனைவர் பட்ட ஆய்வுகளை அலசுவதுதான் ஒரே வழி. அதற்கான மனிதவளமோ உள்கட்டமைப்போ இல்லை என்றால் வெறுமனே பெயரளவிலான கட்டுப்பாடுகளைக் கொண்டு வந்து கற்பனையாய் பெருமைப்பட்டுக் கொள்ளலாம்.

யுஜிசியோ அரசாங்கமோ என்றும் நேரடியாக களத்தில் வந்து பிரச்சனைகளை தீர்க்க முயல்வதில்லை. பட்டங்களின் தரம் மீது சமூகம் நம்பிக்கை இழந்துவிட்டது. அரசு *NET*ஐ கொண்டு தரம் பற்றின ஒரு போலியான பிம்பத்தை மக்களிடையே தக்க வைத்து அடிப்படையான குற்றச்சாட்டுகளில் இருந்து விடுபட பார்க்கிறார்கள்.

NETஐ ஆதரிக்கும் மூன்று பேர்:

NET தேர்வுக்கான மிகப்பெரிய ஆதரவு மூன்று தரப்புகளில் இருந்து வருகிறது. இந்த ஆதரவு "தகுதியின்" பெயரை பயன்படுத்தினாலும் நோக்கங்கள் வேறு.

முதலில் ஓய்வை நெருங்கிக் கொண்டிருக்கும் நிரந்தர கல்லூரி ஆசிரியர்கள். இவர்கள் ஓய்வுக்கு பிறகும் கல்வி நிறுவனத்துடனான உறவைப் பொறுத்து தம் வேலையில் 70 வயது வரை *superannuation* முறையில் நீடிக்க வாய்ப்பு உண்டு. ஆனால் தற்போதைய நிலையில் இவர்களுக்கு நிர்வாகம் தற்காலிக ஆசிரியர்களுக்கு வழங்கும் குறைந்த சம்பளத்தைத்தான் ஓய்வுக்கு பிறகு வழங்கும். ஆனாலும் பரவாயில்லை என்று சில துறைத்தலைவர்கள் வேலையில் ஓய்வுக்கு பின்னும் குறைந்த சம்பளத்தில் தொடர்வதுண்டு.

90களில் வேலை நிரந்தரமானவர்கள் தமது சேவைக் காலம் குறைவு என்று விசனிக்கிறார்கள்.

ஆக நிரந்தர கல்லூரி ஆசிரியர்களின் தேசிய அமைப்பான AIFCTU மே 23 அன்று NET தேர்வை ரத்து செய்யக்கூடாது என்று ஒரு கோரிக்கை வைத்தது. அவர்களின் நோக்கம் சமூகப் பொறுப்பல்ல என்பது அடுத்த கோரிக்கையில் விளங்கியது. ஓய்வு வயதை 58இல் இருந்து 65க்கு உயர்த்த வேண்டும் என்றது அடுத்த கோரிக்கை. இரண்டுக்கும் ஒரு தொடர்பு உள்ளது.

NET தேர்வில் இந்தியா முழுக்க 5% மேல் யாரும் தேர்வாவதில்லை என்பதால் வேலைக் காலியிடங்கள் அதிகமாக உள்ளன. இந்த சாக்கைக் கொண்டு நிரந்தர ஆசிரியர்கள் தம் ஓய்வு வயதை கூட்ட வேண்டும் என்கிறார்கள். NET தேர்வை ரத்து செய்து Mphil PhD அடிப்படையில் வேலை கொடுத்தால் கல்வித் தரம் குறைந்திடும் என்று AIFCTU காரணம் சொல்கிறது. ஆனால் நகைமுரணாக AIFCTU அமைப்பில் யாருமே NET முடித்தவர்களாக இருக்க மாட்டார்கள். பெரும்பாலானவர்கள் முனைவர் பட்டமே ஓய்வு பெறும் வயதில் தான் தயங்கித் தயங்கி பெறுவார்கள். ஆக இவர்கள் NETஐ ஆதரிப்பது தொடர்ந்து காலியிடங்களை தக்க வைப்பதன் மூலம் அரசையும் கல்வி நிறுவனங்களையும் நெருக்கடிக்கு உள்ளாக்கி தமது ஓய்வை நீட்டித்து மேலும் 7 வருடங்கள் அரசு சம்பளமும் சலுகைகளும் அனுபவிப்பதற்குதான்.

அடுத்த ஆதரவாளர்கள் NETஇல் தேர்வாகி ஆனால் முனைவர் பட்டம் இன்னும் வாங்காதவர்கள். பொதுவாக நேர்முகத்தேர்வில் முனைவர் பட்டங்கள் பெற்றவர்களுக்கு அதிக முன்னுரிமை வழங்கப்படுவதாக இவர்கள் புகார் தெரிவிக்கிறார்கள். ஆனால் NET vs PhD என்கிற இழுபறி இருக்கிற வரை இந்த பிரிவினர் NETஐ கடுமையாக ஆதரிப்பார்கள். ஆக இதுவும் சுயநலம்தான்.

இன்னொரு பிரிவினர் முப்பத்தைந்தில் இருந்து ஐம்பதுக்குள்ளான வயதை சேர்ந்தவர்கள். இவர்கள் NET தேர்வே எழுதினதில்லை என்றாலும் இதைக் கடுமையாக ஆதரிப்பார்கள். NET தேர்வு காரணமாக வேலையிடங்கள் நிரப்பப்படுவது தாமதமானால் இவர்களுக்கு உடனடி பலன்கள் ஒன்றும் இல்லை என்றாலும் தமது நிறுவனத்துக்குள் தற்காலிக ஆசிரியர்கள் இருப்பது இவர்களுக்கு ஒரு படிநிலை அதிகாரத்தை அளிக்கிறது. "தமக்கு வாய்த்த

அடிமைகளை” எளிதில் விட்டுத் தர இவர்கள் தயாரில்லை.

ஆக NETஐ ஆதரிப்பவர்கள் இதன் உள்ளார்ந்த சிக்கலை அறியாத சாமான்ய மக்கள். அல்லது அதன் அனுகூலங்களை அனுபவிக்குள் நிரந்தர ஆசிரியர்கள்.

சிபாரிசும் சூர்யநாராயண சாஸ்திரியும்:

மிகுந்த மக்கள் தொகையும் அதனாலான போட்டி நெருக்கடிகளும் மிக்க தேசங்களில் அசலான திறமையாளர்களை அமைப்பு மற்றும் விதிமுறைகள்படி வேலைக்கு தேர்வது சாத்தியமற்றது. கல்லூரி வேலையில் இது மேலும் சிக்கலானது. இன்று நாம் பார்க்கும் பல நல்ல ஆசிரியர்கள் தமது ஆசிரியர்கள் அல்லது பரிச்சயங்களின் சிபாரிசு வழி உள்ளே வந்தவர்கள் தாம். சென்னை கிறித்துவக் கல்லூரியின் ஆங்கிலத் துறையை ஒரு நல்ல உதாரணமாக சொல்ல முடியும். ஒரு காலத்தில் அங்கு ஆசிரியர்கள் தங்களது சிறந்த மாணவர்களை பட்டம் முடித்ததும் ஊக்குவித்து துறைக்கு உள்ளே ஆசிரியராக கொண்டு வந்தனர். அங்கு ஆங்கிலத் துறை வலுவானதாக இருந்ததற்கு இதுவும் காரணம். சிபாரிசு கலாச்சாரம் மிக கீழ்மையானது என்றாலும் இதன் வழி நம்மூரில் சிறந்த அறிவுஜீவுகள் வேலை பெற்றிருக்கிறார்கள். சேவை செய்திருக்கிறார்கள். இந்துப் பத்திரிகையில் தனது *Madras Miscellany* எனும் பத்தியில் எஸ்.முத்தையா சூர்யநாராயண சாஸ்திரி என்பவரைப் பற்றி சமீபமாக குறிப்பிட்டார். இவர் அக்காலத்தில், அதாவது இருபதாம் நூற்றாண்டின் துவக்கத்தில், ஆக்ஸ்போர்டு சென்று படித்தவர். சென்னை பல்கலைக்கழக தத்துவத் துறையின் ஸ்தாபகர் மற்றும் முதல் துறைத்தலைவர். எஸ்.ராதாகிருஷ்ணனின் மாணவர். இந்திய தத்துவத்தில் பெரும் அறிவு கொண்டவர். உலகப் போரின்போது இவர் இந்தியாவுக்கு ஒரு கப்பலில் திரும்பிக் கொண்டிருந்தார். அப்போது இவரது கப்பல் ஜெர்மானியர்களால் தாக்கப்பட்டது. ஐரிஷ் புரட்சிப்படையினர் இவரை காப்பாற்றி கொண்டு வந்தனர். இந்தியா திரும்பியதும் இதுவே வினையாகியது. இவர் ஐரிஷ் புரட்சியாளர்களுடன் தொடர்பு கொண்டவர் என்று சந்தேகித்த அரசு வேலை தர மறுத்தது. பின்னர் இவர் ராஜன் என்கிற ஒரு நண்பரின் உதவியுடன் (சிபாரிசு) தான் ஆசிரியர் வேலை பெற்று மேற்சொன்ன நிலைக்கு உயர்ந்தார்.

அமைப்பு எனும் எலிப்பொறி:

ஆக யுஜிசிக்கு இப்படி தகுதித்தேர்வை எந்திரமயமாக்குவதற்கு அதற்கான நடைமுறை நோக்கம் உள்ளது. இது நம் நாடு முழுக்க உள்ள அமைப்பு ரீதியான பிரச்சனை. தனியாரில் கூட நம் கல்வியமைப்பில் நம்பிக்கை இன்றி நுழைவுத்தேர்வு வைத்து தான் ஆளெடுக்கிறார்கள். ஆனால் அவசரமாக ஆட்கள் தேவைப்பட்டால் சில நிறுவனங்கள் இந்த *campus recruitment* தேர்வில் கூட காப்பி அடிக்க அனுமதிக்கிறார்கள். இப்போது இறுதி செமிஸ்டரில் தோற்றவர்கள் கூட வேலைக்கு சேரலாம் என்று விதிமுறை வந்துள்ளது. அசலான ஆழ்ந்த அறிவு கொண்டவர்களை இந்தியாவின் பெரும்பாலான அமைப்பு ரீதியான தேர்வுகள் மூலம் கண்டறிய முடியாது. உண்மையான திறன் கொண்டவர்கள் இந்த அமைப்பை எதிர்த்து வெல்ல முடியாது. ஏனென்றால் அமைப்பை வளைக்க முடியாது. நீங்கள் தான் வளைய வேண்டும்.

அதாவது நீங்கள் ஒரு எலிப்பொறிக்குள் இருக்கிறீர்கள். நான் எலி இல்லை என்று கத்தி பிரயோஜனமில்லை. பட்டினி கிடக்கவும் முடியாது. வடையையும் தின்ன வேண்டும். ஆனால் கதவும் மூடக்கூடாது. இதுதான் சவால்.

(ஹிந்து தமிழ், ஜூன் 2012)

கல்லூரி ஆசிரியர் தகுதித் தேர்வு: மாற்றங்களும் எதிர்பார்ப்பும்

சமீபத்தில் (2016) மத்திய கல்வி அமைச்சகம் ஒரு முக்கியமான அறிவிப்பை செய்தது. இனி கல்லூரி ஆசிரியர் வேலைக்கு விண்ணப்பிக்கிறவர்களுக்கு யுஜிசி நெட் கட்டாயத் தகுதி அல்ல. இங்கு பலரும் இந்த விதிமுறை மாற்றத்தை கவனிக்கவில்லை. நான் பேசிய பலருக்கும் இந்த அறிவிப்பு பற்றி தெரிந்திருக்கவில்லை. மீடியாவிலும் இது குறித்து தெளிவில்லை. உதாரணமாய், இப்போதுள்ள அடிப்படை தகுதியான நெட் அல்லது முனைவர் பட்டம் என்பது முன்பிருந்த அதே தகுதிதான். இது புரியாமல் பல பத்திரிகைகளிலும் “நெட் இனி கட்டாயம் இல்லை” என எழுதுகிறார்கள். இப்போது கல்வி அமைச்சகம் ஒரு சின்ன மாற்றத்தை மட்டுமே கொண்டு வந்துள்ளது: 2009க்கு முன்னால் பதிவு செய்ய முனைவர் பட்ட ஆய்வாளர்களின் பட்டம் செல்லாது என யுஜிசி முன்பு அறிவித்திருந்தது. இனி அவர்களின் பட்டமும் செல்லும் என இப்போது கல்வி அமைச்சகம் கூறி உள்ளது.

ஆனால் இந்த அறிவிப்பில் வேறு ஒரு குழப்பம் உள்ளது. 2009க்கு முன்பு எம்.பில் பட்டத்துக்காய் பதிவு செய்தவர்களுக்கும் நெட் தேவையில்லை என அமைச்சகம் கூறி உள்ளது. அப்படி என்றால் ஒரு வருடம் எம்.பில் படிப்பு மட்டுமே போதுமா? மூன்றில் இருந்து

ஐந்து வருடங்கள் முனைவர் பட்ட ஆய்வு தேவையில்லையா? இதை யு.ஜி.சி தெளிவுபடுத்த வேண்டும்.

எம்.பில் விதிமுறை மாற்றம் நடைமுறையில் ஏற்கப்படும் என்றால் அது தகுதியுள்ள விண்ணப்பதாரர்களின் எண்ணிக்கையை பன்மடங்கு ஆக்கும். சில வருடங்களுக்கு முன்பு யு.ஜி.சி எம்.பிலை ஒரு தகுதியாக ஏற்க முடியாது என அறிவித்தது. இதை ஒட்டி பல கல்லூரிகளில் உள்ள தற்காலிக ஆசிரியர்கள் பெரும் நெருக்கடிக்கு உள்ளானார்கள். அவர்கள் இரவும் பகலும் நெட் பரீட்சைக்கு படித்து அல்லது படிப்பதாய் பாவனை வரிசையில் நின்று தேர்வெழுதி அதில் தோற்று மீண்டும் படித்து நொடிந்து போனார்கள். ஒரு பக்கம் நெட் இல்லாத ஆசிரியர்களை கல்லூரியில் பணி செய்ய விடக் கூடாது என யு.ஜி.சி கல்லூரி நிர்வாகங்களை உலக்கையால் இடிக்க, நிர்வாகங்களோ இந்த ஆசிரியர்களை வேலை நீக்கத்தை காட்டி மிரட்டிக் கொண்டிருந்தன. எனக்குத் தெரிந்து பல நிர்வாகங்கள் ஆசிரியர்களுக்கு நெட் பரீட்சையில் தேற ஒரு வருடம் கெடு விதித்திருந்தது.

நிர்வாகங்களுக்கு மற்றொரு நெருக்கடி. அவர்களால் நெட் இல்லாத ஆசிரியர்களை ஒரேயடியாய் விலக்க முடியாது. ஒன்று அவர்கள் அனுபவம் மிக்கவர்கள். அடுத்து, நெட் தகுதி கொண்ட ஆசிரியர்கள் மிக மிக குறைவு. இதனால் நிர்வாகங்கள் வேறொரு தவறான முடிவுக்கு தள்ளப்பட்டன. நேர்முகத் தேர்வின் போது அனுபவம் உள்ள ஆசிரியர்களுக்கு பதிலாக, அனுபவமே இல்லாத எம்.ஏ படிக்கும் போதே நெட் தேர்வான இளம் ஆசிரியர்களை தேர்ந்தெடுத்தன. இவர்களுக்கு வகுப்பை கையாளவே தெரிவதில்லை. இந்த மாற்றத்தை கடந்த நான்கு வருடங்களில் நான் பரவலாய் கவனித்தேன். எம்.ஏ முடித்ததும் ஆய்வு மற்றும் ஆசிரிய அனுபவம் இல்லாமல் பலரும் நேரடியாய் நிரந்தர வேலை கூட பெற்று விடுகிறார்கள். அனுபவம் மிக்க ஆசிரியர்களின் பெருங்கூட்டம் தெருவுக்கு வந்து விடுகிறது. நீங்கள் வேலை செய்யும் துறையில் உங்களுக்கு பத்தாண்டு அனுபவம் உண்டு. ஒருநாள் ஒரு பரீட்சையில் உங்களை தேர்வாக கேட்கிறார்கள். உங்களால் உடனே முடியவில்லை. உடனே உங்களை வீட்டுக்கு அனுப்பி விட்டு உங்களை விட பத்து மடங்கு சம்பளத்தில் எந்த அனுபவமும் இல்லாத இளைஞர்களை வேலையில் அமர்த்துகிறார்கள். உங்களுக்கு கும்பி எரியாது?

இப்போது இச்சிக்கலை அமைச்சகம் நீக்கி உள்ளது. பல்லாயிரம் ஆசிரியர்கள் நிம்மதிப் பெருமூச்சு விடுவார்கள். என்னதான் ஸ்மிரிதி இரானி மேல் பல விமரசனங்கள் இருந்தாலும் இந்த முடிவு மிகவும் பாராட்டத்தக்கது.

இரண்டு விசயங்களை இங்கு தெளிவுபடுத்த வேண்டும். ஒன்று 2009க்கு முன்பு பதிவு செய்த அல்லது பட்டம் பெற்ற முனைவர் பட்டதாரிகள் ஏன் விலக்கப்பட்டார்கள்? 2009க்கு பிறகு யு.ஜி. சி முனைவர் பட்ட ஆய்வு செய்யும் பாணியில் சில அற்ப மாற்றங்க்ள் கொண்டு வந்தது. ஒன்று, வெளிநாட்டு ஆய்வாளர்கள் கட்டாயமாய் உங்கள் ஆய்வை மதிப்பிட வேண்டும் என்றார்கள். ஆய்வுக் கட்டுரைகள் நிச்சயம் பிரசுத்திருக்க வேண்டும் என்றார்கள். இவை மேலோட்டமான மாற்றங்களே. இவற்றால் ஆய்வில் எந்த முன்னேற்றமும் ஏற்படப் போவதில்லை.

ஆனால் இதற்கு 2009க்கு முன்பு ஆய்வு செய்தவர்கள் என்ன பாவம் செய்தார்கள்? அவர்கள் அப்போது யு.ஜி.சி அனுமதித்த விதிமுறைப்படி தானே ஆய்வு செய்தார்கள். ஒரு புது விதிமுறையை கொண்டு வரும் போது முந்தைய விதிமுறைப்படியான வேலைகளை செல்லாததாய் அறிவிப்பது அபத்தம். உதாரணமாய் அரசு நாளையில் இருந்து நூறு ரூபாய் நோட்டுகள் செல்லாது என அறிவித்தால் என்ன ஆகும்?

இலக்கியத்தில் முனைவர் பட்ட ஆய்வின் முக்கியமான சிக்கல் அதற்கு அறிவியல் ஆய்வில் உள்ளது போல் ஒரு *peer review system* இல்லை என்பது. நீங்கள் ஒரு ஆய்வை செய்து கட்டுரையாய் சமர்ப்பிக்கிறீர்கள். அதை ஒரு ஐந்து பேர் சேர்ந்து பரிசீலிக்கிறார்கள். அடுத்து இதை நீங்கள் ஒரு சிறு கூட்டத்தின் முன் விளக்குகிறீர்கள். உடனே பட்டம் அளித்து விடுகிறார்கள். பல ஆய்வு மாணவர்கள் வேறு நூல்களில் இருந்து திருடி தம் பெயரை போடுகிறார்கள். இன்னும் சிலர் வரிக்கு வரி தப்புகள் மலிய எழுதுகிறார்கள். சில ஆய்வாளர்களுக்கு கோர்வையாய் பேச வராது. சிலருக்கு சுத்தமாய் ஆங்கிலத்தில் பேச வராது. குறிப்பாய் சிறுநகர கல்வி நிறுவனங்களில் இருந்து வருகிற ஆய்வுகளின் பொது சிக்கல் இது.

ஆய்வில் தரத்தைக் கொண்டு வர அதை பொதுவில் முன்வைப்பது தான் சிறந்த வழி. நம்முடைய இலக்கிய பத்திரிகைகளைப் போல

பல ஆய்வுப் பத்திரிகைகளை அரசு நிதி மூலம் ஆரம்பிக்க வேண்டும். ஆய்வுகளின் பகுதிகளை அவற்றில் கட்டாயமாய் பிரசுரித்து உலகம் முழுக்க அனுப்ப வேண்டும். பிற ஆய்வாளர்கள் இந்த ஆய்வுகள் குறித்து எதிர்வினை எழுத ஊக்குவிக்க வேண்டும். அப்போது போலி, திருட்டு, அபத்த ஆய்வுகள் தாமே ஒழிந்து விடும். இன்னொன்று இலக்கிய மாணவர்களின் *viva* தேர்வை ஒரு பொது இடத்தில் நிறைய வாசகர்களும் ஆய்வாளர்களும் எழுத்தாளர்களும் கலந்து கொள்ளும் விதத்தில் நடத்த வேண்டும். ஒவ்வொரு மாணவரும் தமது கல்லூரியில் நடத்தாமல் ஒரு குறிப்பிட்ட இடத்தில் சேர்ந்து தம் ஆய்வை விளக்கும் முகமாய் இது இருக்க வேண்டும். ஒரு மாதம் நடக்கிற ஒரு கருத்தரங்காய் கூட இதை ஒருங்கிணைக்கலாம். இப்போது நடக்கும் *viva*வில் பெயருக்கு ரெண்டு கேள்வி கேட்பார்கள். அதற்கு பதிலளிக்க ஆய்வாளர் திணறினாலும் பட்டம் கொடுத்து விடுகிறார்கள்.

இந்த அடிப்படை குளறுபடிகளைக் களையாமல் பெயருக்கு இரண்டு விதிகளை மாற்றி விட்டு, அது நிலுவைக்கு வருவதற்கு முன்பு ஆய்வு செய்தார்களை தகுதியற்றவர்களாய் அறிவித்தால் அது நியாயமா? அந்த முட்டாள்தனமான முடிவைத் தான் அமைச்சகம் ரத்து செய்துள்ளது.

கடைசியாய் நெட் தேர்வுக்கு வருவோம். இது சிலர் நம்புவது போல் தகுதியை உறுதி செய்யும் தேர்வு அல்ல. இது வெறும் நினைவுத்திறன் போட்டி. ஒரு வாக்கியத்தை இலக்கணத் தவறில்லாமல் பேசத் தெரியாதவர்கள், ஒரு நாவலைக் கூட வாசித்திராதவர்கள் கூட ஆறு மாதம் தகவல்களை மனனம் செய்து ஜெயித்து விடலாம். உதாரணமாய் ஒரு தேர்வில் ஹெமிங்வேயின் *Farewell to Arms* நாவலுக்கு எத்தனை பாகம் எனக் கேள்வி கேட்டார்கள். அந்த நாவலை நீங்கள் படித்தீர்களா அதன் மையக் கரு என்ன, மொழி எப்படி பயன்படுத்தப்பட்டுள்ளது, ஹெமிங்வேயின் ஸ்டைல் அதில் எப்படி மாறி உள்ளது, இருத்தலியம் அந்த நாவலில் எப்படி கையாளப்பட்டுள்ளது, கிறுத்துவம் பற்றின விவாதம் எப்படி உள்ளது என்பதெல்லாம் யு.ஜி.சிக்கு முக்கியம் அல்ல. எவ்வளவு பாகம், எவ்வளவு பக்கம், பக்கத்தில் எவ்வளவு சொற்கள், சொற்களில் எவ்வளவு எழுத்துக்கள், எவ்வளவு காற்புள்ளி, அரைப்புள்ளி இதையெல்லாம் மனப்பாடம் செய்து விட வேண்டும்.

இந்த தேர்வை புத்திசாலிகளும் வெற்றி காண்கிறார்கள். ஆனால் பெரும்பாலும் எந்த வாசிப்பும் இல்லாதவர்களே இதில் வெல்கிறார்கள் என்பதை நேரடியான அனுபவத்தில் கண்டிருக்கிறேன். இவர்கள் எப்படி மாணவர்களுக்கு பாடம் எடுப்பார்கள்? ஹெமிங்வேயின் நாவலை எடுத்து வைத்துக் கொண்டு "இந்த நாவலின் மொத்தம் 24 அத்தியாயங்கள். ஒவ்வொரு அத்தியாயத்திலும் இவ்வளவு இவ்வளவு பாத்திரங்கள் வருகிறார்கள். இவர்கள் இன்ன நிறத்தில் சட்டை அணிகிறார்கள். இந்த பாத்திரம் இன்ன தேதியில் பிறந்தார். ஹெமிங்வே பிறந்த போது ஒன்றரை கிலோ எடை இருந்தார். அவர் இன்ன மருத்துவமனையில் இன்ன பெயருள்ள செவிலியால் பராமரிக்கப்பட்டார்...".

விளையாட்டுக்கு சொல்ல வில்லை. நான் எம்.ஸி.ஸியில் படிக்கும் போது பிரெடிரிக் மோஸஸ் எனும் பேராசிரியர் இருந்தார். அவர் ஜேன் ஆஸ்டினின் நாவலை எடுத்து வைத்துக் கொண்டு "68 ஆம் பக்கத்தில் எலிசபெத் எண் 3, ஆக்பொர்ட் தெருவில் உள்ள வீட்டிற்கு செல்கிறாள். அப்போது அவள் மஞ்சள் தொப்பி, பிரவுன் நிற மேலங்கி அணிந்திருக்கிறாள். அப்போது தெருவில் ஒரு குதிரை வண்டி கடந்து போகிறது. குதிரை வண்டி வரும் பக்கம் 69. கடைசி பத்தி..." என்று பேசிக் கொண்டே போவார். எங்களுக்கு தலை சுற்றும். அந்த குதிரை வண்டிக்கு நாவலில் எந்த முக்கியத்துவமும் இராது. ஆனாலும் அவர் சொல்வார். தகவல்களாய் பொழிவார். ஆனால் நாவலின் தத்துவத்துக்கு உள்ளோ மொழியியல்/உளவியல் விவாதங்களிலோ செல்ல மாட்டார். அவர் ஒரு நடமாடும் விக்கிபீடியா. அவர் அடிப்படையில் ஒரு தகுதித் தேர்வு அரக்கன். பலமுறை ஐ.ஏ.எஸ் தேர்வில் ஜெயிக்க முயன்று கடைப்படியில் சறுக்கியவர். அவர் ஆசிரியராய் வந்து பல தலைமுறை மாணவர்களை பழிவாங்கினார். நெட் தேர்வு மூலம் யு.ஜி.சி இது போன்ற பல தற்கொலைப் படையினரை உருவாக்கத் தான் முயல்கிறது.

இப்போது கல்வி அமைச்சகம் ஒரு சிறு ஆசுவாசத்தை கொடுத்துள்ளது. இலக்கியம் போன்ற துறைகளுக்கு நினைவுத்திறன் போட்டிகள் தேவையில்லை எனும் விசயத்தை விரைவில் புரிந்து கொண்டு இந்த தேர்வையே ரத்து செய்ய வேண்டும். அதுவே பலரது எதிர்பார்ப்பும்!

சமூகம்

மாணவர்களும் அரசியலும்

ஐஐடி அம்பேத்கர்-பெரியார் படிப்பு வட்டத்தின் அங்கீகாரம் ரத்து செய்யப்பட்டதை ஒட்டி நடக்கும் சர்ச்சை மாணவர் கருத்துரிமையை மையம் கொண்டது (மே 2015). மாணவர்களுக்கு அரசியல் பேச முழு உரிமை வேண்டும் என பலரும் கோருகிறோம். கடந்த சில பத்தாண்டுகளில் தொழில்நுட்ப கல்வியும், தனியார் கல்வி நிறுவனங்களும் பெருகி, கலை, அறிவியல் படிப்புகள் பலவீனப்பட்ட பின் மாணவர் அரசியலும் முளையில் கருகிப் போய் விட்டது. ஆனால் இதைப் பேசுகிற வேளையில் மாணவர்கள் அனைவரும் மிகுந்த அரசியலுணர்வுடன் இருப்பதாகவும் அரசும் பிற நிறுவனங்களும் இணைந்து அவர்களை முடக்குவதாகவும் நம்புவதும் மிகைதான்.

இன்றைய கணிசமான மாணவர்களுக்கு அன்றாட அரசியல் பற்றின கட்சி சார்ந்த அறிவு கூட மிக மிக குறைவு. நான் ஒருமுறை ஒரு வகுப்பில் மாணவர்களிடம் பெரியார் யார் எனக் கேட்டேன். ஒருவர் கூட பதில் கூறவில்லை. சரி போகட்டும், திமுக அதிமுக எல்லாம் எந்த கட்சியில் இருந்து பிறந்தன எனக் கேட்டால் அதுவும் தெரியவில்லை. பிறகு நான் வேறு பல சமகால அரசியல் தலைவர்களின் பெயர்களை பரீட்சித்து பார்த்தேன். கலைஞர், ஜெயலலிதா தவிர அவர்களுக்கு யாரையும் தெரியாது. இத்தனைக்கும் இது கீழ்த்தட்டு மாணவர்கள் அதிகமுள்ள வகுப்பு. அவர்கள் நிறைய டி.வி பார்க்கிறார்கள். ஆனால் அதில் சினிமா தவிர வேறு நிகழ்ச்சிகளில் அவர்களுக்கு கவனம் இல்லை.

செய்தி படிப்பதோ கேட்பதோ இல்லை. இதற்கு பெற்றோர்களும் ஒரு காரணம். பல வீடுகளில் செய்தித்தாள் வாங்குவதில்லை. ஐ.ஐ.டியின் ஐஐடி அம்பேத்கர்-பெரியார் படிப்பு வட்டம் கூட சிறிய ஒன்றுதான். இந்த சூழலில் மாணவர்களுக்கு என ஒரு அரசியல் அமைப்பு சாத்தியமா என கேட்க தோன்றுகிறது. இல்லை. ஆனால் மாணவர்கள் அரசியல்ரீதியாய் ஒருங்கிணைய வேண்டுமா என்றால் வேண்டும். ஏன் மற்றும் எப்படி?

கல்லூரியில் மூன்றில் இருந்து ஐந்து வருடங்கள் படிப்பதற்கான காலம் மட்டுமல்ல. அது பல புது நட்புகளை உருவாக்கவும் நிறைய அரட்டையடிக்கவும், புத்தகங்கள், சினிமா, கலை நிகழ்ச்சிகள் என புது அறிமுகங்கள் கொள்ளவுமான காலம். மாணவர்கள் தம் கலைத்திறன்களை பரிசீலனை பண்ணுவதற்கான வாய்ப்புள்ள பருவம். இதன் ஒரு பகுதியாய் அரசியல் திறனும் ஆர்வமும் உள்ளோர் அத்துறை நோக்கியும் திரும்ப வாய்ப்புகள் வேண்டும். கேரளாவில் மாணவ அமைப்புகள் ஏதாவது ஒரு கட்சியுடன் இணைந்து செயல்படும். இளம் மாணவர் தலைவர்கள் பின்னால் கட்சித்தலைவர்களாகவும் மந்திரிகளாகவும் உயர்வார்கள். ஆனால் இந்நிலை இங்கு இல்லை.

இதற்கு எதிர்மறை விளைவுகளும் உண்டென்றாலும் மாணவர்களுக்கு அரசியல் அறிவும் செயல்பாட்டு கட்டமைப்பும் பயிற்சியும் பெற இதை விட சிறந்த வழியில்லை. என்னைப் பொறுத்தவரையில் முப்பது மாணவர்கள் சேர்ந்து பெரியாரியமும் அம்பேத்கரியமும் பேசுவது அல்ல அரசியல். அவர்கள் ஒரு பிரதான கட்சியில் இணைந்து அதன் ஒரு பகுதியாய் மாணவர் அமைப்புகளை நடத்த வேண்டும். தில்லி ஜெ.என்.யுவில் அப்படியான சூழல் உள்ளது. இது மாணவர்களுக்கு நடைமுறை அரசியல் பற்றி பல பாடங்களை கற்றுத் தரும். இதைப் பயன்படுத்தும் புல்லுருவிகளும் ரவுடிகளும் கல்லூரிச் சூழலில் முளைப்பார்கள். இவர்களை களையெடுக்க வேண்டியது கல்லூரி நிர்வாகிகளின் பொறுப்பு. இதற்கு பேராசிரியர்கள் மாணவர்களுடன் இணைந்து செயல்படவும் அமைப்பில் முடிவெடுக்கும் பிரதான பொறுப்பிலும் இருக்க வேண்டும். இதன் மூலம் மாணவர்களில் சிலர் முழுநேர அரசியலை தம் வேலையாய் எதிர்காலத்தில் மேற்கொள்ள வழி அமையும்.

சில அரசுக் கல்லூரிகளில் இந்த இணைவு ஓரளவு உண்டென்றாலும் பெரும்பாலும் அடியாட்களை கட்சிகளில் வேலைக்கெடுக்கும் வாய்ப்பாகத்தான் இது உள்ளது. இது மாற்றப்பட வேண்டும்.

நம்முடைய பிரதானக் கட்சிகள் ஊழல் வயப்பட்டவை. இவற்றில் எப்படி மாணவர்கள் இணையலாம்? இது முக்கியமான கேள்வி. நாம் நடைமுறை அரசியலில் செயல்படாமல் நேரடி வாழ்வில் மாற்றங்கள் கொணரவோ தனிப்பட்ட முறையில் உயரவோ முடியாது. அப்போது இருக்கிற கட்சிகளில் இணைவதுதான் ஒரே சாத்தியம். மாணவர்களாய் புது அரசியல் அமைப்புகளை உருவாக்குவது இன்றைய சூழலில் மிக மிக சிரமம். ஆம் ஆத்மி கூட அன்றைய ஒரு குறிப்பிட்ட சூழலில் மீடியா, தொழிலதிபர்கள், முன்னாள் ஐ.ஏ.எஸ், ஐ.பி.எஸ் அதிகாரிகள், அன்னா ஹசாரே போன்ற ஒரு வசீகரமான காந்தியவாதி, இந்துத்துவா அமைப்புகள் என ஒன்றிணைந்து செயல்பட்டதால், அவர்களின் போராட்டங்களை காங்கிரஸ் மிக சொதப்பலாய் கையாண்டதால் ஏற்பட்ட எழுச்சியில் தோன்றின கட்சி. அதுவும் தில்லியின் நிர்வாக கோளாறுகள், பெண்கள் மீதான வன்முறை, நீண்ட கால காங்கிரஸ் செயலின்மை ஆகியவை உருவாக்கிய ஒரு சாதக சூழலை ஆம் ஆத்மி மிக சரியாய் பயன்படுத்திக் கொண்டது. ஆனால் இதெல்லாம் அபூர்வ நிகழ்வு. நடைமுறை அரசியல் இன்று மிகவும் செலவு பிடித்த விசயம் ஆகிவிட்டது. நிரந்தரமற்றதாகவும் விட்டது. நேர நெருக்கடியும் மக்களுக்கு அதிகம். ஆக நடைமுறை அரசியலில் ஆர்வமுள்ளவர்கள் தாமாக சிறு அமைப்புகள் தோற்றுவிப்பதை விட பிரதான கட்சிகளில் இணைவது தான் அவர்களின் வளர்ச்சிக்கு நல்லது. அப்போது தான் படித்து வேலையில் சேர்ந்த பின் அரசியல் தொடர்ச்சி இல்லாமல் ஆகி, கல்லூரிக் கால பணிகள் வீணாகாது. எதற்கும் தொடர்ச்சி முக்கியம்.

இவ்வாறு கட்சி சார்ந்த அரசியலில் ஈடுபடுகிறவர்களுக்கு அரசியல் உணர்வும் தீவிரமாகும். இது மாணவர் அமைப்புகளுக்கு இராது. உதாரணமாய் அறுபது எழுபதுகளில் திமுக சார்ந்து அரசியலில் ஈடுபட்ட இந்தி எதிர்ப்பு, தமிழ் தேசிய போராளி மாணவர்களை எடுத்துக்கொள்ளுங்கள். அவர்கள் வேலைக்கு சென்று குடும்பப் பொறுப்புகள் ஏற்று வயதான பின்னரும் அரசியல் உணர்வு குறையவில்லை. இன்று அப்படியான எந்த மைய அரசியல்

நிகழ்வுகளிலும் மாணவர்கள் பங்கேற்காததனால் தான் அவர்களின் அரசியல் உணர்வும் மிகவும் குறைவாக உள்ளது. இது சிவில் அமைப்புகளை மறைமுகமாய் பலவீனப்படுத்தும்.

இது கல்வியை பாதிக்காதா? இல்லை. ஒரு கல்லூரியில் நன்றாக முழுநேரமாய் படிக்கிற மாணவர்கள் 20%. சுமாராய் அவ்வப்போது படிக்கிறவர்கள் 40%. மிச்சம் 40% வெட்டியாய்த் தான் இருப்பார்கள். அவர்கள் சமூகமாக்கல், கலை நிகழ்ச்சிகளில், அரட்டை என காலம் கழிப்பார்கள். இதுதான் இயல்பு. இது ஏதும் தவறில்லை. பொதுவாக கல்லூரி மாணவர்களின் மதிப்பெண் சராசரியையும், பள்ளி மாணவர்களின் மதிப்பெண் சராசரியை ஒப்பிட்டு பார்த்தால் இதை புரிந்து கொள்ளலாம். ஓரளவுக்கு மதிப்பெண் பெற்று சான்றிதழுடன் வெளியே போன பின் வேலை சந்தையில் எல்லாரும் ஒன்றுதான். அங்குள்ள தேவைகள், விற்பனையாகும் திறன்களுக்கும் சான்றிதழில் உள்ள மதிப்பெண்களுக்கும் பெரிய சம்மந்தமில்லை. இது யதார்த்தம். ஆக எல்லா மாணவர்களும் சதா வகுப்பில் இருந்து கவனிக்க அவசியமில்லை. உண்மையில் அது மாணவர்களின் வளர்ச்சிக்கும் ஆரோக்கியமானதல்ல.

நான் கல்லூரியில் படிக்கையில் ஒவ்வொரு செமஸ்டரிலும் முதல் சில மாதங்கள் வகுப்புகளில் இருந்து தேவையான அட்டெண்டென்ஸ் பெற்று விட்டு, அடுத்த சில மாதங்களில் நிறைய வகுப்புகளை கட் அடிப்பேன். அந்நேரத்தில் என் எழுத்தாள நண்பர்கள், சீனியர்களை சந்தித்து செலவிடுவேன். அந்த உரையாடல்கள்தாம் பிற்பாடு என் எழுத்துக்கும் வாசிப்புக்கும் பெரும்பாலும் உதவியது. அதுபோல் சில மாணவர்கள் பேச்சு, நாடகம், நடனம் போன்ற நிகழ்ச்சிகளில் பங்கேற்க வகுப்புகளை கட் அடிப்பார்கள். 50-60% மேல் வகுப்புகளில் இருக்க மாட்டார்கள். அத்தகைய மாணவர்களை வற்புறுத்தி வகுப்புக்குள் இருத்துவது அவர்களுக்கும் வகுப்பிலுள்ள பிற மாணவர்களுக்கும் ஆரோக்கியமானதல்ல.

அடுத்து கல்லூரி வளாகத்தினுள் அரசியல் செயல்பாடுகளை அனுமதிக்கலாமா? கூடாது. இது இரண்டு சிக்கல்களை உருவாக்கும். ஒரு மாணவன் தனி மனிதன் மட்டுமல்ல. அவன் கல்லூரியில் பகுதி. அவனது செயல்கள் கல்லூரியின் நிலைப்பாட்டை பிரதிபலிக்கிறவை. அவனுக்கு கல்லூரியே

பொறுப்பு. குறிப்பாய் கல்லூரி வளாகத்தினுள் அவன் செய்கிற விசயங்களுக்கு. இன்னொன்று கல்லூரிக்குள் நடக்கும் வேலை நிறுத்தங்கள், வன்முறை, அணி திரட்டல், பேரணிகள் வகுப்புகளை பாதிக்கும். சீர்கேட்டை உருவாக்கும். கூட்டங்கள், பிரச்சாரம், பேரணி ஆகியவற்றை வெளியே வைத்துக் கொள்வதே நல்லது. வளாகத்தினுள் மாணவர்களை திரட்டுவதில் தடை கூடாது. ஆனால் செயல்பாடுகள் வளாகத்திற்கு வெளியில் வேண்டும். இதன் மூலம் மக்களுக்கும் கல்லூரி மாணவர்களுக்கும் ஒரு தொடர்பு ஏற்படும். பிரதான கட்சி ஒன்றின் ஆதரவு இருந்தால் வெளியில் போராட்டங்கள் நடத்துவதில் நடைமுறை சிக்கல்களும் இராது. ஆனால் ஐ.ஐ.டியில் நடந்தது போன்ற பொது விவாதங்களுக்கு வளாகத்தினுள் தடை கூடாது.

இப்போதைக்கு கல்லூரிக்குள் நடக்கும் கணிசமான வேலை நிறுத்த போராட்டங்கள் மாணவர்களுக்கு பொழுதுபோக்கு மட்டும்தான். அல்லது ஒரு மாணவர் அமைப்பின் தலைவருக்கு நிர்வாகத்திடம் தன் அதிகாரத்தை காட்டுவதற்கான சிறு வாய்ப்பு. நான் இளங்கலை படிக்கும்போது மாணவர் அமைப்பின் தலைவருக்கும் கல்லூரி முதல்வருக்கும் தகராறு ஏற்பட்டது. பழிவாங்கும் பொருட்டு பெயருக்கு சில கோரிக்கைகளை வைத்து வேலை நிறுத்தம் நடந்தது. இவை என்ன என பல மாணவர்களுக்கே தெரியாது. ஒரு சிறு குழு வந்து மாணவர்களை வகுப்பில் இருந்து விரட்டினார்கள். கூச்சலிட்டபடி அறிவியல் லேபுகளில் நுழைந்து அடித்து நொறுக்கினார்கள். இறுதியில் கல்லூரி நிர்வாகம் காவல்துறையை வரவழைத்தது. உடைந்த பொருட்களுக்கான பணத்தை திரும்பப் பெற ஒவ்வொரு மாணவருக்கும் ஆயிரம் ரூபாய்க்கு மேல் அபராதம் விதித்தது. அதாவது உடைத்தது ஒரு சிலர், பாதிக்கப்பட்டது பலர்.

நான் முதலில் வேலை பார்த்த இன்னொரு கல்லூரியில் முதல்வருக்கும் சில பேராசிரியர்களுக்கும் ஏற்பட்ட முரண்பாடு காரணமாய் பேராசிரியர்கள் மாணவர் அமைப்பினரை தூண்டி விட்டு வேலை நிறுத்தம் செய்ய வைத்தனர். முதல் வேலை நிறுத்தத்தின்போது நான் வகுப்பை கலைக்க மறுத்தேன். சிலர் வகுப்புக்குள் நுழைந்து கலைக்கும்படி கோரினர். நான் மறுத்தேன். அவர்கள் தாமாக திரும்ப சென்றனர். பிறகு வெளியில் இருந்து கல்லை வீசினர். அப்போதும் நான் கலைக்கவில்லை. இறுதியில்

துறைத்தலைவரே வந்து கேட்டபின்தான் மாணவர்களை வெளியில் அனுப்பினேன். ஒன்று எனக்கு இது போன்ற அற்ப வேலை நிறுத்தங்களில் நம்பிக்கை இல்லை. அதேபோல் பேராசிரியர்களே நினைத்தால் இதை நிறுத்த முடியும். ஆனால் செய்ய மாட்டார்கள். *DYFI* போன்ற அமைப்புகளுக்கு அரசியல் பின்புலம் உண்டென்றாலும் இவை நடைமுறை அரசியலோடு தொடர்பற்றவை. உதாரணமாய் பெட்ரோல் விலை உயர்வுக்கோ, ஊழலுக்கோ எதிராய் போராட மாட்டார்கள். தம் போராட்டத்தை சமூகத்தின் மைய அரசியலோடு இணைக்கவும் இவர்களுக்கு தெரியாது. இன்றுள்ள கணிசமான மாணவர் அமைப்புகளின் சிக்கல் அவை “நடைமுறை” அரசியலற்றவை என்பது.

நான் சென்னை கிறுத்துவக் கல்லூரியில் படிக்கும்போது அமெரிக்க இரட்டை கோபுரத் தாக்குதல் நினைவு நாளன்று கல்லூரி நிர்வாகம் இரண்டு நிமிட அமைதி கோரும்படி முதல் வகுப்பின்போது மணியடித்து கோரினார்கள். இரட்டை கோபுரத் தாக்குதலுக்கும் இந்தியாவுக்கும் என்ன சம்மந்தம்? மும்பை தாக்குதல் தினமன்று இவ்வாறு செய்வார்களா? மாட்டார்கள். இன்னொரு பக்கம் ஈழத்தமிழர் பிரச்சனை ஒன்றை ஒட்டி தமிழ்த்துறை மாணவர் சில கொடும்பாவி எரித்தனர். இரண்டு நிகழ்வுகளும் 98% மாணவர்களுக்கு அந்நியமாய் தெரிந்தன. நான் மற்றொரு கல்லூரியில் வேலை பார்த்தபோது இளவரசன் திவ்யா பிரச்சனை உச்சத்தில் இருந்தது. இளவரசன் இறந்த தினம் நான் மிகவும் பாதிக்கப்பட்டிருந்தேன். ஆனால் அன்று கல்லூரிக்குள் அந்த பெரும் ஜனநாயக படுகொலையின் நிழலைக் கூட காண இயலவில்லை. பெரும்பாலான மாணவர்களுக்கு என்ன நடந்த்தென்றே தெரியவில்லை. அதை வகுப்பில் பேசும் உரிமை உள்ள நிரந்த பேராசிரியர்கள் மௌனம் சாதித்தனர். இது அரசியல் செயல்பாட்டின்மையின் இன்னொரு கொடிய துருவம்.

இந்த சூழலில் மாணவர்களுக்கு கருத்துரிமை இருந்தால் என்ன இல்லையென்றால் என்ன? இந்த சூழல் மாறாத நிலையில் கருத்துரிமையை மட்டும் கோருவதில் அர்த்தமில்லை.

அறுபதுகளின் லட்சியவாத அரசியலைக் கடந்து இன்று நாம் அதிகாரத்தைக் கோரும், தொழில்ரீதியிலான அரசியலுக்குள் நுழைந்துள்ளோம். இன்று கருத்தியலால் ஈர்க்கப்பட்டு ஒரு

மாணவனை முழுநேர அரசியலுக்குள் ஈர்ப்பது பெரும்பாலும் சாத்தியம் இல்லை. அரசியலில் செயல்பட்டால் தனக்கு நடைமுறையில் என்ன பயன் என அவன் இளமையில் ருசித்துப் பார்க்கவேண்டும். அப்போதுதான் மாணவர் அமைப்புகளில் இருந்து முக்கியமான தலைவர்கள் நமக்கு எதிர்காலத்தில் கிடைப்பார்கள்.

உச்சநீதிமன்றத் தீர்ப்பு: தகுதியும் வேலையும்

இன்று ஒரு கல்லூரி ஆசிரியர் வேலையிடத்துக்கான சந்தை மதிப்பு 12 லட்சத்தில் இருந்து 25 லட்சம் வரை (மே 2025). இந்த அதிமுக அரசு பதவிக்கு வந்தபின், வேலை நியமன ஊழலை ஒழுங்குபடுத்தி ஒரு கட்டாய வடிவத்துக்கு கொண்டு வந்துள்ளது. இது பற்றி முன்னர் ஜூனியர் விகடனில் வந்த அறிக்கை நினைவிருக்கும். இந்த லஞ்சத்தில் ஒரு பகுதி அரசுக்கும் போகிறது என ஜூவியில் கூறியிருந்தார்கள்.

கிராமங்களில் மக்களுக்கு பணத்தை அதிகம் செலவழிக்காமல் சேர்த்து வைக்கிற பழக்கம் உண்டு. நகையாகவோ சொத்தாகவோ சேர்த்து அதை மகளுக்கு வரதட்சணையாக கொடுப்பது நோக்கம். ஆனால் இப்போது இப்பணத்தைக் கொண்டு கார், நகையுடன் தம் மகளுக்கு அரசு உதவிப்பேராசிரியர் வேலையும் வாங்கிக் கொடுத்து மணமுடித்து வைக்கிற புதுப்பழக்கம் ஆரம்பித்துள்ளது. இதனால் நெல்லை, குமரி மாவட்டங்களில் கல்லூரி வேலைக்கான லஞ்சத் தொகை 25 லட்சங்கள் வரை போகிறது. ஒரு கல்லூரியில் ஒரு குறிப்பிட்ட துறையில் லட்சம் கொடுத்து சேர ஆள் கிடைக்கவில்லை என்று நிர்வாகமே முயன்று, அங்கு விண்ணப்பிக்காத ஒருவரை தேடிக் கொண்டு வற்புறுத்தி பணம் 12 லட்சம் வாங்கி சேர்த்துக் கொண்டது என ஒரு நண்பர் தெரிவித்தார். எனக்குத் தெரிந்த மற்றொரு கல்லூரி லஞ்சம் வாங்க மறுத்ததால் கடந்த இரு வருடங்களுக்கு

மேலாக அங்கு சில வேலையிடங்கள் நிரப்பப்படாமலே உள்ளன. அக்கல்லூரியும் பிடிவாதமாக அரசுக்கு வளைந்து கொடுக்காமல் பகுதிநேர ஆசிரியர்களைக் கொண்டு சமாளித்து வருகிறது.

இது ஒரு புறம் இருக்க, ஒரு கல்லூரி ஆசிரியருக்கான தகுதியை தீர்மானிப்பதில் யு.ஜி.சியும் நீதிமன்றங்களும் சேர்ந்து பட்டதாரிகளின் தலையை உருட்டுகின்றன. முதலில் எம்.பில் பட்டம் போதும் என்றார்கள். பிறகு எம்.பில் செல்லாது என்றார்கள். அடுத்து முனைவர் பட்டம் போதும் என்றார்கள். பிறகு 2009க்கு முன்பான முனைவர் பட்டம் செல்லாது என்றார்கள். 2012இல் அலஹபாத் உயர்நீதிமன்றம் 2009க்கு முன்பு முனைவர் பட்டம் பெற்றவர்கள் தகுதியானவர்கள் என்றது. இரு வாரங்களுக்கு முன்பு உச்சநீதிமன்றம் அத்தீர்ப்பு செல்லாது என மீண்டும் நாட்டாமை பண்ணியுள்ளது. மீண்டும் 2009க்கு முன்பு முனைவர் பட்டம் செய்த அப்பாவிகளின் வயிற்றில் அடித்துள்ளது. இப்போது அவர்கள் யுஜிசி தேர்வெழுத வேண்டும். அல்லது மீண்டும் முனைவர் பட்டம் செய்ய வேண்டும். யுஜிசி தேர்வின் அமைப்பையும் மீண்டும் இம்முறை மாற்றி இருக்கிறார்கள். இப்படி மூக்கை பிய்த்து தலையில் வைத்து நாக்கை இழுத்தை கழுத்தில் சுற்றி யுஜிசி செய்கிற மாற்றங்களுக்கு ஒரே நோக்கம் ஆசிரியர்களின் தகுதியை மேம்படுத்துவதாம். ஐயா, லட்சோபலட்சம் லஞ்சம் வாங்கி ஆட்களை பட்டவர்த்தமாய் நியமனம் செய்யும்போது மட்டும் ஆசிரியர் தகுதி பாதிக்கப்படாதா?

ஏன் அரசின் குறுக்கீட்டில் லஞ்ச அறுவடை நடப்பது பற்றி ஒருவரும் வழக்கு தொடுப்பதில்லை. ஏன் எந்த நீதிபதியும் கருத்து சொல்வதில்லை. ஏனென்றால் ஊழலினால் அரசு, தனியார் நிர்வாகங்கள், பணமுள்ள பட்டதாரிகள் என முத்தரப்பினரும் லாபமடைகிறார்கள். ஆனால் மூன்று தரப்பினருமே ஆசிரியர்களின் தகுதி குறைந்து விட்டது என விடாமல் நாமம் ஜெபித்துக் கொண்டிருக்கிறார்கள். ஆசிரியர்களின் தகுதி அல்ல கொடுக்க லஞ்சப் பணம் தான் குறைந்து விட்டது. யுஜிசி எப்படியெல்லாம் தேர்வை நடத்தி சிரமமாக்கி அப்பாவிகளை பல்டி அடிக்க வைக்கலாம் என யோசிக்காமல் குறைந்த வட்டியில் 25 லட்சம் கடன் வழங்குவது ஏற்பாடு செய்யலாம்.

பணமில்லாத பட்டதாரிகள் இதற்கும் ஒரு வழி கண்டுபிடித்து வைத்திருக்கிறார்கள். அவர்கள் வட்டிக்கு பணம் வாங்கி

வேலையில் சேர்ந்து விடுகிறார்கள். நியமனம் உறுதி ஆன கடிதம் வந்ததும் அதைக் கொண்டு தனியார் வங்கியில் கடன் வாங்கி வட்டியை அடைத்து விட்டு மாத சம்பளத்தை ஒரு ஏழெட்டு வருடங்களுக்கு அப்படியே வங்கியில் கட்டி விடுவார்கள். அதுவரை சம்பளம் இல்லாமல் கழித்து விடுவார்கள். ஆனால் இப்படி தகிடுதித்தம் செய்து, கைக்கு வரும் சம்பளத்தை பாக்கெட்டில் வைத்து பார்க்க முடியாமல் பாடம் சொல்லிக் கொடுக்கும் ஆசிரியர்கள் எந்தளவுக்கு விசுவாசமாய் இருப்பார்கள் தம் தொழிலில்? அவர்கள்தான் ஏன் விசுவாசமாக இருக்க வேண்டும்?

சரி, தகுதித் தேர்வில் ஜெயித்து வேலையில் அமர்கிறவர், லஞ்சம் கொடுத்து வந்திருந்தாலும், தகுதியாகத் தானே இருப்பார்? இல்லை. தகுதித்தேர்வு வெறுமனே ஒருவரின் தகவல் அறிவை, நினைவுத் திறனைத் தான் சோதிக்கிறது. இத்தேர்வின் முறை குறிப்பாக இலக்கியம், தத்துவம், சமூகவியல் உள்ளிட்ட கலைத்துறைகளுக்கு பொருந்தாது. *Gate, GMAT* போன்ற அறிவியல் தேர்வுகளின் பாணியை அப்படியே யுஜிசி தகுதித் தேர்விலும் பயன்படுத்துவது தான் சிக்கல். கலைத்துறைகளில் உள்ளார்ந்த புரிதல், மொழித்திறன், விளக்கும் திறன், அலசும் திறன் ஆகியவை பிரதானம். சரியாக பேச வராத ஒருவர் எவ்வளவுதான் தகவல்திறனுடன் இருந்து பயனில்லை. மேலும் ஒரு எழுத்தாளர் எவ்வளவு நூல்கள் எழுதினார், அவர் என்று பிறந்தார், இறந்தார், அவர் இறுதியாக எழுதிய கவிதை எது போன்ற கேள்விகளுக்கு இலக்கியத்தில் எந்த மதிப்பும் இல்லை. அவர் எழுதிய நூலில் என்ன இருக்கிறது, அது சரியா, அதில் உள்ள வாழ்வு சார்ந்த சிக்கல்கள் என்ன எனும் விவாதம் சார்ந்த, ஆய்வுபூர்வமான கருத்துக்களை தான் முதுகலை கல்வி பயிலும் மாணவர்களுக்கு சொல்லித் தர வேண்டும். அதற்குத் தான் முனைவர் பட்ட ஆய்வு தரும் பயிற்சியும் அனுபவமும் அவசியம்.

ஆனால் இன்று மாணவர்கள் இளங்கலை மூன்றாம் வருடத்தில் இருந்தே தகுதித் தேர்வு நோக்கி தயாரிக்க தொடங்குகிறார்கள். ஆய்வு, விவாதம், கோட்பாடு ஆகியவற்றை புறக்கணித்து தகவல்களை மனனம் செய்கிறார்கள். தகுதித்தேர்வில் ஜெயிக்கும் பொருட்டுதான் ஆசிரியர்களும் அவர்களுக்கு வகுப்பில் கற்பிக்கிறார்கள். அவர்கள் முதுகலைப் படிப்பில் இரண்டாம் வருடமே தகுதித் தேர்வில் வென்று கல்லூரி ஆசிரியர் ஆகி

விடுகிறார்கள். அவர்களுக்கு ஆய்வுப் பார்வையோ ஆசிரிய அனுபவமோ இருப்பதில்லை. அப்படியே வகுப்புக்கு போய் தாம் மனனம் செய்த தகவல்களை மாணவர்களுக்கு ஒப்பித்து அவர்களையும் மனனம் செய்ய வைத்து அடுத்த தகுதித் தேர்வுக்காக அவர்களை தயாரிக்கிறார்கள். இப்படி ஒரு கோழிப்பண்ணை தான் கல்விக்கு பதில் நடக்கிறது.

இத்தீர்ப்பின் விளைவு என்ன? தற்போது முனைவர் பட்ட ஆய்வு செய்கிறவர்களை இது பாதிக்காது என்றாலும், பொதுவாக ஆய்வாளர்களை கடுமையாக சோர்வு கொள்ள வைக்கும். முனைவர் பட்டம் என்றாலே தகுதியற்றது எனும் எண்ணத்தை பரவலாக்கும். அடுத்த இரு பத்தாண்டுகளில் முனைவர் பட்ட ஆய்வுக்கான நெளியாளர்களுக்கு கடும் பற்றாக்குறை ஏற்படும். நம் நாட்டில் ஆய்வுச் சூழல் அழியும்.

2009இல் யுஜிசி முனைவர் பட்ட ஆய்வுக்கான விதிமுறைகளை பெயரளவில் மாற்றி அதை சீர்திருத்தியதாக பாவலா பண்ணி, அதுவரை ஆய்வு பண்ணி வந்தவர்களை தகுதி அற்றவர்களாக அறிவித்ததும் சரி, இப்போது இத்தீர்ப்பும் சரி மூட்டைப்பூச்சியை அழிக்க வீட்டைக் கொளுத்துவது போன்ற செயலாகும். யுஜிசி நினைத்தால் மட்டமான, போலியான ஆய்வு அறிக்கைகளையும் அவற்றை ஊக்குவிக்கும் நெறியாளர்களையும் தடை செய்ய முடியும். அங்கங்கே சிலருக்கு எதிராக கராறான நடவடிக்கை எடுத்தாலே போலி ஆய்வுகள் குறையும். ஆனால் அதற்குப் பதில் தொடர்ந்து முனைவர் பட்டங்களை வழங்கிக் கொண்டே அப்பட்டங்களுக்கு மதிப்பில்லை என யுஜிசி கூறுவது நகைப்புக்குரியது.

மாணவர்களும் புத்தக வாசிப்பும்: எங்கே ஆரம்பிக்கிறது பிரச்சனை?

கிருஷ்ண பிரபு, புத்தகக் கண்காட்சி பற்றி ஒரு முக்கிமான ஆய்வை செய்திருக்கிறார் (பிப்ரவரி 2014). அவர் எடுத்துக் கொண்டுள்ள சாம்பிள் சிறியது என்றால் முடிவு உண்மை. கல்லூரி மாணவர்களிடையே புத்தகக் கண்காட்சி பற்றி போதுமான விளம்பரங்கள் செய்யப்படவில்லை என்கிறார். அடுத்தமுறை பபாசி இதை கணக்கில் எடுக்கும் என நம்புவோம்.

எனக்கு இன்னொரு விசயமும் கவனிக்க வேண்டிதாய் படுகிறது. மாணவர்களின் அன்றாட நாள் எப்படி கழிகிறது என்பதையும் கூறுகிறார் கிருஷ்ண பிரபு. படிப்பு, கல்லூரி வகுப்புகள், அரட்டை, இசை, வீடு, சாப்பாடு, டி.வி, தூக்கம். இதுவும் உண்மை. ஆனால் இது இன்றோ நேற்றோ அல்ல பள்ளிப் பருவத்தில் இருந்தே இப்படித்தான் பழக்கப்பட்டிருக்கிறார்கள். நாம் அவர்கள் கண்ணோட்டத்தில் இருந்து பார்ப்போம்.

“நாங்க எதுக்கு புத்தக கண்காட்சி வரணும்?”

“புத்தகம் ஏன் வாங்கணும்?”

இவை மாணவர்களின் கேள்விகள். நியாயமான கேள்விகள். சிறுவயதில் இருந்தே மத்திய வர்க்க பெற்றோர்கள் தம் பிள்ளைகள்

படிப்புக்கும் வேலைக்கும் உதவும் புத்தகங்கள் தவிர பிறவற்றை படிக்கக் கூடாது என்பதை கூறி வளர்க்கிறார்கள். இந்த கண்காட்சியின் போது உலக வரைபடம், ஆங்கில இலக்கணம் போன்றவை தவிர கதைப் புத்தகங்களை குழந்தைகளுக்கு வாங்கித் தர மறுக்கிற பெற்றோர்களைக் கண்டேன். இந்தப் பெற்றோர்களும் இப்படி வளர்ந்தவர்கள்தாம். வேலை குறித்த, எதிர்கால ஸ்திரத்தன்மை குறித்த அச்சம் இவர்களுக்கு சிறுவயதில் இருந்தே இருந்திருக்கும். தம் குழந்தைகளுக்கும் அந்த அச்சத்தை தான் ஊட்டுகிறார்கள்.

குழந்தைகளையும் பணம், வீடு, டி.வி என மட்டும் யோசித்து வாழ தூண்டுகிறார்கள். பொதுவாக பணம் குறித்த பதற்றம் அகன்றால்தான் இலக்கியம், தத்துவம், பண்பாட்டு நூல்கள் படிக்க தோன்றும். பொருளாதாரம் வாசிப்பு பழக்கத்தை தீர்மானிக்கும் முக்கிய காரணி.

வாழ அடிப்படையாக பணம் தேவை. அந்த பணம் இருந்தால் அடுத்து எப்படி வாழ என சொல்லித் தர புத்தகங்கள் தேவை. வாசிக்காதவர்களுக்கு வாழத் தெரியாதா? தெரியும், ஆழமாக வாழ்க்கையை புரியவும், அலசி ஆராயவும் தெரியாது. ஒரு விசயத்தை தர்க்கரீதியாய் விளக்கமாய் சொல்ல மொழி இருக்காது. இன்று டி,வி விவாதங்களில் பலரிடமும் இந்த மொழி ஊனத்தை பார்க்கிறோம். பேசுவது நம் பண்பாட்டின் பகுதி. பண்பாடு என்பது வெறுமனே பட்டிமன்றம் பார்ப்பது, சடங்குகள் செய்வது என நினைப்பவர்களுக்கு விவாதிக்கவும் பேசி தம்மை நிறுவவும் தெரியாமல் போகிறது. வரலாறும் தர்க்கமும்தான் வாதம் எனும் துப்பாக்கியின் தோட்டாக்கள். இவை இரண்டும் நம் மாணவர்களுக்கு பரிச்சயம் இல்லை. வெற்றுத்துப்பாக்கியை வைத்து ஒன்றும் செய்ய முடியாது.

இவர்கள் ஓர் அர்த்தத்தில் ஊமைகள் தாம் "அது வந்து இது இருக்கில்ல, அது அதோட அது அதத் தான் சொல்றேன்" என்று திக்கிக் கொண்டே இருப்பார்கள். தாம் சொல்லி வருகிற விசயத்தை கூற ஏதாவது ஒரு சினிமா பாட்டை மேற்கோள் காட்டுபவர்களும் இந்த மொழி ஊனம் கொண்டவர்கள்தாம்.

ஆனால் எல்லாவற்றுக்கும் அடிப்படை நிம்மதியான கவலையற்ற வாழ்க்கைதான். அது உள்ள இடங்களில் வாசிப்பு

பழக்கம் செழிக்கும். இது ஒரு வர்க்கரீதியான பிரச்சனை. மேல்மத்திய, பணக்கர வர்க்க குழந்தைகளிடம் இன்னும் பரவலான வாசிப்பு உள்ளது. குறைந்தது சேத்தன் பகத், பவுலொ கொயில்ஹொவையாவது படிக்கிறார்கள். எழுத்தாளர்களின் பெயர்களை தெரிந்து வைத்திருக்கிறார்கள். ஏனென்றால் சிறுவயதில் இருந்தே அவர்களுக்கு வாசிப்பது நல்லதுதான் என சொல்லப்படுகிறது. கதை வாசித்தால் வேலை கிடைக்காமல் சிரமப்படுவோம் என அவர்கள் நினைப்பதில்லை. இதனால் அவர்கள் மேலான வாசகர்கள் என நான் கூறவில்லை. ஒரு தோதான சூழல் அவர்களுக்கு இருக்கிறது.

நம் மாணவர்கள் கூட்டங்கூட்டமாக கண்காட்சிக்கு வருகிறார்கள் எனக் கொள்வோம். அவர்களில் மிகச்சில பேருக்கு தான் வாசிப்பு பழக்கம் இருக்கும். மிச்சபேர் வேடிக்கை பார்த்தபடி ஸ்வீட்கார்ன் வாங்கி சாப்பிட்டபடி கடந்து விடுவார்கள். பல பதிப்பாளர்களின் கவலையே ஏன் கடைக்குள் கூட எட்டிப் பார்க்காமல் கடந்து போகிறார்கள் என்பது. நான் இந்த இளைஞர்களை குற்றம் சொல்ல மாட்டேன். புத்தகத்தை வாசிப்பதை விடுங்கள், அதை அணுகி கண்டடைய அடிப்படையில் ஒரு பரிச்சயம் வேண்டும். நமக்குத் தேவையான பிடித்தமான நூல்களை அறிய ஒரு பழக்கம் வேண்டும்.

அண்ணா நூற்றாண்டு நூலகத்தில் சுற்றுலா வருகிற குடும்பங்களை கண்டிருக்கிறேன். அவர்கள் ஒவ்வொரு மாடியாக நுழைந்து அலமாரிகளை எட்டிப் பார்த்து ஒரு ஒவ்வாமைப் பார்வையுடன் குழப்பத்துடன் கடந்து போவார்கள். ஐந்தாவது மாடியில் இருந்து கண்ணாடி ஜன்னல் வழியே வெளியே பார்த்து வியப்பார்கள். அவ்வளவுதான். ஒரு நூலகத்தில் புதிதாக நுழைவது அறியாதவரின் வீட்டுக்குள் புகுந்து வரவேற்பறையில் உட்காருவது போல் அந்நியமாகத்தான் இருக்கும். சிறுவயதில் இருந்தே நூலகமும், புத்தகங்களும், வாசிப்பதும் அவர்களின் அன்றாட வாழ்வின் பகுதியாக இருந்ததில்லை. இது யார் தவறு?

நம் அரசாங்கம், கல்வித்துறை, ஊடகங்கள் எல்லோரும் பொறுப்பெடுக்க வேண்டும். எனக்குத் தெரிந்து கல்வித்துறையில் ஒரு சிறுமாற்றத்தை பரிந்துரைக்கிறேன். பள்ளியில் வாரம் ஒருமுறை உள்ள நூலக வகுப்பை தின வகுப்பாக மாற்றலாம். நூலகத்தை

ஒட்டி கதை சொல்லுதல், நடித்துக் காட்டுவதல் ஆகிய பண்பாட்டு நிகழ்ச்சிகளை வாரம் ஒருமுறை நடத்தும்படி ஒரு விதிமுறை கொண்டு வந்து, ஒரு வாசிப்பு நெறியாளரை அமர்த்தலாம். அவர் வேலை வாசிக்க தோதான சூழலை உருவாக்குவது, வாசித்த கதைகளை மாணவர்களை சொல்ல உதவுவது, கதையை நாடகமாக, பாடலாக மாற்றி நிகழ்த்த வழிகாட்டுவது ஆகியன. மெல்ல மெல்ல இது போன்ற கதை நிகழ்த்தலுக்கு மதிப்பெண்கள் வழங்க ஆரம்பிக்கலாம். கல்லூரியில் உள்ளதுபோல் 50% எழுத்து தேர்வு, 50% நடைமுறைத் தேர்வு என மாற்றலாம். நடைமுறைத் தேர்வில் மதிப்பெண் பெற பேசவும், நடிக்கவும், பாடவும் செய்ய வேண்டும் எனலாம். இந்த மாற்றங்களை சிறுக சிறுக கொண்டு வரலாம். ஏன் என்றால் இதை எல்லாம் முதலில் பெற்றோர்கள் தாம் கடுமையாக எதிர்ப்பார்கள்.

நான் மூன்றாம் வகுப்பு படிக்கும்போது ஒரு அழகான ஆசிரியை இருந்தார். அவர் எங்கள் வகுப்புக்கு என்று ஒரு நூலகம் துவங்கினார். எங்களிடம் உள்ள காமிக்ஸ் நூல்களை கொண்டு வரச் சொல்லி அங்கே பரணில் வைக்க செய்தார். அவற்றை மாணவர்கள் எடுத்து வாசித்து விட்டு திரும்ப வைக்க வேண்டும். பல அழகான காமிக்ஸ் நூல்களை அங்கு படித்திருக்கிறேன். என் பள்ளி வாழ்க்கையை நினைத்தாலே எனக்கு தோன்றும் உள்ள மிக இனிமையான அனுபவம் அது ஒன்றுதான். பின்னர் நான் ஒரு அரசுப் பள்ளியில் சேர்ந்தேன். அங்கு உள்ள முக்கிய குற்றம் என்ன தெரியுமா? கதை புத்தகம் வகுப்புக்கு எடுத்து செல்வது. மாணவர்கள் ஆர்வத்தில் ஜட்டிக்குள் எல்லாம் மறைத்து காமிக்ஸ் கொண்டு வந்து பிறருக்கு கொடுப்பார்கள். கண்டுபிடிக்கப்பட்டால் பிரம்படி தான். கதை வாசித்தால் பிரம்படி கொடுக்கிற பள்ளிச் சூழலில் வளர்கிற குழந்தைகள் வளர்ந்ததும் புத்தகக் கண்காட்சி வந்து புத்தகங்களை அள்ளிப் போய் வீட்டில் வைத்து வாசிக்க வேண்டும் என எப்படி எதிர்பார்க்க முடியும்?

இடஒதுக்கீடு தேவையா?

சில மாதங்கள் முன் நடந்த *TET* எனும் ஆசிரியர் தகுதித் தேர்வின் போது தமிழக அரசு இடஒதுக்கீடு விதிகளின் கீழ் ஆசிரியர்களை நியமனம் செய்யவில்லை (அக்டோபர் 2013). 20,000 ஆசிரியர்கள் இவ்வாறு பொதுப் பிரிவில் நியமிக்கப்பட்டார்கள். இது தாழ்த்தப்பட்டவர்களுக்கும் ஊனமுற்றவர்களுக்கும் நிகழ்த்தப்பட்ட மிகப்பெரிய அநியாயம் என்பதில் சந்தேகமில்லை.

*NCET*ஐ பொறுத்தமட்டில் இடஒதுக்கீட்டை பின்பற்ற வேண்டும் என்பது கட்டாயமில்லை. ஆனால் அரசுக்கு அந்த தார்மீக கடமை இருந்தது. அது இந்த சமூகத்தில் பல்வேறு இடர்பாடுகளை சந்தித்து முன்னேற வேண்டியிருக்கிற ஒரு பிரிவு மக்களை கைகொடுத்து தூக்கி விட வேண்டிய கடமை. இந்த வாதம் இப்படியிருக்க இன்னொரு புறம் எதற்கு கைதூக்கி விட வேண்டும், அனைவரையும் சமமாகத்தான் நடத்த வேண்டும் என்றொரு வாதமும் இன்று மேற்தட்டினரால், குறிப்பாக நகர்மய இளையதலைமுறையினரால் வைக்கப்படுகிறது. சமீபமாக ஒரு டி.வி விவாத நிகழ்ச்சியில் ஒரு இடஒதுக்கீடு பற்றின விவாதம் வந்தபோது ஒட்டுமொத்த பங்கேற்பவர்களுமே அதற்கு எதிராக ஆவேசமாக பேசினர். ஒரே ஒரு தாழ்த்தப்பட்ட மாணவர் அப்போது தோன்றி "இடஒதுக்கீடு தேவையில்லை என்றே நினைக்கிறேன். அது என்னை மேலும் அந்நியப்படுத்துவதாக அவமானகரமானதாக

உள்ளது” என்றார். அவருக்கு இடஒதுக்கீடு மறுப்பாளர்களிடம் இருந்து பலத்த கரவொலி. இதைப் பார்க்கையில் இன்றைய இளையதலைமுறை எத்தகைய வரலாற்று உணர்வுடன், சமூக அறிவுடன், லட்சியவாதத்துடன் இருக்கிறது என்கிற அதிர்ச்சி நமக்கு ஏற்படுகிறது. இன்று சமூக முன்னேற்றம் என்பது தனிமனிதனின் சுயமுன்னேற்றம்தான் என அபத்தமாக நம்பும் ஒரு தலைமுறையுடன் நாம் இருக்கிறோம்.

வரலாற்று நியாயத்தை விடுங்கள், இடஒதுக்கீடு என்பது தமது வாய்ப்பை தட்டிப்பறிக்கும் ஒரு உரிமைத் திருட்டுக்காக அவர்கள் கருதுகிறார்கள். கிரீமி லேயர் வாதம் அடிக்கடி முன்வைக்கப்படுவது. அதாவது இடஒதுக்கீட்டின் போர்வையில் தாழ்த்தப்பட்ட சாதிகளில் உள்ள பல பணக்காரர்கள் தாம் வேலை மற்றும் படிப்பில் முன்னுரிமைகள் மற்றும் பண உதவிகளைப் பெறுவதாக சொல்லுகிறார்கள். சில குறிப்பிட்ட தாழ்த்தப்பட்ட சாதிகளில் உதிரியாக இப்படியான சுரண்டல்கள் நடந்தாலும் கூட ஒட்டுமொத்தமாக இதனைக் கொண்டு இடஒதுக்கீடு ஒரு சமூக ஏமாற்று என கோருவது உண்மையாகாது. இந்த கிரீமி லேயர் விவகாரத்தை நாம் வேறு கோணத்தில் பார்க்க வேண்டும்.

இந்திய சமூகத்தில் மக்கள் முன்னேற்றத்துக்கான பல்வேறு திட்டங்கள், மானியங்கள், பாதுகாப்புக்கான சட்டங்கள் அனைத்தும் ஏதாவதொரு முறையில் ஊழலுக்குள்ளாகின்றன. பொதுவிநியோகத் திட்டம் உட்பட. எப்போதும் ஒரு கையளவு நன்மைதான் குறிப்பிட்ட மக்களுக்கு போய் சேர்கிறது. இது ஒரு பொதுவான துர்விதி. அதற்காக எந்த மக்கள் நலத்திட்டமும் இனி வேண்டாம் என பொத்தாம்பொதுவாக முடிவுக்கு வரமுடியுமா? இடஒதுக்கீட்டு விசயத்திலும் அவ்வாறுதான். எனக்குத் தெரிந்த ஒரு தாழ்த்தப்பட்ட மாணவன் முழுக்க நந்தனத்தில் உள்ள விடுதியின் காரணத்தினாலும் சலுகையை பயன்படுத்தியும்தான் கல்லூரிப் படிப்பு வரை முடித்திருக்கிறான். இலக்கிய ஆர்வமும் எழுத்துத் திறமையும் கொண்ட அவனை விடுப்பின் போது சொந்த ஊருக்கு போக வேண்டாம் என நான் வலியுறுத்துவேன். அங்கு சென்றால் அவன் கரும்பு வெட்ட போக நேரிடும். வெட்டும் போது பட்ட காயம் அவன் கையில் வடுவாக பதிருந்திருப்பதை பார்க்கும் போது எனக்கு மனம் பதறும். எழுத வேண்டிய அவனது கைவிரல் ஒன்று கரும்பு வெட்டுகையில் துண்டிக்கப்பட்டால்

என பலசமயம் யோசித்து நடுங்கியிருக்கிறேன். இப்படியான எத்தனையோ இளைஞர்கள் அரசின் இட ஒதுக்கீட்டு சலுகையால் தான் படிக்கவும் தம் வாழ்க்கைத்தரத்தை உயர்த்தவும் முடிகிறது.

இன்று ஒவ்வொரு சமுதாயமும் தனக்கான சலுகைகளை போராடிப் பெறட்டும், நாம் முடிந்தவரை இதை ஒரு போட்டியாக நினைத்து தடுக்க வேண்டும் என்கிற ஒரு பிளவுபட்ட மனப்பான்மை மக்களிடம் இன்று அழுத்தமாக உருவாகி விட்டது. அதனால் தான் தாழ்த்தப்பட்ட சாதிகளே கூட தமக்கு கீழுள்ள சாதியினரின் ஒதுக்கீட்டை எதிர்த்து வழக்குத் தொடுப்பதை பார்க்கிறோம். இந்த அணுகுமுறை பிழையானது. எல்லா பிரிவனரிடையேயும் மிகத்திறமையான கடுமையான உழைப்பாளிகள் இருக்கிறார்கள். அவர்களை மேலெழ ஊக்குவிக்கும்போது ஒட்டுமொத்த சமூக வளர்ச்சிக்கு அது பெரிதும் பயன்படும். வேலை மற்றும் தொழில் வாய்ப்புக்கள் இன்று அபரிமிதமாக உள்ள நிலையில் வேலை செய்யும் திறனும் மனப்பான்மையும் உள்ளவர்கள்தாம் குறைவு. உண்மையில் இங்கு யாரும் யார் இடத்தை ஆக்கிரமித்து இருப்பதில்லை. தாழ்த்தப்பட்டவர்களின் வாழ்க்கைத்தரமும் கல்விநிலையும் உயரும் போது ஒட்டுமொத்த இந்தியாவின் வாழ்க்கைத்தரமும்தான் மறைமுகமாக உயரப்போகிறது. தாழ்த்தப்பட்டவர்களிடம் இருந்து தோன்றும் ஒரு சிறந்த மருத்துவர், ஆசிரியர், எழுத்தாளரால் உங்கள் எல்லாருக்கும்தான் பயன் ஏற்படும்.

இடஒதுக்கீடு எதிர்ப்பு இரண்டு விசயங்களைச் காட்டுகிறது. ஒன்று ஒரு வாய்ப்பை பொருண்மையான நேரடியான ஒன்றாக பார்க்கும் நிலப்பிரபுத்துவ மனப்பான்மைதான் இன்று இந்த எதிர்ப்பாளர்களிடம் செயல்படுகிறது. நவமுதலாளித்துவ கட்டற்ற வாய்ப்புகளின் சமூகத்தில் இந்த அச்சத்துக்கு எந்த மதிப்பும் இல்லை. அடுத்து, கிரீமி லேயர், சம-உரிமை வாதங்கள் இட-ஒதுக்கீட்டை முடக்குவதற்கான தந்திரமான தர்க்கங்கள் மட்டும் தான். மேலும் அரசும் அதிகாரமட்டமும் இட-ஒதுக்கீட்டை வாக்கு வங்கியை உத்தேசித்து தக்க வைத்தாலும் கிடைக்கிற சந்தர்ப்பங்களில் எல்லாம் அதனை புறக்கணிக்கவும் பலவீனப்படுத்தவும் முயல்கிறது. *TET* ஒரு நல்ல உதாரணம். உண்மையில் இன்றும் எத்தனையோ காலியிடங்கள் இடஒதுக்கீட்டின் அடிப்படையில் நிரப்பப்படாமல் இருக்கின்றன.

சில பதவி உயர்வுகள் தாழ்த்தப்பட்டவர்கள் அங்கு வரக்கூடாது என்ற உத்தேசத்தில் தொடர்ந்து தரப்படாமல் இருக்கின்றன. எம்.எட், முனைவர் பட்டம் வரை முடிந்த பார்வையற்றோர் ரயில்களின் கைப்பேசி உறைகளும் கிளிப்புகளும் கூவி விற்று பிழைக்கும் நிலையில் இருக்கிறார்கள். இடஒதுக்கீட்டை கராறாக செயல்படுத்த வேண்டிய தேவையுள்ள சூழலில் அதை எதிர்ப்பது போன்ற குரூரம் மற்றொன்று இருக்க முடியாது.

மாணவிகளின் ஆடைக் கட்டுப்பாடுகளும் அதன் அபத்தங்களும்

ஆடைக்கட்டுப்பாடு பற்றின இன்றைய சன் டி.வி விவாத மேடையில் அண்ணா பல்கலைக்கழக துணைவேந்தர் விஸ்வநாதன் சில சுவாரஸ்யமான (அத்தோடு கொஞ்சம் நகைச்சுவையான) கருத்துக்கள் சொன்னார் (02-07-2013).

ஒன்று நவீன ஆடைகள் அணியாமல் இருந்தால் மாணவர்களின் மனக்கட்டுப்பாடு அதிகமாகும் என்றும் அதனால் படிப்பு மேம்பட்டு அதிக மதிப்பெண் பெற்று உயர்ந்த வேலை பெற்று இன்னபிற வளர்ச்சிகளும் அடைவார்கள்.

இரண்டு. அவர் கல்லூரி பேராசிரியராக இருந்தபோதே கிளர்ச்சியான ஆடையணிந்த பெண்களால் கவனம் சிதறி சிரமப்பட்டாராம்.

முதல் கருத்து படு அபத்தம் என வாசித்தவுடனே புரியும். ஆடையின் சம்பிரதாயத்தன்மைக்கும் படிப்புக்கும் சம்மந்தமில்லை. இன்னும் சொல்லப் போனால் படிப்புக்கும் ஒழுக்கத்துக்கும் சம்மந்தமில்லை. படிப்பு முழுக்க முழுக்க தனிநபரின் உழைப்பு மற்றும் திறமை சம்மந்தப்பட்டது. இதை நான் மாணவனாக இருக்கையிலே பார்த்திருக்கிறேன். ஆசிரியனான பிறகும் பார்க்கிறேன். நவீனமாக ஆடை அணிகிற அதே வேளை கடுமையாக உழைக்கிற மிக

திறமையான மாணவர்களை காண்கிறேன். உண்மையில் இவ்விசயம் இதை சொல்கிறவர்களுக்கும் தெரியும்.

இங்கு என்ன நடக்கிறது என்றால் நம் கல்வி நிறுவனங்களில் கல்வியை விட ஒழுக்கம், கட்டுப்பாடு, அதிகாரத்துக்கு அடங்குவதை கற்பித்தல் மிக முக்கியமாக இருக்கிறது. சில நேரங்களில் பெற்றோர்கள் கூட இதைத்தான் விரும்புகிறார்கள். நம்முடைய ஆணாதிக்க, நிலப்பிரபுத்துவ சமூகம் கொடுக்கிற அழுத்தம் இவ்வாறான ஆடைக்கட்டுப்பாடாக கல்வி நிறுவங்களுக்குள் எதிரொலிக்கிறது என்பதும் ஒரு உண்மையே. நான் இதை ஆசிரியர்களின் குரலாக மட்டும் பார்க்கவில்லை.

பொதுவாக இந்தியா படைப்பூக்கத்தை ஆதரிக்கும் நாடல்ல. நவீனப்பட்ட நாடுகள் படைப்பூக்கத்தை முன்னேற்றத்துக்கான ஒரு அவசிய தேவையாக நினைக்கும். இந்தியா தக்க வைத்தலை முக்கியமாக நினைக்கும் ஒரு நாடு. நம்முடைய நவீன சுதந்திர ஆடைகள், அவை கையற்ற, இறுக்கமான மார்பும் இடுப்பும், துடைகளும் பின்புறமும் பிதுங்கித் தெரிகின்ற ஆடைகளையும் சேர்த்தே, ஒரு சுதந்திர கலாச்சாரத்தை முன் நிறுத்துபவை. மேற்குலகின் இந்த சுதந்திர கலாச்சாரம் வணிகம், கலை என பல தளங்களில் படைப்பூக்கத்தின், புதிய திறந்த சிந்தனைகளின் தேவையை கருதி சுதந்திரத்தை ஊக்குவிக்கிறது. நாம் இன்னும் முழுக்க நவீனப்படாத மெல்ல மெல்ல அத்திசை நோக்கி நகர்கிற ஒரு நாடு. மாணவர்கள் நவீன ஆடைகள் அணிகையில் அது ஒரு பேஷன் மட்டும் அல்ல. அவர்கள் ஒரு நவீன திறந்த சுதந்திரம் உள்ள கலாச்சாரத்தின் மீதான தங்கள் பிரேமையையும் மறைமுகமாக தங்களை அறியாமலே வெளிப்படுத்துகிறார்கள். ஆனால் ஆசிரியர்களும், சட்டங்களை திணிக்கும் நிர்வாகிகளும், பழமைவாத சமூகமும் இந்த சுதந்திர கலாச்சாரத்தை எதிர்ப்பவர்கள். ஏனென்றால் அவர்கள் இன்னமும் ஒரு நிலச்சுவாந்தார பண்பாட்டில் இருந்து வெளிவருவதா என தீர்மானிக்காதவர்கள். இது உண்மையில் எந்திரமயமாக்கலுக்கும் நிலவுடைமை உற்பத்திக்கும் இடையிலான மோதல். இதில் ஒழுக்கம் என்பது ஒரு இரண்டாம் நிலை விசயம் மட்டும் தான். (அடிமைக்கு மட்டும் தானே ஒழுக்கம் தேவை என்பது இன்னொரு விவாதம்)

அடுத்து பெண்களின் கவர்ச்சியான ஆடை. பெண்கள் பொதுவிடத்தில் கிளர்ச்சியாய் ஆடையணிகையில் நாம் ரசிக்கலாம்.

வேலையிடத்திலும் கூட பெண்களை அரைக்கண் கொண்டு ரசிக்கலாம். இதனால் பெண்களுக்கும் ஆபத்தொன்றும் வந்து விடப் போவதில்லை. ஒரு சட்டக்கல்லூரி பேராசிரியர் நவீன ஆடையணிந்த பெண்கள் தாம் கற்பழிக்கப்படுகிறார்கள் எனக் கூறி அருள்மொழியிடம் வாங்கிக் கட்டிக் கொண்டார்.

இது சரி. நான் மாணவனாக இருக்கையில் நடந்த ஒரு சம்பவம் நினைவு வருகிறது. எம்.சி.சியில் படிக்கையில் என் வகுப்பில் வடகிழக்கை சேர்ந்த ஒரு பெண் இருந்தார். அவர் முதல் நாளின் இரண்டாவது வகுப்பிலேயே சல்லடையான கறுப்பு சட்டை அணிந்து வந்தார். அதன் வழி அவரது பிரா முழுக்க தெரிந்தது. மாணவர்கள் எங்களுக்கு எந்த சிக்கலும் இல்லை. உற்சாகமாகப் பார்த்தோம். ஆனால் எங்கள் பேராசிரியர் தான் திகைத்து திக்குமுக்காடி விட்டார். அவரால் பார்க்கவும் முடியவில்லை. பார்க்காமல் இருக்கவும் முடியவில்லை. பின்னர் அப்பெண்ணை ஒரு பெண் பேராசிரியர் கூப்பிட்டு கண்டித்து ஆடைக்கட்டுப்பாட்டை வலியுறுத்தினதில் அவள் பின்னர் கல்லூரிக்குள் வெறும் ஜீன்ஸ் டிஷர்ட்டோடு நிறுத்திக் கொண்டாள்.

இதை மாணவர் தரப்பில் இருந்து பார்ப்போம். இந்த பெண்ணை நாங்கள் யாரும் கற்பழிக்க முயலவில்லை. எல்லோருக்கும் ஒரு ஈர்ப்பு இருந்தது உண்மைதான். பின்னர் அவள் எனக்கு மிக நல்ல தோழியாக மாறினாள். அப்போது ஒரு விசயம் புரிந்து கொண்டேன். இவ்வளவு நவீனமாய் தோன்றுகிறதால் அவள் ஒன்றும் பிரெஞ்சுப் பெண் போன்றவள் அல்ல. ஆக்மார்க் இந்தியப் பெண். அதே மரபான மனப்பான்மை அவளிடமும் இருந்தது. கண்டவனோடெல்லாம் செல்லவில்லை. ஆத்மார்த்தமாக நம்பி ஒருவனை காதலித்தாள். அவன் கழற்றி விட்டதில் ரொம்ப மனம் துவண்டு பின்னர் இன்னொருவனை காதலித்தாள். அதுவும் ஏமாற்றத்தில் கொண்டு விட்டது. அதனால் ஏற்பட்ட மன அழுத்தத்திற்காக மாத்திரை சாப்பிடும் நிலைமைக்கு வந்தாள். ரொம்ப சன்னமான மனம் கொண்ட நுண்ணுணர்வு மிக்க பெண். இப்படியான பெண்கள் திறந்த கலாச்சாரம் கொண்டவர்கள் என அர்த்தமில்லை. சில சமயம் சுடிதார் பெண்களை விட கட்டுப்பெட்டியாகவும் இருப்பார்கள்.

பெண்கள் ஒரு ஆணை தூண்டுவது என்பது வெறும் ஆடையளவில் நடப்பது இல்லை. பெண்களைப் பற்றியும் காதலைப் பற்றியும் அறியாதவர்கள் தாம் அப்படி கூறுகிறார்கள். அது இன்னொரு சிக்கலான நுட்பமான தளத்தில் நடக்கிற காரியம். அப்பெண் அதே சல்லடை ஆடையில் தொடர்ந்து வந்திருந்தாலும் நாங்கள் சகஜமாகத்தான் எடுத்திருந்திருப்போம். ஒரே நாளில் நடக்காத ஒன்று ஒரு வருடத்திலும் நடக்காது.

ஆனால் ஆசிரியர்களின் சிக்கல் வேறு. அவர்கள் எப்போதும் ஒரு முரண்பாட்டுக்குள் வாழ்கிறார்கள். வெளியே ஒரு பெண்ணை பார்க்கையில் அவள் எல்லா சாத்தியங்களுக்கும் உட்பட்ட ஒரு பெண். ஆனால் அதே பெண் வகுப்பறைக்குள் ஆசிரியரின் பார்வைக்கு ஒரு குழந்தையின் நிலைக்கு வந்து விடுகிறாள். பிறருக்கு எப்படியோ எவ்வளவு அழகான பெண்ணும் வகுப்பறையில் எனக்கு அக்கறைக்குரிய ஒரு குழந்தைதான். ஆனால் சில வேளை இப்பெண்ணை ரசிக்கவும் தொடங்கினால் உங்கள் மனதுக்குள் ஒரு போராட்டம் துவங்கி விடும். இது மிக சிக்கலானது. ஒரு மாணவி இப்படித்தான் என்னிடம் நல்ல வழிந்து பேச ஆரம்பித்தாள். என் தனிப்பட்ட விபரங்கள் கேட்பாள். வெளியே பார்த்தால் கொஞ்சலாய் பேசுவாள். ஒரு நாள் பைக்கில் உங்களோடு வரலாமா என்றும் கேட்டாள். அழகாக வேறு இருந்தாள். ஒருநாள் வகுப்பில் என் தனிப்பட்ட வாழ்க்கை பற்றி கேட்டுக் கொண்டிருந்தபோது எல்லோர் முன்னிலையிலும் என்னைப் பற்றி தனிப்பட்ட ரீதியில் எதுவும் கேட்காதீர்கள். அதைச் சொல்வது என் வேலை அல்ல என பொதுவாக சொல்லி விட்டேன். அதோடு பிரச்சனை முடிவுக்கு வந்தது.

நான் அப்படி செய்ததற்கு ரெண்டு காரணங்கள். ஒன்று நான் அந்த பெண்ணிடம் ஆர்வம் காட்டினால் அது லகுவாக மாணவர்களுக்கு தெரிந்து விடும். மாணவிகள் குறிப்பாக இதனால் எரிச்சலாவார்கள். வகுப்புக்குள் எனக்கான மரியாதை குறையும். வகுப்பில் சிறு பிசிறையும் நான் சகிக்க மாட்டேன். மேலும் ஆசிரியர் மாணவி உறவு மிக சிக்கலான ஒன்று. எந்த நேரமும் நாம் அந்த கோட்டை தாண்டி விடக் கூடும். அது வேலைக்கே உலையாகும்.

இப்படியான தடுமாற்றங்கள் மனப்போராட்டங்கள் அழகான பெண்களால் பல, பேராசிரியர்களுக்கு நேர்வதை என்னால்

புரிந்து கொள்ள முடியும். ஆனால் இதை ஒரு வேலைசார்ந்த ஆபத்தாக *(occupational hazard)* தான் எடுத்துக் கொள்ள வேண்டும். கட்டுமானத் தொழிலாளர்கள் மீது பெரும் காங்கிரீட் பாளங்கள் விழவில்லையா. அதற்கென அவர்கள் ஆபத்தே இல்லாத சூழல் வேண்டுமென கேட்டால் வெட்ட வெளியில் பட்டம் பறக்க விடுகிற வேலைதான் கிடைக்கும். இதற்காக பெண்களை முழுக்க மூடி போர்த்தி வரச் சொல்வது ஒரு ஆதிக்க மனோபாவம், ஒரு அநியாயம்.

தொலைபேசியில் மனுஷ்யபுத்திரன் நடுவில் வந்து ஒரு கேள்வி கேட்டார்: ஆடைக்கட்டுப்பாடு கல்வி மேம்பாட்டுக்கு அவசியம் என்றால் இக்கட்டுப்பாடு இல்லாத ஐரோப்பிய பல்கலைக்கழகங்கள் நம்மை விட எப்படி பல மடங்கு முன்னேறி இருக்கிறார்கள்? இதற்கு அண்ணா பல்கலை துணைவேந்தரால் சரியாக பதிலளிக்க முடியவில்லை. அவர் மனுஷ்யபுத்திரனை "இந்திய நாட்டின் முன்னேற்றத்துக்கான முட்டுக்கட்டை" என அபத்தமாக விவரிப்பது காண தமாஷாக இருந்தது. இந்த நிகழ்ச்சி முழுக்க கல்வியாளர்கள் அபத்தமாகத்தான் பேசினார்கள். ஏன்? அவர்கள் என்ன முட்டாள்களா?

இல்லை பிரச்சனை அவர்கள் ஒரு காலாவதியான விசயத்தை ஓட்டையான லாஜிக் மூலம் நியாயப்படுத்த முயன்று கொண்டிருந் தார்கள். தம்மைத் தாமே கோமாளியாக்கிக் கொண்டார்கள்.

அவர்கள் சொல்ல வந்தது மேற்கத்திய பண்பாட்டை நாம் (சுதந்திரம், சமத்துவம், ஜனநாயகத்தன்மை போன்ற) விழுமியங்களின் அடிப்படையில் ஏற்க வேண்டியதில்லை. இப்போதைக்கு நவீனத்துவத்தை நாம் தொழில்நுட்பம் (கணினி, இணையம், குறும்பேசி, டி.வி, வீட்டு உபயோக எந்திரங்கள், கார், விமானம்) என்ற அளவிலும் வணிக பயன் (எம்.என். ஸி வேலை, மென்பொருள் வேலை, உலகமயமாக்கல்) மட்டும் ஏற்றுக் கொண்டால் போதும். பண்பாட்டளவில் நாம் பழைய கட்டுப்பெட்டி நிலையிலே இருப்போம் என்கிறார்கள். ஆனால் இதை வெளிப்படையாகக் கூற அவர்களுக்கு குழறுகிறது. மறைமுகமாக இதைச் சொல்ல "நம் பண்பாடு நாகரிகம் என்பது வேறு, வெளிநாட்டு பழக்கமெல்லாம் இங்கு ஒத்துக் கொள்ளாது; இதனால் இளைஞர்கள் கெட்டு, பெண்கள் கெடுக்கப்பட்டு, விபத்துக்கள் அதிகமாகி நாடு சீரழிகிறது" என படு ஓட்டையான

தர்க்கத்தை அவர்கள் பயன்படுத்துகிறார்கள். இதைக் கேட்கவே நமக்கு சிரிப்பு வருகிறது.

இந்த விவாத நிகழ்ச்சியில் மாணவர் அமைப்பு தலைவியான அஜிதா முழுக்க பெரிசுகள் பேசுவதை கேட்டு சிரித்துக்கொண்டே இருந்தார். அது தான் பெரிசுகளின் அணுகுமுறை மீதான சரியான விமர்சனம். அருள்மொழி மிக அற்புதமாக பேசினார். நான் சின்னப் பையனாக இருக்கையில் இருந்தே அவர்தான் எனக்கு *icon*. இன்னமும் கூட டி.வியில் அவர் தெளிவாக பேசுவது பார்க்க இப்படியானவர்கள் நம் நாட்டில் குறைவாக இருக்கிறார்களே எனும் ஏக்கம் தோன்றுகிறது. பல்கலைக்கழக துணைவேந்தராக இருக்கத் தகுதி உள்ளவர்கள் அருள்மொழியைப் போன்றவர்கள் தாம். ஆனால் நாம் இருபத்தி ஏழாம் புலிகேசிகளை அமர்த்தி அழகு பார்க்கிறோம். அவர்கள் பூமாலையை பிய்த்து பிய்த்து பார்த்துக் கொண்டிருக்கிறார்கள்.

இதெல்லாம் ஒரு புறம் இருக்க இரண்டு விசயங்களை கவனிக்க வேண்டும். ஒன்று நவீன மாற்றங்களை எதிர்க்கும் வலதுசாரிகள் இந்த சாதிய ஆணாதிக்க அமைப்பினால் பயன் பெற்றவர்களாக இருக்கிறார்கள். அவர்கள் எப்போதும் பெண் உடலைத்தான் குறிவைக்கிறார்கள். பெண்களுக்கு அதிக சுதந்திரத்தை அளிப்பது தம் பழைய அமைப்பை சீர்குலைக்கும் என தெளிவாக புரிந்து வைத்திருக்கிறார்கள். பெண்களை நினைத்தால் பாவமாக இருக்கிறார்கள்.

இந்த விசயத்தில் பெண்களே பெண்களுக்கு முதல் எதிரி என்பதற்கு நிகழ்ச்சியில் பேசிய பர்வீன் சுல்தானா நல்ல உதாரணம். அவர் மட்டுமல்ல, பொதுவாக பள்ளி கல்லூரிகளில் ஆண் பெண் காதலை பிரித்து வைப்பதில், பெண்களின் ஆடை சுதந்திரத்தை கட்டுப்படுத்துவதில் பெண் ஆசிரியர்கள்தான் முன்னிலையில் இருக்கிறார்கள். பெண் ஆசிரியர்கள் சேர்ந்து கொண்டாலே எந்த மாணவி எந்த மாணவனுடன் சுற்றுகிறாள் என்கிற ரீதியிலே ”சர்ச்சை” செய்வதை கவனித்திருக்கிறேன். பொதுவாக கட்டுப்பெட்டியான பெண்கள் சதா பிற பெண்களின் காதல், காம உறவுகள் குறித்து பதற்றம் கொண்டவர்களாக இருக்கிறார்கள். ஆணாதிக்கவாதிகள் பெண்களைக் கொண்டு தான் பெண்களை ஒடுக்குகிறார்கள்.

நல்ல மாணவர்களும் கெட்ட மாணவர்களும்

பொதுவாக கல்லூரியில் சில வகுப்புகள் பாடமெடுக்க கடுமையானவை என சொல்வார்கள்.

நான் படிக்கும்போது வரலாற்றுத் துறைக்கு போக ஆசிரியர்கள் பயப்படுவார்கள். பின்னர் ஆசிரியராக சேர்ந்த பிறகு அது பொருளாதாரம், கார்ப்பரேட் செக்ரடிஷிப் போன்றவையாக இருந்தது. இத்துறை மாணவர்கள் சொன்னால் கேட்க மாட்டார்கள், கூச்சலிடுவார்கள், கவனிக்க மாட்டார்கள், பண்பற்று நடந்து கொள்ளுவார்கள் என சக ஆசிரியர்கள் சதா நீளமான புகார் பட்டியல் வைத்திருப்பார்கள். இந்த வகுப்புகளை விட நல்ல வகுப்புகளுக்கு போவதையே விரும்புவார்கள்.

எனக்கும் புத்திசாலியான பண்பான மாணவர்கள் உள்ள வகுப்புகளே பிடித்தது. டைம்டேபிளில் எனக்கு அம்மாதிரி வகுப்புகள் கிடைக்கும்படி பார்த்துக் கொண்டேன். கடந்த மூன்று வருடங்களில் அவ்வகுப்புகளில் என பல இனிமையான அனுபவங்கள் ஆசிரியனாக வாய்த்துள்ளன. முன்னால் மட்டமான வகுப்புக்கு போவது நினைத்தாலே மனதுக்குள் கலவரமாக கசப்பாக இருக்கும். ஏதோ தண்டனை என நினைத்துக் கொள்வேன். ஆனாலும் ஒரு கட்டத்தில் இந்த நிலைப்பாடு மாறியது.

எனக்கு எல்லா வகுப்புகளும் ஒன்றுதான் என தோன்ற ஆரம்பித்தது. மாணவர்கள் தம் அறிவு / பண்பாட்டு நிலையை

தாண்டி ஒரே மாதிரியானவர்கள்தாம். அவர்களின் மனப்புள்ளியை தொட்டு விட்டால் நாம் பேசுவதை கவனிப்பார்கள். பரிவாக மரியாதையாக நடந்து கொண்டால் நம்மை திரும்ப மதிப்பார்கள். நட்பு பாராட்டினால் நண்பர்கள் ஆவார்கள். இதில் நல்ல மாணவன் கெட்ட மாணவன் எல்லாம் இல்லை.

படிக்கும் படிக்காத வகுப்புகள் எனக்கு ஒன்றாக தோன்ற ஆரம்பித்ததுதான் நான் பின்னால் சொன்ன மாற்றம். வகுப்புக்கு ஏற்றபடி நான் பேசுவதும் நடந்து கொள்வதும் நுட்பமான வகையில் வேறுபட்டிருக்கும். ஆனால் நான் தொடர்ந்து உரையாடுவது முகமற்ற ஒரு மக்கள் கூட்டத்துடன்தான் என்கிற உணர்வு எனக்கு இப்போதெல்லாம் வகுப்பில் ஏற்படுகிறது. அவர்களுக்கு என் மொழியும் உணர்வுகளும் அபிப்ராயங்களும் புரியும். அவர்களுக்குத் தேவையானதை சொன்னால் கவனிப்பார்கள். பின்னால் மறந்து விடுவார்கள் அல்லது நினைவில் வைப்பார்கள். ஆனால் உரையாடுவதை தவிர ஒன்றுமே பொருட்டல்ல என்ற நிலைக்கு வந்து விட்டேன்.

மாணவர்களை திருத்துவதில் மாற்றி அமைப்பதில் எனக்கு நம்பிக்கை இல்லை. நான் கவனிக்கும் மாணவர்கள் முதிர்ச்சியானவர்களாக புத்திசாலிகளாகவே எப்போதும் படுகிறார்கள். அவர்களுக்கு நான் அதனால் அறிவுரை சொல்வது இல்லை. அவர்களுக்கு நான் பொறுப்பெடுப்பதில்லை. அவர்களே அவர்களுக்குப் பொறுப்பு. அதனால் எனக்கு எந்த மாணவர் இடத்தும் ஏமாற்றம் இல்லை. நான் வகுப்பில் இதுவரை ஒருவரிடம் கூட கத்தினதில்லை. கோபம் என்பது ஆசிரியரின் இயலாமையில் இருந்து தோன்றுவது. வகுப்பில் ஏதாவது ஆசிரியர் கத்துவது பார்த்தால் எனக்கு அவரிடத்து தான் பரிதாபம் தோன்றும்.

இம்முறை புதுக்கல்லூரியிலும் ஒரு குறிப்பிட்ட துறையை குறிப்பிட்ட ஒரு சக ஆசிரியர் அம்மாணவர்கள் ரொம்ப சேட்டைக்காரர்கள் என்றார்கள். நான் புன்னகைத்தேன். உண்மையில் எனக்கு இதுவரை கூச்சலிடும் ஒழுக்கமற்ற வகுப்புகளால் பிரச்சனையே வந்ததில்லை. நான் அவர்களை கையாள சின்ன உத்திகள் சில வைத்துள்ளேன்.

நாய்ப் பயிற்சியில் ஒன்று சொல்வார்கள். நாயிடம் ஆணை கொடுக்கும் போது நிமிர்ந்து நின்று வலுவான குரலில் சொல்ல

வேண்டும் என்று. கொஞ்சம் தயங்கினால் தன்னம்பிக்கை இன்றி கட்டளையிட்டால் நாய் எளிதில் நம் அச்சத்தை கிரகித்து விடும். நாயைப் பொறுத்த மட்டில் ஒன்றில் நீங்கள் அதன் எஜமானன் அல்லது அது உங்களுக்கு எஜமானன். அதற்கு சமத்துவம் எல்லாம் புரியாது. அதனால் உடல்மொழி ரொம்ப முக்கியம். வகுப்பிலும் இதுவே உண்மை.

மெல்ல புன்னகைத்து நாணிக் கோணி தயங்கிப் பேசும் வாத்தியார்களை மாணவர்கள் பார்த்தமட்டிலும் ஆதிக்கம் பண்ண துவங்கி விடுவார்கள். சீண்டி சத்தம் போட்டு பூனை எலியுடன் போல் விளையாடுவார்கள். ஆசிரியருக்கு கோபம் மிக மிக மாணவர்களுக்கு அதிக உற்சாகம் பிறக்கும். அவர்கள் மேலும் மேலும் சீண்டுவார்கள். ஆசிரியர் மிரட்டுவார். அறிவுரை சொல்லுவார். இதெல்லாம் கேட்க மாணவர்களுக்கு பொழுதுபோக்காக இருக்கும். இது ஒரு மாணவனாக என் தனிப்பட்ட அனுபவம்.

ஆக நான் முதலில் வகுப்பில் நுழைந்ததும் சிரிக்கவோ மாணவர்களின் கண்களில் பார்க்கவோ பதற்றத்தை காட்டவோ மாட்டேன். ஒன்றுமே நடக்காததுபோல் நுழைந்து யாருமே பொருட்டில்லை என்கிற பாவனையில் புத்தகத்தை எடுப்பேன். முகத்தை கடுகடுவென்று வைத்துக் கொள்வேன். யாராவது பேசுவது பார்த்தால் “பேசாதே” என்று கத்தவோ ஸ்ஸ் புஸ் என்று குரலெழுப்பவோ மாட்டேன். எழுப்பி விடுவேன் அல்லது வெளியே நிற்க வைப்பேன். கொஞ்ச நேரத்தில் திரும்ப அனுமதிப்பேன். ஆனால் வகுப்பு தொடர்ந்து கூச்சலிடுகிறதென்றால் அதை என் குறைபாடாக நினைத்து ஆத்திரப்பட மாட்டேன். 80 பேர் கொண்ட வகுப்பில் நாற்பது பேரை வெளியே அனுப்ப தயங்க மாட்டேன். அப்போதும் அடங்க மாட்டார்கள் என்றால் அவர்களின் துறை ஆசிரியர்கள் நடமாடும் பகுதியாய் பார்த்து நிற்க வைப்பேன். எப்போதும் பத்து பேரை வெளியே அனுப்பும்போது வேறு பத்து பேரை மன்னித்து உள்ளே சேர்த்துக் கொள்வேன். இது ஒரு சுழற்சி முறையில் நடந்து கொண்டே இருக்கும். பெரும்பாலும் எழுந்திரு, வெளியே போ கூட சொல்ல மாட்டேன். சைகை தான். இதுவும் முக்கியம். வகுப்பில் வெளியே அனுப்புவது எழுந்து நிற்க வைப்பது எல்லாம் பண்ணிக் கொண்டே வகுப்பெடுத்துக் கொண்டு இருப்பேன். நீங்கள் சத்தம் போடுவதெல்லாம் எனக்கு

பொருட்டல்ல என்பது நான் அவர்களுக்கு மறைமுகமாக சொல்லும் சேதி.

அடுத்து வகுப்பில் இடையிடையே பிரேக் கொடுத்து அப்போது நேரடியாக மாணவர்களிடம் சென்று அவர்களது குடும்பம் பற்றி விசாரிப்பேன். பாடத்தில் ஏதாவது திரும்ப சொல்ல வேண்டுமா எனக் கேட்பேன். ஆங்கில இலக்கணம் என்றால் பல மாணவர்களுக்கு பயிற்சி கேள்விகளுக்கு விடை தெரியாமல் இருக்கும். அவர்கள் பிறர் முன்னிலையில் கூச்சம் காரணமாக சந்தேகம் கேட்க மாட்டார்கள். அவர்கள் ஒவ்வொருவருக்கு தனித்தனியாக சொல்லித் தந்து விடையும் எழுதிக் கொடுப்பேன். எவ்வளவு மட்டமான மாணவனாக இருந்தாலும் அவமானப்படுத்த மாட்டேன். சில பேருக்கு என்ன சொல்லிக் கொடுத்தாலும் புரியாது. அவர்களுக்கு விடை மட்டும் சொல்லித் தந்து உதவி செய்வேன். நாம் அவர்களை கண்டிக்காமல் உதவி செய்கிறோம் என்பதே அவர்களுக்கு வெகுவாக பிடித்துப் போகும்.

தண்டனை அளித்த மாணவர்களிடம் சென்று அறிவுரை எல்லாம் சொல்ல மாட்டேன். அவர்களை புன்னகையோடு அணுகி நட்பார்ந்த முறையில் பேசுவேன். சிலர் மன்னிப்பு கேட்பார்கள். அசட்டையாக கேட்பதுபோல விட்டு விடுவேன். வெளியே பார்க்கும்போதும் நான் வகுப்பில் சேட்டை பண்ணும் மாணவர்களிடம்தான் அதிக நட்போடு பழகுவேன். ஆனால் அதே மாணவர்களை அடுத்த வகுப்பில் பேசி கூச்சலிடும்போது தயவு பார்க்காமல் வெளியே அனுப்பி விடுவேன். சார் நம்மை தண்டித்தாலும் அவருக்கு நம்மை பிடிக்கும் என்கிற சித்திரம் அவர்களுக்கு ஏற்படும். நம் மீது வெறுப்பு தோன்றாது. இதுவரை நான் வகுப்பில் அதிகம் தண்டித்த மாணவர்கள் தான் என்னிடம் அதிக பிரியமாக இருந்திருக்கிறார்கள்.

முக்கியமாக, மாணவர்களிடம் நியாய உணர்வு அதிகம். தவறுக்கு தண்டனையை தயக்கமின்றி ஏற்பார்கள். தண்டிக்காத ஆசிரியர்களை அசடு என்றும் நினைப்பார்கள். தண்டனை என்பது வெறும் சடங்குதான். முதிர்ச்சியற்ற கலவர வகுப்புகளில் உள்ள மாணவர்களுக்கு இந்தச் சடங்கு முக்கியம். இந்த சடங்கு வழி தான் நாம் அவர்களை நெருங்குகிறோம்.

எல்லா வகுப்பிலும் தொடர்ந்து பேசிக்கொண்டே இருப்பவர்கள்

இருப்பார்கள். சின்ன வகுப்பென்றால் யாரையும் வெளியே அனுப்ப மாட்டேன். ஓரளவுக்கு மேல் நிற்க வைத்தும் அவர்களை கட்டுப்படுத்த முடியாமல் போகும் போது குறிப்பிட்ட மாணவரிடம் சென்று தனிப்பட்ட முறையில் பேசுவேன். ஏன் பேசுறீங்க என்றோ அமைதியா இரேன் என்றோ கெஞ்ச மாட்டேன். அவர்கள் அப்பா அம்மா பற்றி விசாரிப்பேன். நான் கவனித்ததில் மத்திய கீழ்மத்திய மாணவர்களிடம் குடும்பம் பற்றி விசாரித்ததும் நம்மிடம் ஒரு கூச்சம் வந்துவிடும் அவர்களுக்கு. பிறகு நம் முன்னிலையில் பேசத் தயங்குவார்கள். எளிதில் நெருங்கி விடுவார்கள்.

இறுதியாக ஒருங்கிணைந்த பாணியில் கூச்சலிடும் மாணவர்கள் இருக்கிறார்கள். ஒரு பக்கம் கட்டுப்படுத்தினால் இன்னொரு பக்கம் கூச்சல் எழும். நம்மை மிகவும் களைத்துப் போக வைப்பார்கள். இவர்களிடம் ரொம்ப லகுவாக நடந்து கொள்வேன். இனிமையாக நடந்து கொள்வேன். அவர்களுக்கு தேவையானபடி வகுப்பெடுப்பேன். சில வகுப்புகளில் நம்மிடம் நெருங்கி விடுவார்கள். இவர்களின் பிரச்சனை தொடர்ந்து பிற ஆசிரியர்கள் மட்டம் தட்டி அந்நியப்படுத்துவதுதான். அவர்களை சமமாக நடத்தி அக்கறை காட்டினால் நெருங்கி பண்பாகி விடுவார்கள். இப்படியான மாணவர்கள் பொதுவாக பிடித்த ஆசிரியர்களிடம் பாச மழை பொழிவார்கள். ஆசிரியர்கள் தாம் தம் எல்லை அறிந்து நிறுத்திக் கொள்ள வேண்டும். இல்லையென்றி விதூஷகன் ஆக்கி விடுவார்கள்.

இன்னொரு விசயம் நம் ஈகோ. மாணவர்கள் நாம் பாடமெடுக்கும் போது பேசினால் நம்மை மதிக்கவில்லை என்று ஆத்திரம் பொங்கும். இது உண்மையல்ல. நாம் பேசுவது அவர்களுக்கு புரியாமலோ ஆர்வம் ஏற்படுத்தாமலோ இருக்கலாம். எழுபது எண்பது பேருக்கு புரியும்படி ஆர்வமூட்டும்படி பாடமெடுப்பது சாத்தியம் அல்ல. பாடம் கசப்பான மருந்துதான். ஓரளவுக்கு மேல் அதனை சுவையாக்கவும் கூடாது. ஆக, சிலர் தூங்கினால் கொட்டாவி விட்டால் பராக்கு பார்த்தால் கொஞ்சம் முணுமுணுத்தால் பொருட்படுத்த மாட்டேன். அவர்களை கவனிப்பதாகவே காட்டிக் கொள்ள மாட்டேன்.

குறிப்பாக யாராவது நாம் பேசும்போது சிரித்தால் நம்மை கேலி பண்ணுவதாக தவறாக நினைத்துக் கொண்டு ஆத்திரப்படுவோம்.

பொதுவாக ஆசிரியர்களுக்கு ஆகப்பெரிய குற்றமாக படுவது வகுப்பில் மாணவர்கள் தமக்குள் சிரிப்பதுதான். நாம் மகத்தான காரியங்களை பேசிக் கொண்டிருக்கும் போது அவர்களுக்கு இன்னும் சுவாரஸ்யமான தகவல்கள் தமக்குள் பரிமாற வேண்டி இருக்கலாம். தனிப்பட்ட ஜோக்குகளை சொல்ல நேரலாம். இது ஒன்றும் குற்றமல்ல.

ஒரு வகுப்பில் நாற்பது நிமிடங்கள் உரையில் 15 நிமிடங்கள் தாம் ஆதாரமானதாக இருக்கும். பெரும்பாலும் சொன்னதையே திரும்ப சொல்லி ஆதாரம் காட்டி நிறுவிக் கொண்டிருப்போம். ஒருவர் வகுப்பில் கொஞ்ச மட்டுமே கவனித்து தேவையானதை கிரகித்துக் கொள்ளலாம். சிலருக்கு தொடர்ந்து கவனிக்கும் திறன் அடிப்படையில் இருக்காது. அவர்களை எல்லாம் என்னை மட்டுமே கேள் என துன்புறுத்துவது கூடாது. ஆக நான் பேசுவதை முழுமையாக கேட்க விரும்பினால் கேட்கலாம், இல்லை கவனம் சிதறினாலும் பரவாயில்லை. அதிகம் தொந்தரவில்லாமல் கவனம் சிதற விடுபவரை நான் பொருட்படுத்துவதில்லை.

எழுபது பேர்கள் நிசப்தமாக நம்மை கவனிப்பதுபோல் சில வகுப்புகளில் ஒரு தோற்றம் எழும். அது சில வகுப்புகளின் பண்பாடு. ஆர்வம் இல்லையென்றாலும் கவனிப்பதுபோல் மாணவர்கள் நடிப்பார்கள். பல ஆசிரியர்களுக்கு தம் உரையை எழுத்து விடாமல் மாணவர்கள் உள்வாங்குவதாய் ஒரு கிளுகிளுப்பு தோன்றும். அமைதியான வகுப்பில் இயல்பாகவே ஆசிரியருக்கு ஒரு நிறைவைத் தரும். ஆனால் இது வெறும் போலித் தோற்றமே.

எப்போதும் 70 இல் 25 பேர்தான் கவனிப்பார்கள். அவர்களில் 15 பேருக்கு என்னமோ பேசுகிறார் என்கிற அளவில்தான் புரியும். பத்து பேருக்கு சில விசயங்கள் தெளிவாக புரியும். ஐந்து பேருக்கு பெரும்பாலும் புரியும். சில வகுப்புகளில் இந்த ஐந்து ஒன்றாகக் கூட இருக்கலாம். நல்ல குரல் வளம், சரளமான மொழி, தெளிவான வெளிப்பாடு, நாடகியமான தன்னம்பிக்கையான உடல்மொழி கொண்ட ஆசிரியர்கள் ஒன்றும் புரியாத மாணவர்களை கூட ஆர்வமாக பார்க்க வைப்பார்கள். அவர்களுக்கு இந்த ஆசிரியர் குறித்து நல்ல அபிப்ராயம் இருக்கும். ஆனால் என்ன சொன்னார் என்று கேட்டால் தெரிந்திருக்காது.

வகுப்பில் எல்லாரையும் ஈர்ப்பதை விட எல்லாருக்கும்

முழுமையாகப் புரியவேண்டும் என எதிர்பார்ப்பதைவிட அங்குள்ள மனங்களுடன் ஒரு தொடர்புநிலையை நம் பேச்சில் தக்க வைப்பது, நமது பேச்சின் ஆதார தொனியை மனதில் பதிக்க வைப்பது ஆகியவை மிகுந்த உத்வேகம் தரும் காரியங்கள். ஒரு கட்டுரையாக எழுதுவதைக் காட்டிலும் நேரடியாக நூற்றுக்கணக்கான இளம் மனங்களுடன் தொடர்புறுத்துவது அதிக மன எழுச்சி தருவது. உண்மையில் மனிதர்களுடன் தொடர்ந்து பேசுவதும் அதற்கான ஒரு வெளியை எளிதாக பெறுவதும் ஆசிரிய வேலையில்தான் சாத்தியம். நம்மில் மிகச்சிலருக்குத் தான் அந்த பாக்கியம் வாய்க்கிறது.

எத்தனை பேர் தம் கருத்துக்களை யாரிடமாவது பகிர தவிக்கிறார்கள். இன்று மிகப்பெரிய தனிமை நம்மை சூழும் நிலையில் வகுப்புகள் நம்மை மனிதர்களில் ஒரு மனிதராக உணர வைக்கின்றன. இதனாலேயே மூன்று மணிநேரங்கள் தொடர்ந்து வகுப்புகளில் பேசியும் நான் களைப்பாக உணர்ந்ததில்லை. ஏனென்றால் வேறெங்கும் நம் குரலை கவனிக்க செவிகள் இல்லை. தனிமை தானே நம்மை எளிதில் களைக்க வைக்கிறது.

இந்த காரணங்களால்தான் எனக்கு நல்ல மாணவர்கள் - கெட்ட மாணவர்கள் என்கிற எதிர்நிலை போலியாக தோன்றுகிறது. எல்லா வகுப்புகளில் இருப்பதும் ஒரே முகங்கள்தாம். அவர்களின் குரலாக மாறி அவர்களோடு உரையாடுவது ஒரு மகத்துவமான அனுபவம். ஒருமுறை கல்வியில் ஒதுக்கீடு பற்றி விவாதம் வந்தது. அப்போது குலக்கல்வி முறையை எதிர்த்து திராவிடர் கழகம் போராடியது, அந்த முறையை கொண்டு வராமல் போன ஏமாற்றத்தில் ராஜாஜி ராஜினாமா செய்தது பற்றி சொன்னேன். பிறகு “குலக்கல்வி முறை இருந்திருந்தால் நீங்கள் எல்லாம் இன்று கல்லூரிக்கு வந்து இந்த வகுப்பில் அமர்ந்து கொண்டிருக்க மாட்டீர்கள்” என்றேன். அப்போது மாணவர்களின் முகங்களில் தென்பட்ட பல்வேறு பாவனைகளை கண்ணில் கடந்து போன நிழல், வெளிச்சங்களை என்னால் மறக்க முடியாது. இதுதான் ஆக முக்கியமான அம்சம். மனிதர்களோடு அவர்களின் ஆதார வாழ்க்கைப் பிரச்சனை பற்றி அணுக்கமாக உரையாட வேறு எங்குமே வாய்ப்போ வெளியோ இல்லை. வாசக-எழுத்தாள உறவை விட உக்கிரமானதாக ஆசிரிய—மாணவ உறவு அங்கு மாறுகிறது.

நவீனக் கல்வி: சுயநலமும் துணிவின்மையும்

மோடி எதிர்ப்பை கருத்தியல் ரீதியாக செறிவாக முன்வைப்பவர்களுடன் (பெரும்பாலும் தென்னிந்தியர்கள்) மோடியை நேரடியாக குழப்பமின்றி எதிர்க்கும் சீக்கிய விவசாயிகளையும் இணை வைக்க வேண்டும் (மே 2024). இவர்கள் ஒன்று மோடியை ஒரு மோசமான நிர்வாகியாக புறவயமாகப் பார்க்கிறார்கள் - இந்த எதிர்ப்பு நவீனமானது, தாராளவாத சிந்தனைக்கு நெருக்கமானது (தென்னகம்). மற்றொன்று ஒரு தந்தையின் ஸ்தானத்தில் இருந்து பிழை செய்யும் குழந்தையாகப் பார்ப்பது (சீக்கிய விவசாயிகள்). எனக்கு தனிப்பட்ட முறையில் சீக்கியர்களின் எதிர்ப்பு உத்தியே அதிகமாகப் பிடித்திருக்கிறது. ஏனென்றால் அது இதயத்தில் இருந்து வருகிறது, அதில் சீரான ஆளுமை வளர்ச்சியும் தன்னம்பிக்கையும் உறுதியும் வெள்ளந்தியான முரட்டுத்தனமும் தெரிகின்றன. எனக்கும் உனக்கும் ஏணி வைத்தாலும் எட்டாது, உன் அடையாளம் வேறு, என் அடையாளம் வேறு, நான் உன்னை வழிபட வேண்டிய அவசியம் எந்த காலத்திலும் வராது, நீ என் வாழ்வாதாரத்தை பறித்தால் உன்னைப் பொறுத்துக்கொள்ள மாட்டோம், எந்த மரியாதையும் தர மாட்டோம் எனும் ஒரு குரல் அதில் ஒலிக்கிறது. அவர்களுக்கு பெரிய படிப்பு, சித்தாந்த அறிவு எல்லாம் தேவையில்லை. நிலத்தில் இருந்து கிடைக்கும் நிமிர்வு அவர்களிடம் உள்ளது. விவசாயத்துடன் பிணைக்கப்பட்ட சமூகங்களின் துணிச்சலும்

தற்சார்பும் மற்ற வணிக, சேவை சமூகங்களிடம் இருக்காது. இந்திரா காந்தியின் எமெர்ஜென்ஸியை மிகத் தீவிரமாக எதிர்த்து களமாடிய ஒரே மாநிலம் பஞ்சாப்தான். 1,40,000 மேற்பட்டோர் கைதாகி சிறை சென்றார்கள். ஆனாலும் அவர்களுடைய போராட்டம் முடிவுக்கு வரவில்லை. ஒப்பீட்டளவில் தமிழகமும் கேரளாவும் நெருக்கடி நிலையின்போது அமைதியாகவே போயிற்று - என்னதான் திமுக ஆட்சி கலைக்கப்பட்டு தலைவர்களும் தொண்டர்களும் உள்ளே தள்ளப்பட்டாலும் பொதுமக்கள் பொறுத்துக்கொண்டார்கள். ஒரு சமூகத்தின் பண்ட உற்பத்தி முறைக்கும், பொருளாதார அமைப்புக்கும் முற்றதிகாரத்தை அது ஏற்பதற்கும் சம்மந்தம் உள்ளது. தொழிற்சாலை, சிறுவணிகம், சேவை வேலைகள், நகரமயமாக்கலை சார்ந்திருப்பது அதிகமாக ஆக மக்களிடையே தம்மையே அறியாமல் சர்வாதிகாரிகளை விரும்பும் போக்கும் அதிகமாகும் என ஹேனா ஆரெண்ட் தெரிவிக்கிறார். இதனாலே அன்று இந்திரா காந்தியும் இப்போது மோடியும் தீவிரமாக விவசாயத்தை அழித்து நகரமயமாக்கலை பரவலாக்க முயன்றார்கள்.

தென்னகத்தோர் ஒரு பக்கம் தம் கல்வியையும் இனவுணர்வையும் கொண்டு முற்றதிகாரத்தை எதிர்த்து நின்றாலும் அநீதிகளைக் கண்டிக்கும், எதிர்த்து போராடும் துணிச்சல் இன்றி இருக்கிறார்கள். நகரமயமாக்கலும் தொழில்மயமாக்கலும் (அதனுடன் பாரபட்சமான வளர்ச்சியும்) வந்ததும் ஒருவித சுயநலம் மிகுந்துவிட்டது. இன்னொரு பக்கம், படிப்பறிவு குறைவான நகரமயப்பட்ட பிற மாநிலத்தோரும் சரி, சொந்த நிலம் இல்லாமல் விவசாயக் கூலிகளாகவும் தொழிலாளிகளாகவும் இருக்கப்பட்டோர் அதிகமாக உள்ள மாநிலத்தோரும் சரி நவீன வாழ்க்கைக்குள்ளும் இருக்க முடியாமல், வாழ்வாதாரத்தையும் இழந்து சர்வாதிகாரியான மோடியை வழிபடும் மனநிலைக்கு வருகிறார்கள். அவர்களுக்கு ஆறுதலுக்கு மதவாத வெறி தேவைப்படுகிறது. நகரமயமாக்கலால் விழுமியங்களில், பொதுநலத்தில் நம்பிக்கை இழந்த படித்த மத்திய வர்க்கமும் இந்த முற்றதிகார வழிபாட்டில் கலந்துகொண்டார்கள்.

சொந்த ஊர், சொந்த மண், அதன் உற்பத்தி முறைமையை கைவிடாமல், தொழில்மயமாக்கலின் வசதிகளையும் பயன்படுத்த தெரிந்த சமூகமே (டிராக்டரில் வந்து போராடும் சீக்கியர்) முற்றதிகாரத்தை எதிர்த்து நிற்கும் தகைமையைப் பெறுகிறார்கள்

எனும் போது அவர்களிடம் இருந்து பிறர் கற்றுக்கொள்ள நிறைய இருக்கிறது. முதலில் நாம் கண்மூடித்தனமாக நகரமயமாக்கலையும் முதலீட்டியத்தையும் விழுந்து கும்பிடும் பழக்கத்தை நிறுத்த வேண்டும். நவதாராளவாதம் ஒருவித பின்காலனிய வடிவம் எனப் புரிந்துகொள்ள வேண்டும். பின்காலனியத்தின் முதல் கோரிக்கையே உள்ளூர் உற்பத்தி முறைகளை ஒழிக்க வேண்டும், எல்லாரையும் தற்சார்பற்றவர்களாக்க வேண்டும் என்பதே. நிலத்தில் இருந்து அந்நியப்பட பட நாம் சார்ந்திருக்க ஒரு அடையாளமோ, சுயகௌரவமோ இல்லாதவர்களாகி, அதனாலே சுலபத்தில் இருந்து முற்றதிகாரத்துக்கு சுலபத்தில் அடிமையாகத் தலைப்படுகிறோம்; இந்து மகாசபை, ஜனசங்கம் ஆகிய தாய் அமைப்புகளும், பின்னர் பாஜகவும் முழுக்க முழுக்க நகரங்களில் தோன்றி வளர்ந்த தீமைகள் என்பதை நாம் கவனிக்க வேண்டும். இன்றும் அதுவே நிலை. இன்றும் பெரிய மதவாத பேரணிகள், மதக்கலவரங்கள் நகரங்களிலோ சிறுநகரங்களிலோ தான் அதிகம் நிகழ்கின்றன. இதற்கு முழுக்கச் செவிசாய்க்காத சமூகங்கள் மட்டுமே இன்றைய காலத்தில் முதுகெம்புடன் வாழ முடியும்.

அதற்கு முழுக்க செவிசாய்க்காத சமூகங்கள் மட்டுமே இன்றைய காலத்தில் முதுகெம்புடன் வாழ முடியும்.

நவீன இலக்கியமும் கல்வித்துறையும்

நமது கல்வி அமைப்புகளுக்கும் இலக்கியத்துக்கும் இடையே ஒரு பெரும் இடைவெளி நிலவியது. அது ஓரளவு தற்போது குறைந்துள்ளது. பெரும்பாலான தமிழாசிரியர்களுக்கு நவீன இலக்கிய பரிச்சயம் இல்லை. நவீன தமிழில் நேர்ந்துள்ள மாற்றங்கள் பற்றியும் போதம் இல்லை. இந்த இடைவெளி எப்படி உருவானது? இதற்கு வரலாற்று கலாச்சார ரீதியான காரணங்கள் உண்டு.

ஆரம்பத்தில் தமிழாசிரியர்கள் சைவ, வைணவ இலக்கியங்களில் தோய்ந்தவர்களாக இருந்தனர். இந்த சமயப்பற்றுதான் மொழிப்பற்றாக இருந்தது. பின்னர் திராவிட கழகங்கள் தமிழகத்தில் புயலாக கிளம்பியதும் தமிழாசிரியர்களில் ஒரு பகுதியினர் திராவிடப் பற்றாளர்களாக மாறினர். திராவிட இலக்கிய மறுமலர்ச்சி தமிழின் விபூதியை அழிக்கும் மேலோட்ட புரட்சியைதான் செய்தது. அது இலக்கியத்தை மொழி மற்றும் இனப்பற்றாக சுருக்கியது. இலக்கியத்தை மேலும் அணுகி அறிய கோட்பாடுகளும் தத்துவமும் அவசியம். இந்த மாற்றத்தை எழுபதுகளில் இடதுசாரிகளும் வானம்பாடிகளும் கல்வித்துறை தமிழ் அறிஞர்களிடத்து கொண்டு வந்தனர். தமிழ்ப்புதுக்கவிதை வடிவத்தை கல்விப்புலத்தில் பிரபலமாக்கிய பெருமை தமிழன்பன், மு.மேத்தா, அப்துல் ரகுமான், வைரமுத்து போன்ற

வானம்பாடிகளை சேரும். துரதிஷ்டவசமாக பிறகு ஒரு தேக்கம் ஏற்பட்டது. நவீன தமிழ் இலக்கியத்தில் நிகழ்ந்த மாபெரும் மாற்றங்களை, பரீட்சார்த்த முயற்சிகளை, முக்கிய சாதனைகளை அறியாமலே ஒரு தலைமுறை தமிழ்படித்து வந்தது. அவர்கள் வரையில் நவீன புனைகதை என்பது ஜெயகாந்தனில் ஆரம்பித்து தொடர்ந்து முடிந்தது. இதற்கு திராவிட×ஆரிய அரசியல் கோஷம் ஒரு காரணம்.

தமிழின் நவீனத்துவ பிதாமகர்களில் அநேகமானவர்கள் பிராமணர்கள். திராவிட கட்சிகள் சமூக ஏற்றத்தாழ்வுக்கும் சீரழிவுக்கும் பார்ப்பன சதியே ஏக காரணம் என்று கருதின. திராவிட ஆதரவு ஆசிரியர்களிடத்து பார்ப்பன விரோதம் வலுவான இருந்தது. அவர்கள் நவீனத்துவ இலக்கியத்தை பிராமண இலக்கியம் என்று மேலோட்டமாக புரிந்து கொண்டனர். தமிழ் நவீனத்துவவாதிகளோ திராவிட, மார்க்ஸியத் தரப்பின் சமூகத் தரப்பை காண மறுத்தனர். இப்படி இரு தரப்பினரும் கண்களை இறுக்கக் கட்டிக் கொண்டு தொட்டுத் தடவி புரிந்து கொண்டதில் யானை கையடக்க பொருளாக மட்டுமே தென்பட்டது.

க.நா.சு, சுந்தர ராமசாமி, அசோகமித்திரன் ஆகியோர் தங்களது முன்னோடிகளாக பிரெஞ்சு, ஜெர்மானிய, அமெரிக்க எழுத்தாளர்களையே கண்டார்கள். கம்பனையோ இளங்கோவையொ வள்ளுவனையோ அல்ல. சு.ராவும் அவரது வழிவந்தவர்களும் வள்ளுவம் இலக்கியம் அல்ல என்று மறுத்தனர். க.நா.சு இலக்கியத்தை தமிழ் ஆசிரியர்களிடம் இருந்து காப்பாற்றுவதே தலையாய பணி என்று நினைத்தார். இவ்வாறு நவீன எழுத்தாளர்களுக்கு மரபின் தொடர்ச்சி இருக்கவில்லை. தமிழாசிரியர்களில் அநேகம் பேருக்கு அன்று ஆங்கில பயிற்சியோ உலக இலக்கிய வாசிப்போ இருக்கவில்லை. நவீன தமிழ் இலக்கியம் மக்கள் இலக்கியம் அல்ல என்று தமிழாசிரியர்கள் வெகுகாலமாய் மறுத்தனர். பிராமணியம் போக, இது அவர்களின் முக்கிய புகாராக இருந்தது நவீனத்துவவாதிகளுக்கு வெகுஜன ரசனை என்பது ஒவ்வாமையாக இருந்தது. இது ஏற்படுத்திய பிளவு காரணமாய் இரு தரப்பினருக்கும் இழப்பு ஏற்பட்டது.

மரபைப் புத்துருவாக்குவதன் மூலமே நாம் நவீனத்துவத்தை அறிய முடியும். மரபை அறியாமல் நாம் பத்மவியூகத்தில் மாட்டிக் கொள்வோம். அனைத்து விதிகளையும் உடைத்துக் கொண்டு

உள்ளே செல்லலாம். ஆனால் வெளியேறத் தெரியாது. மரபுக்கும் நவீனத்துக்கும் இடையிலான இணைவுதான் படைப்பூக்கத்தை தூண்டும் என்றார் டி.எஸ் எலியட். மரபை புறக்கணித்தது நவீன தமிழுக்கு ஒரு இழப்புதான். மேலும் மேற்கத்திய நாடுகளில் போல் இங்கு நவீன இலக்கியத்தை அறிமுகப்படுத்தி வாசிக்க வைக்கும் பயிற்சியை தமிழ் கல்வியாளர்கள் செய்யவில்லை. முந்நூறு பிரதிகள் விற்ற சிற்றிதழ்கள் மூலம் நவீன இலக்கியம் ஒரு ரகசிய இயக்கமாகவே அரைநூற்றாண்டு இயங்கியது. நவீனத்துவவாதிகளுக்கு வெகுஜன ஊடகத்தில் எழுதுவதில் உவப்பின்மை இருந்ததால் தீவிர இலக்கியம் மீதான அரை-இருட்டு முழு இருட்டானது.

இருபதாம் நூற்றாண்டில் ஏகப்பட்ட அறிவுத்துறைகள் இலக்கிய வாசிப்பில் பாதிப்பை ஏற்படுத்தின. இலக்கியம் வாசிக்க ஒருவர் அரசியல், உளவியல், மொழியியல், தத்துவம், பண்பாட்டு தத்துவம், மானுடவியல், வரலாற்றுவாதம் போன்ற எண்ணற்ற கருத்தியல்களை அறிய வேண்டியதானது. இந்தப் புதுவாசிப்பு முறைகள் தமிழர்களுக்கு நவீன இலக்கியம் வழியாகவே அறிமுகமானது. கண்ணை மூடி பால்குடித்துக் கொண்டிருந்த தமிழய்யாக்கள் உலகம் மாறி வருவதை அறியாமல் விமர்சனம் என்பதை எளிய பொழிப்புரையாக களிம்பேறிய மொழியில் கற்பித்தார்கள். இதன் காரணமாக தொண்ணூறுகள் வரை தமிழ் படித்தவர்கள் சமகால போக்குகள் குறித்த எந்த பிரக்ஞையும் இல்லாதவர்களாக உருவானார்கள். இன்றும் தமிழ்ப்பேராசியர்களில் இருந்து தமிழின் சிறந்த படைப்பாளிகளாக உருவாகி வந்தவர்களை அரிதாகவே பார்க்க முடியும். மேற்கில் இதற்கு முற்றிலும் மாறான நிலை நிலவுகிறது என்பதை கவனிக்க வேண்டும்.

அண்மையில் தமிழ் கலாச்சார பரப்பில் குறிப்பிடத்தக்க மாற்றங்கள் நடந்தன. சிற்றிதழ்-வெகுஜன லட்சுமணக் கோடு அழிந்தது. சிற்றிதழ்வாதிகள் வெகுஜன ஊடகங்களை ஆக்கிரமித்தனர். பாலகுமாரனையும் பட்டுக்கோட்டை பிரபாகரையும் வாசித்தவர்கள் ஜெயமோகனையும் எஸ்.ராமகிருஷ்ணனையும் நாடி வந்தனர். நவீன இலக்கியத்தை நிராகரிப்பது இனிமேல் இயலாது என்ற நிலை கல்வியாளர்களுக்கு ஏற்பட்டது. திராவிட-மார்க்ஸிய சிந்தனைக்கு மாற்றாக பின்நவினத்துவமும் தலித்தியமும் பெயரளவிலேனும் தமிழ் வகுப்புகளுக்குள் பிரவேசித்தன. இன்று

தமிழ்ப்படித்து வரும் பலருக்கும் தீவிர இலக்கியம் தெரிந்திருக்கிறது. குறைந்தபட்ச பரிச்சயமாவது உள்ளது. பாடத்திட்டத்திலும் ஓரளவு நவீன மற்றும் சமகால இலக்கியம் சேர்க்கப்பட்டுள்ளது. இந்த இடத்தில் ஒரு முக்கியமான குற்றச்சாட்டு வருகிறது.

சென்னை பல்கலையில் பாடத்திட்டத்தில் நவீனத் தமிழ் பகுதி எந்த எழுத்தாளனிடம் இருந்து துவங்குகிறது? கவிமணி தேசிய விநாயகம் பிள்ளை. அவரைத் தொடர்ந்து பாரதியும், பாரதிதாசனும் வருகிறார்கள். பிறகு கொஞ்சம் வானம்பாடி கவிதைகள். அதன் தூய அர்த்தத்தில் இவர்கள் நவீன எழுத்தாளர்கள் அல்ல என்று நாம் அறிவோம். இந்த வெளிநபர்களுடன் நீங்கள் சில அசல் நவீனத்துவ கவிஞர்களையும், சமகால பெண்கவிஞர்களையும் சேர்த்து படிக்கும் போது ஒரு வரலாற்றுக் குழப்பம் ஏற்படுகிறது. தோட்டக்காரரின் கத்திரிக்கோலை கொண்டு மீசை திருத்த முடியாதே? பிரமிளிலும் பாரதிதாசனிலும் நாம் ஒரே பண்புக்கூறுகளை காண முடியாது. புனைவிலும் தொ.மு.சி, ஜெயகாந்தன், மு.வா ஆகியோரை சு.ரா, எஸ்.ரா, ஜெ.மோவுடன் ஒரே தட்டில் வைத்து படிக்க முடியது. ஆக பொத்தாம்பொதுவாக நவீன இலக்கியத்தை புகட்டும் இந்த போக்கு கல்வியாளர்களின் அக்கறையின்மையை காட்டுகிறது. நவீன இலக்கியத்தில் திராவிட இலக்கியம், மார்க்ஸிய இலக்கியம், நவீனத்துவ இலக்கியம், பின்நவீனத்துவ இலக்கியம், பெண்ணிய இலக்கியம், தலித் இலக்கியம் என்ற தெளிவான பகுப்புகள் வேண்டி உள்ளது.

அடுத்து மரபிலக்கியத்தின் நவீன கோட்பாடுகளை கொண்டு காத்திரமான ஆய்வுகளை செய்யவும் அந்த புரிதலை மேற்கொண்டு பாடத்திட்டம் மற்றும் படிப்பித்தல் வழி மாணவர்களை ஏற்படுத்தவும் செய்ய வேண்டும். சென்னை பல்கலைக்கழக ஆய்வரங்கங்கள், அமெரிக்கன் கல்லூரியின் பாடத்திட்டம் ஆகியவை இதை நோக்கி நல்ல முயற்சிகள் என்றாலும் நாம் இன்னும் வெகுதூரம் செல்ல வேண்டி உள்ளது.

(டைம்ஸ் நவ் தீபாவளி மலர், 2011.)

ஆங்கிலப் படிப்பின் சிக்கல்கள்

ஒரு சமூக அந்தஸ்து, நாகரிக அடையாளம் என்பதை விட ஆங்கில கற்பதன் நோக்கம் இன்று வேறொன்றாக இருக்கிறது. அது நம்மை நோக்கி விரிந்துள்ள பல்துறை அறிவை பெற, சமூக வலைதளங்களை அணுக மற்றும் பன்னாட்டு நிறுவன வேலை வாய்ப்புகளை அடைவதே ஆங்கிலம் வெறும் ஒரு மொழி, நமது பண்பாட்டிலே எல்லா அறிவுப் பொக்கிஷங்களும் உள்ளன. வெறும் திருக்குறள் படித்தாலே உலக தத்துவ நூல்களை படித்ததற்கு நிகர் போன்ற அசட்டு வாதங்கள் இன்று பின்னே தள்ளப்பட்டு விட்டன. மொழிவாரி மாநிலங்கள் பிரிந்த ஐம்பதுகளில் மொழி உணர்வை வழிபட்டதற்கான ஒரு சமூக அரசியல் தேவை இருந்தது. அது இன்று இல்லை.

இன்று கட்டற்ற அறிவும் உயர்ந்த வேலைகளும் நம் விரல் நுனியின் அருகில். நம்மை அணுக முடியாமல் செய்வது ஆங்கில பரிச்சயமின்மை. இது கலாச்சார அந்தஸ்து பற்றின சிக்கல் அல்ல, ஒரு நடைமுறை பிரச்சனை. இதை மிக அதிகமாக சந்தித்து வருபவர்கள் நமது நகர் மற்றும் மாநகர்வாழ் கீழ், கீழ்மத்திய மற்றும் மத்திய வர்க்க இளைஞர்கள்.

இன்று பன்னாட்டு நிறுவனங்களில் உள்ள வேலைகளில் நமக்கு தொழில்நுட்ப அறிவும் மொழியறிவும் தேவையாக உள்ளது. இரண்டும் தனித்தனியாக தேவைப்படும் வேலைகளும்

உள்ளன. அந்த தேவைப்படும் மொழி அதிகமும் ஆங்கிலம். ஜப்பானிய மொழி, பிரஞ்சு ஆகியவற்றும் நல்ல சந்தை மதிப்பு உள்ளது. ஆனால் சமீப காலத்தில் திறந்துள்ள இந்த எண்ணற்ற வாய்ப்புகளுக்கும் நம் இளைஞர்களுக்கும் இடையில் ஒரு பெரும் பள்ளத்தாக்கு உள்ளது.

கல்லூரி ஆசிரியனாக என்னுடைய முதல் வகுப்பில் மாணவர்கள் ஆங்கிலத்தை தமிழில் கற்பிக்க கேட்டபோது கொஞ்சம் அதிர்ச்சியாக இருந்தது. மொழியல்லாத பிற பாடங்களை கூட பல ஆசிரியர்கள் தமிழில் கற்பிக்க தயங்குகிறார்கள். ஒவ்வொரு தமிழக கல்லூரியிலும் நூற்றுக்கணக்கான மாணவர்கள் ஆங்கிலம் புரியாததால் பாடம் புரியாமல் சந்தேகங்களை கேட்டு நிவர்த்தி செய்ய முடியாமல் தவிக்கிறார்கள். இளங்கலையில் தேர்வுகளை தமிழில் எழுதலாம். ஆனால் ஆங்கிலத்தில் வகுப்புகள் கேட்டு புரியாதபோது தமிழிலோ அர்மேனியாவிலோ தேர்வு எழுதுவதில் அர்த்தமில்லை.

முதல் வருடத்தில் இப்படியான ஏமாற்றத்தை சந்திக்கும் மாணவர்கள் சுயமுயற்சியில் ஆங்கிலம் கற்க முயல்கிறார்கள். சின்ன சின்ன வார்த்தைகளை கற்க முயல்வது, இலக்கணம் படிப்பது ஆகிய முயற்சிகளில் ஈடுபடுகிறார். ஆனால் தோதான சூழல் இன்றி இந்த ஆர்வத்தை தக்க வைக்க முடிவதில்லை. சிலர் ஆயிரக்கணக்கில் கட்டணம் செலுத்தி *Veta* போன்ற அரைவேக்காட்டு ஆங்கில பயிற்சி வகுப்புகளில் சேர்கிறார்கள். பெரும்பாலும் இதிலும் ஏமாற்றம்தான். கல்லூரியில் ஆங்கில ஆசிரியர்கள் மாணவர்களின் போதாமை பள்ளிக்கூட கல்வி அமைப்பின் தவறு என்கிறார்கள். மற்றொரு புரிதல் உள்ளது. ஆங்கிலம் கற்க ஆங்கிலம் மட்டும் கற்றால் போதாது, ஆங்கிலம் புழங்கும் சூழலில் வாழ வேண்டும் என்பது. இதற்காக ஐந்து வயது குழந்தைக்கு ஐம்பதினாயிரத்துக்கு மேல் கட்டணம் கட்டி மேற்தட்டு பள்ளிகளில் சேர்க்கிறார்கள். பெற்றோர்களின் இந்த மிகை ஆர்வத்தில் நியாயம் உள்ளது. ஆனால் இந்த சமூகப் போக்கு கீழ்த்தட்டினரை ஒரேயடியாய் அந்நியப்படுத்துவதிலும் குழந்தைப்பருவத்தில் இருந்தே வர்க்க உணர்வை வலுவாக ஏற்படுத்துவதிலும் போய் முடிகிறது. ஆங்கிலம் பேசினால் தண்டனை, ஆங்கிலம் பேசாத குழந்தைகளை பள்ளிக்குள் அனுமதிக்க கூடாது போன்ற பாசிஸ விதிமுறைகள் உருவாகின்றன.

நாம் என்ன செய்து இந்த "ஆங்கில மாயையை" எதிர்கொள்ள முடியும்?

முதலில் நமது இளையதலைமுறையினர் அனைவரும் மேற்தட்டினர் போல் சரளமாக உடனடியாக பேசப் போவதில்லை என்று உணர வேண்டும். நமது நோக்கம் அதுவல்ல. ஒரு பரந்துபட்ட திட்டம் அமைக்க வேண்டும். அதன் நோக்கம் பள்ளி அளவில் மொழிக் கல்வியை வலுப்படுத்துவதாக இருக்க வேண்டும். சமீபமாக நமது பள்ளிக் கூட ஆங்கில நூல்களில் ஏகப்பட்ட இலக்கண பயிற்சிகள் இருப்பதை கவனிக்கிறோம். உண்மையில் ஆங்கிலம் பழக நமக்கு ஏட்டுப் பயிற்சி மட்டும் போதாது. முதலில் நாம் பள்ளிக் கல்விக்கு அதிக நிதி ஒதுக்க வேண்டும். அரசு பள்ளிகளில் அதிக சம்பளம் கொடுத்து உயர்ந்த மதிப்பெண்கள் உடன் முதுகலை வரையாவது படித்தவர்களை மட்டுமே நர்சரி அளவில் இருந்தே நியமிக்க வேண்டும். அடுத்து நடைமுறையில் ஆங்கிலம் கற்பதற்கான சூழலை, உள்கட்டமைப்பை ஏற்படுத்த வேண்டும். ஊடகங்களை பள்ளியில் மேலும் அதிக அளவில் மொழிப் பயிற்சிக்கு பயன்படுத்த வேண்டும். ஏட்டைத் தாண்டி பண்பாட்டு கலை செயல்பாடுகளை தொடர்ந்து நிகழ்த்துவதன் வழி நமது மொழி அறிவை இன்னும் எளிதாக வளர்க்க முடியும்.

ஒரு மொழியில் சரளமாக மூன்று மாதங்கள் அதில் முழுக்க "இருக்க" வேண்டும் என்றொரு கோட்பாடு உள்ளது. இதனை மூழ்குதல் என்கிறார்கள். அதாவது எந்த ஒரு கவனச் சிதறலோ பிறமொழி குறுக்கீடோ இன்றி ஒரு மொழியில் தொடர்ந்து ஈடுபடுதல். தொடர்ந்து மூன்று மாதங்கள் ஒரு மொழியை கேட்டுக் கொண்டே, பேசிக் கொண்டே, படித்துக் கொண்டே, எழுதிக் கொண்டே இருந்தால் சுளுவில் படித்து விடலாம். ஆனால் கல்விக்கூடங்களில் நாம் படிப்பதை மட்டுமே பிரதானமாக செய்கிறோம். நம் கல்வியியலில் உள்ள குறை அது. BCL நூலகத்தில் சென்னையில் நடத்தும் ஆங்கில பயிற்சி வகுப்புகளில் சின்ன சுவாரஸ்யமான விளையாட்டுகள் மூலம் மாணவர்களை பங்கேற்க வைக்கிறார்கள். ஆசிரியரின் கண்காணிப்பின் கீழ் சுயமாக கற்கிறார்கள். ஓரளவு அடிப்படை அறிவு கொண்டவர்களுக்கு அடுத்த படியில் ஏற இந்த முறை மிகவும் உதவும். உதாரணமாக பள்ளியில் அரைமணி நேரம் வெர்ட்ஸ்வொர்த்தின் *Daffodils* எனும் பழம் ஆங்கில கவிதையை விளக்குவதை விட உரையாடல் மிகுந்த

ஒரு ஆங்கில படக்காட்சியை சப்டைட்டிலுடன் போட்டுக் காட்டி அதே வசனங்களின் பொருளை சொல்லி மாணவர்களை உச்சரிக்க வைக்கலாம். இத்ற்கு மொழி ஆய்வகங்களை பயன்படுத்தலாம். டப்பிங் தியேட்டர்களில் கூட பழகலாம். சொற்களின் பொருள் அறியும் அளவுக்கு அச்சொற்கள் நம் காதுகளில் மீள மீள ஒலிப்பதும், நாமே பேசிக் கேட்பதும் முக்கியம்.

வேற்றுமொழிக்காரர்களுடன் படித்து வளரும் சூழல் ஆங்கிலம் போன்ற ஒரு பொதுமொழியை கற்பதற்கு தகுந்தது. இணைய பயன்பாடும் சமூக வலைதளங்களும் கூட ஆங்கில பயன்பாட்டை ஊக்குவிக்கின்றன. மேலும் மேலும் நாம் வாழும் உலகம் மேற்சொன்ன கலவை கலாச்சாரத்தை நோக்கி நகர்ந்து கொண்டிருப்பதை நாம் கவனிக்க வேண்டும். ஆங்கிலம் - தமிழ் என்றில்லை எந்த மொழியும் இனி அதன் கலாச்சார சாரத்தை மற்றொன்றிடம் இழந்து வேறொரு வடிவில் திரும்ப பெறப் போகிறது. மொழி இனி ஒரு தொடர்புக்கான நடைமுறை சாதனமாக மட்டுமே இருக்கும். உள்ளூர் மொழியை போன்று ஒரு பொதுமொழியும் நமக்கு இனி தொடர்ந்து தேவைப்படும். ஆங்கிலம் வீழ்ந்தாலும் அது மற்றொரு மொழியாக இருக்கும். வீட்டில், வெளியே நிறுவனங்களில், சமூக சந்திப்புகளில் நாம் கலாச்சார தூய்மையைக் காப்பாற்றுவதை விட ஒரு கலவை மொழி சூழலை ஏற்றுக் கொள்ள வேண்டி வரும். ஒரு மொழியை ஆழமாக தெரிந்து கொள்வதை விட பல மொழிகளை அரைகுறையாய் புரிந்து கொள்வது மேல் என்று நம்ப தலைப்படுவோம். சமூகத்தின் அனைத்து தட்டினரும் இப்படியான ஒரு பல்மொழி கலாச்சாரத்தை நோக்கி நகர்வதே ஒரு சூழல் கட்டாயம். வலுவான மரபை கொண்ட மொழி நமது என்றால் அது இச்சூழலில் இருந்து வளமடையுமே அன்றி அழியாது. காப்பிக்கடையை குளம்பியகம் என்றும் கோழிக்கடையை இறைச்சியகம் என்றும் கடை பெயர்ப்பலகைகளை திருத்தும் வேளையில் நாம் ஒரு புது பண்பாட்டை நோக்கி நம் மனதை திறக்கும் ஒரு புது வேற்றுமொழிச் சொல்லை கற்றுக் கொள்ளலாம்.

(டைம்ஸ் தீபாவளி மலர், 2011)

கல்லூரி ஆசிரியர்களின் ஊதியமும் பணிச்சுமையும்

கல்லூரி ஆசிரியர்களுக்கு ஊதியத்துக்கு ஏற்ப அதிக பணி தர வேண்டும் என்ற என் பரிந்துரையை கண்டித்து ஐந்து வருடங்களுக்கு மேலாக விரிவுரையாளராக பணிபுரிந்து வரும் சாமுவல் ஜான்சன் மின்னஞ்சலில் ஒரு எதிர்வினையை அளித்துள்ளார்.

ஜான்சனின் ஆங்கில எதிர்வினையின் தேர்ந்தெடுத்த பகுதிகளின் மொழியாக்கம்:

வணக்கம் அபிலாஷ்,

இன்று ஒரு அரசு கால்நடை மருத்துவரை சந்திக்க நேர்ந்தது. அவளுக்கு ஒரு வருடத்துக்கு முன் வேலை கிடைத்தது. வேலை பிடித்துள்ளது என்றும், காலை எட்டில் இருந்து பன்னிரண்டு வரை வெறும் நாலு மணி நேரங்களே வேலை செய்வதாய் அவள் பெருமையுடன் அறிவித்தாள். அவள் ஊதியம் கல்லூரி ஆசிரியர்களின் ஊதியத்துக்கு சமமானதே. அவர்களுடைய பல உதவித் தொகைகளும் சேர்த்தால் மொத்த சம்பளம் கல்லூரி ஆசிரியர்களின் உடையதை விட பத்தாயிரம் அதிகம். சில வாரங்களுக்கு முன் ... இளங்கலை பட்டம் முடித்த ஒரு வேளாண்மை அதிகாரியை சந்தித்தேன். அவரது ஊதியம் ஏறத்தாழ கல்லூரி ஆசியர்களின் உடையதைப் போன்றதே.

ஆனால் பகட்டாய் ஆடையுடுத்தி ஆசனம் அலங்கரிப்பதன்றி வேறு வேலை இல்லை. அரிதாகவே மண் சோதனைக்கு வரும். அவள் தன் உதவியாளர்களை பணித்து வேலை வாங்கி, தரவுகளை அனுப்பி விடுவாள்.

காவல் மற்றும் மின்வாரியத் துறைகளில் வேலை செய்பவர்களுக்கு கண்ட நேரங்களில் அலையும் தொல்லை இருக்கும். பணிச்சுமை மற்றபடி அனைத்து அரசுத் துறைகளிலும் இப்படித்தான். தனியார் நிறுவனங்களிலும் படிநிலையில் உயர்ந்திட நிலைமை இதுவே. தொழிலாளர்கள் மட்டுமே குறைந்த ஊதியத்துக்கு போராடுவது. அதிகாரிகளின் வாழ்வு வேறு. மும்பையில் ஒரு முன்னணி நிறுவன அலுவலகத்தில் என் தம்பியைக் காணச் சென்றேன். அங்கு ஊழியர்கள் சதா அரட்டை அடித்தபடி இருந்தனர். அவர்களின் ஊதியம் அறிய எனக்கு அதிர்ச்சியாகியது. மாதம் ஒன்றரை லட்சம். சிலர் மாதம் மூன்று லட்சத்துக்கு மேல் வாங்கினர். தொழிலாளர்களின் பால் அவர்கள் இரக்கம் கொள்ளாமல் இருப்பதற்கே அவர்களுக்கு காசு தரப்படுகிறது. கடிவாளத்தில் இருந்து கீழே பார்த்தபடி இவர்கள் கல்வியறிவற்ற உழைப்பாளிகளிடம் கொடூரமான முறைகளில் வேலை வாங்க திட்டமிடுகிறார்கள் ... மென்பொருள் துறையில் பணிசெய்யும் என் பள்ளி நண்பர்கள் அங்கு அவர்களுக்கு வெளியில் அறியப்படுவது போன்ற வேலை ஒன்றும் இல்லை என்கிறார்கள். பெரும்பாலும் அலுவலகத்துக்கு தாமதமாக சென்று வெறுமனே அரட்டையடிக்கிறார்கள். புராஜக்ட் முடிக்கும் கடைசி நாள் நெருங்கும்போது மாதத்தில் ஒரு வாரம் மட்டுமே இரவு பகல் உழைப்பு. இவர்கள் எல்லாம் சமூகத்தட்டின் உச்சத்தில் உள்ளவர்கள் ... உழைப்பாளர்களுக்கு வேலை நரகமே.

கல்லூரி ஆசிரியர்களை உயர்வர்க்கம் என்று கருதலாமா?

கருத்துக்களை முதலாளிகள் தேர்ந்து முன்னிறுத்த, ஆசிரியர்கள் செயலாக்குகிறார்கள். கால்சென்டர்கள் மற்றும் பி.பி.ஓக்கள் நம் நாட்டுக்கு வருவதற்கு முன் யு.ஜி.சி இ.எல்.டி கருத்தரங்குகளுக்கு பணம் செலவிடுவதில் ஆர்வம் கொண்டிருந்தது. இப்போது அது பழங்குடி இலக்கியம் மற்றும் சூழலியல் சார்ந்த கருத்தரங்குகள் நடத்த ஆர்வம் காட்டுகிறது. தனது அடித்தளத்தை பழங்குடிகளின் இருப்பிடம் மீது விரிவுபடுத்த முதலாளித்துவம் கண் வைக்கும் தளங்கள் இவையே. ஆக, முதலாளித்துவ திட்டப் பட்டியலுடன்

ஒரு கல்லூரி ஆசிரியருக்கு நிறையவே தொடர்புண்டு.

இளைய மனங்கள் ஆசிரியர்களாலே செதுக்கப்படுதால், இந்தியா ஒரு வல்லரசு, இந்தியா ஒளிவிடுகிறது என்றெல்லாம் சொல்லித் தர அவர்களுக்கு அதிக பணம் தரப்பட வேண்டியதாகிறது. மாணவர்களுக்கு வலியும் துயரமும் சொல்லிதரல் ஆகாது; ஏனெனில் கல்வி உற்சாகமான ஊழியர்களை உருவாக்க வேண்டுமே.

சமீபமாக மிகச்சிலரே கல்லூரி ஆசிரியப் பணிக்கு வர விரும்புகிறார்கள். சிறந்த மாணவர்கள் வேறு துறைக்குப் போய் விடுகிறார்கள். இதனால் கல்லூரி ஆசிரியர்களுக்கு அதிக ஊதியம் வழங்குவது ஒரு கட்டாயம் ஆகி விட்டது.

கல்வி வளாகத்துள் நடைபெறும் பெரும்பாலான பாலியல் வன்முறைக்கு ஆசிரியர்களுக்கு வழங்கப்படும் குறைந்த ஊதியமே காரணம். ஒழுக்கம் பணக்கார மத்திய வர்க்கங்களுடன் தொடர்புடையது. நன்றாக ஊதியம் நல்குவது அறநெறிகளை தொடர்ந்து பேச மற்றும் ஒழுக்கத்தை தக்க வைக்க அவசியம்.

பள்ளி ஆசிரியர்களுக்கு தொடக்க ஊதியமாக 20,000 வழங்கப்பட கல்லூரி ஆசிரியர்களுக்கு தொடக்க ஊதியமாக தரப்படும் 28,000 மிகச்சற்றே அதிகம். நான் ஆரம்பத்தில் கூறின துறைகளுக்கு ஒப்பாகவே நமது கல்வித்துறைக்கு ஊதியம் வழங்கப்படுகிறது. இதை அதிகம் என்று நாம் கூற முடியாது.

ஆனாலும், எப்படியோ ஆசிரியப் பணிக்கு அதிக ஊதியம் தரப்படுவதாக முன்வைக்கப்படுகிறது. பணிச்சுமையை அதிகரிக்க நீங்கள் வைக்கும் பரிந்துரை சற்று அபத்தமாக உள்ளது. ஏனெனில் மனிதர்கள் ஊழியர்களோ எந்திரங்களோ அல்லர். அறிவியல் வளர மனிதன் ஒப்பிடுகையில் அதிக ஓய்வு பெற வேண்டும். 10 வருடங்களுக்கு முன்னர் ஒரு மனிதன் 8 மணிநேரம் உழைக்க வெண்டும் எனில், அறிவியல் பெற்றுள்ள வளர்ச்சியை கணக்கில் கொள்கையில் அவன் இப்போது 4 மணிநேரங்களே உழைக்க வேண்டும். ஆக எல்லோருக்கும் உழைப்பில் இருந்து இந்த விடுதலை கிடைக்கவில்லை. ஒரு பணக்கார நாடு தன் குடிகளுக்கு அவர்கள் குடும்பத்துடன் கழிக்க மற்றும் கேளிக்கைகளில் ஈடுபட மேலும் அதிக ஓய்வு நேரம் அளிக்க வேண்டும்.

இனி என் பதில்:

அன்புள்ள ஜான்சனுக்கு

உங்கள் தர்க்கங்கள் இந்த விவாதத்தின் மற்றொரு பக்கத்தை காட்டுகின்றன. குறிப்பாய் ஒரு சிவப்பு கண்ணோட்டத்தில் சில அவதானிப்புகளையும் உங்கள் அனுபவம் சார்ந்து பிறவும் சொல்லி உள்ளீர்கள். நாம் வாழ்வது ஒரு சூட்சுமமான முதலாளித்துவ சமூகத்தில் என்று நம்புகிறேன். முதலாளித்துவ கரத்தை தொட்டுக் காட்டியுள்ளது முக்கியமானதே.

முதலாளித்துவ தேவைகள் மட்டுமே சமூக இயக்கத்தை தீர்மானிப்பதில்லை. சமூக-முதலாளித்துவ சமரசப் புள்ளி ஒன்றுள்ளது. அங்கிருந்தே நான் பேசுகிறேன்.

சமூகத்தின் பொருள் மற்றும் ஆற்றல் வளம் எப்படி யாரால் வீணடிக்கப்படாலும் தவறே. அரசு மற்றும் தனியார் துறைகளில் உலகம் பூரா இது நடைபெறக் கூடும். தொடர்ந்த கண்டனமும் அறிவார்ந்த விவாதமும் இந்த வீணடிப்பை நோக்கின எதிர்குரல். இதோ நீங்களும் நானும் பேசிக் கொள்வது தொடர்ந்து சிலரை சிந்திக்க பேச எழுத வைக்க செய்து ஒரு சிந்தனை சங்கிலியின் கண்ணியாகும். ஒரு முக்கிய வரலாற்று பொறுப்பு இது.

ஒட்டுமொத்தமாக அனைத்து துறைகளின் செயல்பாட்டையும் அலசுவது சிரமம் என்பதாலே கல்லூரி ஆசிரியர்களை எடுத்துக் கொண்டிருக்கிறேன். தனிப்பட்ட காழ்ப்போ சமூகத்தின் பொதுப்புத்தியில் இணைவதோ நோக்கமல்ல.

நாம் இன்னமும் பணக்கார நாடல்ல. ஒருபுறம் வீங்கின ஏழை நாடு. இங்கு, அதிக ஊதியம் போன்றே மக்கள் ஆற்றல் வீணடிப்பு குறித்தும் கவலை கொள்ள வேண்டியதாகிறது. 5 மணி நேர வேலை, கேளிக்கை மற்றும் ஓய்வு ஆகியவை இந்தியாவில் இன்றும் சொகுசு தான். மேலும் சொல்வதானால், அதிக ஊதியத்தை விட ஆற்றல் வீணடிப்பே பெரும் அநியாயம் என்று நம்புகிறேன். சமூக படிநிலையை தக்க வைக்க உச்சபடி நிலைக்காரர்களுக்கு அதிக ஊதியம் வசதிகள் தரப்படுகிறது என்ற கருத்தை முதலில் பேராசிரியர் செரியன் சொல்லித்தான் அறிந்தேன். அது உண்மையே. ஒருவித அவசியமும் கூட. இயற்கையில் நாய், குரங்கு போன்ற விலங்கு சமூகங்களில் தலைமையிடத்துக்கு முன்னுரிமை

அளிக்கும் அந்தஸ்து சமாச்சாரம் உள்ளது. ஆனால் கல்லூரி ஆசிரியர்களோ நீங்கள் குறிப்பிட்ட விலங்கியல் மருத்துவர்களோ மேலாண்மை வகுப்பல்ல.

கல்லூரி ஆசிரியர்களின் வேலை போதுமானதல்ல என்ற கருத்து ஏற்கனவே உள்ளது. அதனாலே அவர்கள் ஆய்வுக் கட்டுரைகளை தொடர்ந்து சமர்ப்பிக்க வேண்டும் என்று எதிர்பார்க்கப்படுகிறது. ஆனால் ஆய்வரங்க தமாஷில் இவை மிகையான பாசாங்காக முடிந்து விடுகிறது. பெரும்பாலும் யாருக்கும் சொந்த அவதானிப்பு என்ற ஒன்று இக்கட்டுரைகளில் இருப்பதில்லை அல்லது உரைகளை நிகழ்த்த கருத்தரங்குகளில் நேரம் வாய்ப்பதில்லை. இதை விட செயலூக்கத்துடன் ஆசிரியர்களின் ஆற்றலை அவர்களது திறமை பொறுத்து செலுத்த வேண்டும் என்பதே என் எதிர்பார்ப்பு. சுமைதூக்கிகளாக்க வேண்டாம். இது குறித்தே விரிவாக என் கட்டுரையில் எழுத விரும்புகிறேன். அதிக சம்பளத்தை பறிப்பது பற்றியல்ல. ஒரு அறிவார்ந்த தளத்தில் சமரசமின்றி கல்லூரி ஆசிரியர்களை எப்படி வேலை வாங்கலாம் என்று நினைக்கிறீர்கள்? இது குறித்து கட்டாயம் எழுதுங்கள்.

நீங்கள் சொல்வது போன்றே கல்லூரி ஆசிரியர்கள் ஒழுக்க வழிகாட்டிகளாக இருக்க எதிர்பார்க்கப்படுகிறார்கள். மத்திய, கீழ்மத்திய நபர்கள் கூட ஜோதியில் கலந்த பின் குறைவான ஊதியம் வழங்கப்பட்டாலும் சட்டமுறைகளுக்கு கட்டுப்பட்டவர்களாக, ஒழுக்கவாதிகளாக இருப்பதையே என் அனுபவத்தில் காண்கிறேன். முதலாளித்துவத்துடன் அல்லது பொதுப்புத்தியுடன் முரண்படுவர்களுக்கு வேறொரு பின்னணி இருக்கக் கூடும். சுருக்கமாகச் சொல்வதானால், அம்பியாக இருப்பதற்கு பொருளாதார வெகுமதி மட்டும் காரணமல்ல. குனிந்து போவது ஒரு மரபியல் கூறு, அது குழந்தைகளிடத்து கூட காணப்படுவது என்று சமீப ஆய்வு ஒன்று தெரிவிக்கிறது. பொருளாதார பலன் மட்டுமேயல்ல என்பதை கவனியுங்கள். முற்றிலும் இல்லை என்று சொல்லவில்லை.

மூன்று மாதங்களுக்கு முன் ஒரு வேலை நாளின்போது கல்லூரி வேலைக்கான நேர்முகத்துக்குப் போயிருந்தேன். நூற்றுக்கு மேல் வந்திருந்தனர். இத்தனைக்கும் பிரபலமற்ற கல்லூரி. ஆழ்வார்பேட்டையில் ஒரு குட்டி அறையை மட்டுமே வாடகைக்கு

எடுத்திருந்தார்கள். கூட்டம் வாசல் வரை தவம் கிடந்தது. பலரிடமும் விசாரித்ததில் சம்பளம் குறைவென்றாலும் வேலை எளிது, சச்சரவற்றது, அதனாலே வந்துள்ளதாய் தெரிவித்தார்கள். ஒருவர் 3500 ரூபாய்க்கு 5 வருடங்களாய் கல்லூரி நூலகராய் பணி செய்திருக்கிறார். சற்று அதிகமாக இங்கு கிடைத்தாலே போதும் என்பதே அவரது எதிர்பார்ப்பு. நான் எனது முந்தைய தனியார் நிறுவனத்தில் *copyediting* பணிக்காக ஒரு மாதம் ஹிந்துவில் விளம்பரம் கொடுத்து, கன்சல்டன்சிக்கு காசு கொடுத்து தேடியதில் 25 பேருக்கு மேல் வரவில்லை. அவர்களில் பலரும் பத்தாயிரம் ரூபாய் ஊதியத்தையே நிராகரிக்கிறார்கள். இதற்கு நான் மேற்சொன்ன பணி அதிகம் அறியப்படாத ஒன்று என்பது மட்டுமே காரணமல்ல. சொகுசுப் பணிக்காக ஒரு பெரும் கும்பலே காத்துக் கிடக்கிறது.

ஊதியத்தை அதிகப்படுத்துவதால் திறமையானவர்களை கல்லூரிக்குள் ஈர்க்க முடியுமா? இதற்கான பதில் எதிர்கால வரலாற்றிடமே உள்ளது. இது ஒரு கலாச்சாரம் சம்மந்தப்பட்ட விசயமுமே. ஆழமான நுண்-அறிவு விவாதம் நிகழ்த்தும், அறிவுத்துறைகளை போற்றும் சமூகத்தில் சிறந்த ஆசிரியர்கள் இயல்பாகவே தோன்றுவார்கள். கலாச்சார வறட்சி உள்ள பட்சத்தில் ஊதிய உயர்வு உதவாது. யு.ஜி.சி தேர்வு முறை இதை மேலும் அபத்தமாக்கிறது. ஒரு தகவல் வங்கி எப்படி ஒரு கூட்டத்தைத் தன் நாவன்மையால் கட்டிப் போட முடியும் என்று எதிர்பார்க்கிறார்கள். இதற்கு ஒரு இயல்பான திறன் தேவையுள்ளது. யு.ஜி.சியில் தேர்வாகும் ஒரு திக்குவாயனின்\ உம்மணாமூஞ்சியின் \ ஸ்காட் கிறித்துவ கல்லூரியில் உள்ள ஒரு பேராசிரியர் போன்ற பதற்ற நோய் கொண்டவரின் (கட்டுப்பாடிழந்து ஒரு வகுப்பில் "குண்ண" என்றார்) நிலை என்ன? ராணுவம், காவல்துறை போன்ற துறைகளில் சேர உடற்தகுதி அவசியமாக உள்ளது போல் ஆசிரியத் துறைக்கு பொதுமக்கள் மற்றும் அறிவுஜீவிகள் பார்வையாளராக பங்கேற்கும் (அறிவார்ந்த தளத்தில்) பேச்சுத் திறன் போட்டி வைத்தால் என்ன?

வாசிப்பு, ஆய்வு மற்றும் எழுத்தைத் தேடலாக கொண்டவர்கள் கல்லூரி பணியில் இருந்தாலும் சமூகத்துக்கு உபரியான பங்களிப்பைச் செய்கிறார்கள். ஆனால் அத்தகையோர் மிகச்சிறுபான்மையே. பெரும்பாலானோர் ஊதாரித்தனமாய்

கழிக்கிறார்கள் அல்லது தனிப்பட்ட நலனுக்காக வியாபாரம் செய்கிறார்கள். இது குறித்து ராஜேஸ் எனும் நண்பர் விரிவாகவே எழுதியிருக்கிறார் (அக்கடிதத்தை அடுத்து பிரசுரிக்கிறேன்). இந்த பங்களிப்பே என் அக்கறை. இது போதுமான உழைப்பை கோராத பிற பணிகளில் உள்ளவர்களுக்கும் பொருந்தும் என்றாலும், அவர்களை விமர்சிக்க மற்றும் மாற்றுவழி பரிந்துரைக்க எனக்கு போதிய அறிவு இல்லை. எனது சிறு வட்டத்துக்குள் இருந்து எட்டவே முயல்கிறேன்.

★★★

www.ingramcontent.com/pod-product-compliance
Lightning Source LLC
LaVergne TN
LVHW102036051026
849518LV00014B/1961
* 9 7 8 9 3 4 7 2 0 6 8 7 0 *